অর্ধ আকাশ

अर्धे आकाश

(स्त्रीवादी समीक्षा)

अश्विनी धोंगडे

दिलीपराज प्रकाशन प्रा. लि.®
२५१ क, शनिवार पेठ, पुणे-४११०३०.
■ आमची वेबसाईट : www.diliprajprakashan.in
■ आमचा ई-मेल : diliprajpune@gmail.com
■ आमचे फोन क्रमांक : (फॅक्ससहित) (०२०)-२४४७१७२३ / २४४८३९९५ / २४४९५३१४

अर्ध आकाश
अश्विनी धोंगडे

अर्धे आकाश

(स्त्रीवादी समीक्षा)

अश्विनी धोंगडे

Ardhe Aakash / Ashwini Dhongde

प्रकाशक :
राजीव दत्तात्रय बर्वे, मॅनेजिंग डायरेक्टर
दिलीपराज प्रकाशन प्रा. लि.,
२५१ क, शनिवार पेठ, पुणे-४११०३०.
फोन नं. : २४४९५३१४, २४४८३९९५,
२४४७१७२३ (सर्व फॅक्ससहित)

'शरण्य', स्वेदगंगा सोसायटी,
वारजे, पुणे-४११०५४.
भ्रमणध्वनी-९९७५६१३१३८

प्रकाशन क्रमांक : २४३२

प्रथम आवृत्ती : २५ डिसेंबर २०१८

ISBN : 978-93-84171-74-2

अक्षरजुळणी : सौ. मधुमिता राजीव बर्वे
पितृछाया मुद्रणालय, ९०९, रविवार पेठ,
पुणे-४११००२.

मुद्रितशोधन : नीलिमा साने

मुखपृष्ठ : संतोष धोंगडे

The problem of woman has
always been a problem of men.

– Simon de Beauvoir

A life lived in fear is half lived.
आपले असीम आकाश
निर्भयपणे आपणच शोधणाऱ्या
विश्वातील सर्व अनाम स्त्रियांना
ही ग्रांथिक कलाकृती सादर समर्पण

अर्धे आकाश

‘अर्धे आकाश’ हे माझे पुस्तक प्रसिद्ध होताना मला विशेष आनंद होत आहे. यापूर्वी ‘स्त्रीवादी समीक्षा : स्वरूप आणि उपयोजन’ (१९९३) व ‘संदर्भ : स्त्री-पुरुष’ (२००३) ही मी लिहिलेली दोन पुस्तके आणि ‘भारतीय भाषांतील स्त्रीवादी साहित्य’ (२०१६) हे मी संपादित केलेले पुस्तक, अशी स्त्रीवादी समीक्षेची तीन पुस्तके प्रसिद्ध झाली आहेत. या पुस्तकांना जाणकार वाचकांचा फारच चांगला प्रतिसाद मिळाला. स्त्रीवादी समीक्षा : स्वरूप आणि उपयोजन या पुस्तकाच्या पाच आवृत्त्या निघाल्या आणि महाराष्ट्रातील जवळजवळ सर्व विद्यापीठांत स्त्रीवादाच्या पेपरसाठी संदर्भग्रंथ म्हणून या पुस्तकाची निवड झाली. धारवाड विद्यापीठातील डॉ. गायकवाड यांनी त्याचे कन्नडमध्ये भाषांतर करून त्या पुस्तकाचा अभ्यासक्रमात समावेश केला. संदर्भ : स्त्री-पुरुष या पुस्तकाला साहित्य परिषदेचा गोपाळ हरि देशमुख ऊर्फ लोकहितवादी हा वैचारिक ग्रंथश्रेष्ठता पुरस्कार मिळाला. ‘अर्धे आकाश’ या पुस्तकाचा परिघ अर्थातच या तिन्ही पुस्तकांपेक्षा विस्तारला आहे.

‘अर्धे आकाश’ ही संकल्पना प्रथमतः चीनमध्ये माओ झेडाँग यांनी प्रसृत केली. ‘बायका अर्ध्या आकाशाच्या वाटेकरी आहेत’ हे जाहीरनाम्यात त्यांनी केलेले विधान इतके प्रभावी आहे की; ह्यानंतर ते जगातल्या अनेक स्त्री चळवळी, स्त्रीविषयक संस्था, चित्रपट यासाठी वापरले गेले. या विधानाचा त्यांना असा अर्थ अभिप्रेत होता की, स्त्रियांना घराबाहेरच्या जगात आणून व्यावसायिक क्षेत्रामध्ये संधी दिली गेली पाहिजे. साम्यवादी क्रांतीनंतरच चीनमध्ये स्त्रिया समाजाच्या मध्य प्रवाहात मोठ्या प्रमाणात आल्या. मला मात्र ‘अर्धे आकाश’ शब्दाचे अनेक अर्थ अभिप्रेत आहेत.

आकाश ही संकल्पना कल्पनेच्या पलीकडे बृहद् आहे. आकाश ही पोकळी आहे आणि तिला अंत नाही. ‘अनंत आमुची ध्येयासक्ती अनंत अन् आशा’ असे मानणाऱ्या मानवाच्या प्रगतीच्या झेपेला अंत नाही. पण

मानव शब्दामध्ये जगाची अर्धी लोकसंख्या स्त्रियांची आहे, हे विसरता कामा नये. त्यामुळे मानवाचे जे-जे म्हणून श्रेयस आहे, त्यात अर्धा वाटा स्त्रीचा आहे. जे लहान स्तरावर खरे असते, ते मोठ्या स्तरावरही खरे असते. वडिलोपार्जित संपत्तीमध्ये आता कायद्याने अर्धा वाटा मुलीला मिळतो, याच न्यायाने अर्धे आकाशही स्त्रियांना मिळायला हवे.

आकाश म्हणजे संधी. हक्क आणि अधिकाराच्या समान भागीदार म्हणून पुरुषांना आयुष्यात मिळणाऱ्या सर्व संधी स्त्रियांना मिळायला हव्यात. त्या मिळत नाहीत, म्हणून गेली तीन शतके स्त्री चळवळी उभ्या कराव्या लागल्या. साधा मतदानाचा हक्क आणि संपत्तीत हिस्सा मिळण्यासाठी स्त्रियांना दोन शतके लढा द्यावा लागला. जगाकडे स्त्रीच्या नजरेने बघा, म्हणजे स्त्रियांवरील अन्याय-अत्याचार तुम्हाला दिसतील. बीजिंग येथे १९९५ मध्ये झालेल्या पाचव्या जागतिक महिला परिषदेचा नारा होता की, किमान माणूस म्हणून सन्मानाने जगण्याचा स्त्रीला हक्क आहे. त्या अनुरोधाने स्त्रीवरील हिंसेला प्रतिबंध, स्त्रीला आर्थिक व लैंगिक स्वातंत्र्य, शिक्षण, अर्थार्जन व आरोग्याच्या सुविधा यात समानता, यांची मागणी करणारे ठराव पास झाले. असे अनेक ठराव जागतिक स्तरावर पास होतात, स्त्रियांसाठी कायदे केले जातात; पण स्त्री-पुरुष समानता जगात कुठेही अस्तित्वात आलेली नाही. स्त्रियांच्या अर्ध्या आकाशावर पुरुषांनी आक्रमण केले आहे आणि मध्य प्रवाहाकडे येण्याचे त्यांचे प्रयत्न हाणून पाडून त्यांना सतत सामासिक जागेत लोटले जात आहे. अनेक अनवट क्षेत्रांत स्त्रियांनी भरारी घेतली, पण विशिष्ट मर्यादेपलीकडे त्यांचे मार्गक्रमण खूप खडतर झाले. विशिष्ट क्षेत्रात महिलांचे कौशल्य जसे वाढत गेले, तसे वरिष्ठ आणि महत्त्वाच्या पदांभोवती फिरणारे आर्थिक सत्ताकारण अधिक भडक होत गेले. स्त्रियांची उन्नत्ती पुरुषांच्या वर्चस्वाला कापणारी, म्हणून पतंगाच्या मांज्यासारखे स्त्रियांना काटले गेले. हे मार्ग कधी छुपे होते, कधी उघड. स्त्रियांवर होणारे बलात्कार, लैंगिक अत्याचार ही तर त्यांना नामोहरम करणारी शस्त्रे म्हणून वापरली गेली. स्त्रियांमध्ये जन्मजातच कमतरता, म्हणून त्या दुय्यमत्व घेऊन आल्या आहेत, अशा तात्त्विक उपपत्त्या बुद्धिमान विचारवंतांकडून मांडल्या गेल्या. स्त्रियांच्या बौद्धिक कुवतीबद्दल शंका घेणाऱ्या आणि त्यांना दुर्बल, भावनाप्रधान, उथळ, चंचल मानणाऱ्या उपपत्त्या मानसशास्त्रातील तज्ज्ञांनी मांडल्या. लग्न, मातृत्व व बालसंगोपन हेच स्त्रियांचे कार्यक्षेत्र निसर्गाने ठरवून दिले आहे आणि ते झुगारून पुरुषांप्रमाणे जगू पाहणाऱ्या स्त्रियांना विकृतपणाचे बिल्लेही दिले गेले. जागतिक कीर्तीच्या साहित्यिकांनीही त्यांच्या शरीरसौंदर्याची तारीफ करत त्यांना पुरुषांच्या उपभोगाची वस्तू म्हणून रंगवले. या सर्व विरोधी आघाड्यांवर लढण्यात स्त्रीजातीची ऊर्जा इतकी खर्च होते की, त्यांना स्वत:ला सतत सिद्ध करत बसावे लागते.

आकाश म्हणजे अवकाश (स्पेस). पुरुषप्रधान जगाने या अवकाशावरही कब्जा मिळवला आहे व स्वत:साठी थोडातरी अवकाश निर्माण करण्यासाठी स्त्रियांना लढावे लागले आहे. या अवकाशात स्वत:चा वेळ नसणे, स्वत:चा पैसा वा निवास नसणे, एवढेच काय स्वत:चा म्हणून घरात एक कोपरा, एक खाजगी डायरी आणि छोट्या मोठ्या इच्छा पूर्ण करण्यासाठी मुभा नसणे अशा कित्येक गोष्टी येतात. 'मी कोण?' याचा स्वतंत्रपणे विचार न करता येणे, हा सुद्धा अवकाशाच्या संकोचाचाच भाग आहे. कारण स्वतंत्र विचार हा सुद्धा स्त्रीच्या कुवतीबाहेरचा आहे हे गृहीतच धरले आहे. स्वतंत्र विचार नाही, तेथे स्वतंत्र कर्तृत्व नाही आणि स्वतंत्र कर्तृत्व नाही तेथे मानसिक गुलामगिरी आहे. आपल्या जगण्याचा कोणत्याही प्रकारचा भार जो दुसऱ्यावर टाकतो, त्याला स्वत:च्या आकाशाची गरजच वाटत नाही. कुटुंब चालविणाऱ्या, पैसा कमावणाऱ्या स्त्रियांनाही जर समाजाने बुद्ध्या मानसिक पंगुत्व दिले, तर त्यांच्यामध्ये आकाशाच्या मागणीसाठी धडाडी कुठून येणार? ही सर्व जोखडे झुगारून आत्मनिर्भर होण्यासाठी अर्ध्या आकाशाची मागणी!

अर्धे आकाश मागता आहात, पण ते पेलण्याची कुवत तुमच्यामधे आहे का? हा नेहमीच विचारला जाणारा प्रश्न. कुवत नाहीच हे गृहीत धरणे आणि मग स्त्रियांच्या कुवतीवर कुरघोडी करणे, हा पुरुषांचा आवडता खेळ! त्यामुळे पुरुषांचे श्रेष्ठत्व सिद्ध होते आणि स्त्रियांचा कमकुवतपणा. कुवत आहे की नाही हे जोखून पहायला स्त्रीला वाव तर मिळाला पाहिजे.

एक दफा तो अपना जीवन
मुझको खुदही बोने दो ।
लिख लेने दो अपनी किस्मत
होना है जो होने दो ।

कदाचित् एखाद्या स्त्रीचे पूर्ण आयुष्यच आकाशाला स्पर्श करण्यासाठी उडी मारायला शिकण्यात जाईल, पण तो ही स्वत:ची कुवत वाढवण्याच्या प्रयत्नाचाच एक भाग असेल. वाढण्यासाठी मोकळे अवकाश असेल, तर वाढणेही अवघड नाही, याची प्रचिती स्त्रियांना आता येऊ लागली आहे, त्यामुळे आकाशाचा तुकडा तरी आपल्या हातात येत आहे याचा आनंद मोठा आहे.

अर्ध्या आकाशाची मागणी करण्यात अर्धी जमीन अनुस्यूत आहे. आकाश ही विकासाची ऊर्ध्व दिशा असेल, तर भूमी ही मिळवलेले प्रेयस आहे. आकाश हे स्वप्न, तर भूमी वास्तव आहे. आकाश हे ध्येय असेल, तर जमीन ही ध्येयपूर्ती आहे. आकाशाची वाटचाल ही चल आहे, तर भूमी स्थिर, अचल आहे. अर्ध्या

जमिनीची मागणी म्हणजे मिळालेल्या यशाच्या अर्ध्या हिश्शाची मागणी. मग तो हिस्सा संपत्ती, मिळकत, घर, जमीनजुमला, व्यवसायधंदा इत्यादी अनेक गोष्टीतला असेल आणि मुख्य म्हणजे यशातलाही अर्धा हिस्सा असेल. प्रत्येक यशस्वी पुरुषामागे एक स्त्री असते, अशी पडद्यामागच्या कलाकाराची स्तुती नको, तर प्रत्येक यशस्वी पुरुषाच्या जोडीने एक यशस्वी स्त्री असते, असे चित्र बदलायला हवे. ही गोष्ट दोन प्रकारे घडू शकते. पुरुषाला एखाद्या क्षेत्रात उत्तुंग शिखर गाठण्यासाठी जो मानसिक शांततेचा भवताल लागतो, तो वेगवेगळ्या आघाड्यांवर लढत त्याची बायको त्याला मिळवून देत असते आणि त्यासाठी तिला भरपूर श्रम घ्यावे लागतात, ज्याची मोजदाद कधीच होत नाही आणि जे पटकन विसरले जातात. एखाद्या वाक्याने त्याची बोळवण करणे म्हणजे उपेक्षेचे धनी असणे आणि संसारी स्त्रिया अशी उपेक्षा नेहमीच झेलत तोंडावर हसू आणण्याची कसरत करत असतात.

दुसऱ्या प्रकारात ती स्त्री स्वत:च्या कर्तृत्वाने यशस्वी असते, पण तिच्या यशाचे श्रेय तिला दिले जात नाही. वैज्ञानिक संशोधक स्त्रियांच्या संशोधनाचे श्रेय पुरुष सहकाऱ्यांनी लाटल्याच्या अनेक कथा आहेत. स्त्रियांच्या डायऱ्या वाचून व अनुभव ऐकून कादंबऱ्या लिहिणाऱ्या व या ऋणाचा उल्लेखही न करणाऱ्या प्रथितयश इंग्लिश कादंबरीकारांचा समाचार व्हर्जिनिया वुल्फने घेतला आहे. अनेक स्त्रियांचे हे व्यवसायातील, नोकरीतील व घरातील अनुभव आहेत की छोट्या गोष्टींचे श्रेयसुद्धा स्त्रियांना कधी दिले जात नाही. नोबेल, ज्ञानपीठ पुरस्कार असोत वा साहित्य संमेलनाचे अध्यक्षपद, स्त्रियांच्या वाट्याला नेहमीच अत्यल्प पदे आली आहेत. म्हणून अर्ध्या आकाशाबरोबर अर्ध्या भूमीची मागणी. अर्धी लोकसंख्या असलेल्या स्त्रियांना त्यांच्या योगदानापासून दूर ठेवले तर कुठला देश विकास करू शकेल?

अर्धे आकाश मागणे म्हणजे स्त्री पुरुषात भिंत घालणे नव्हे, तर आपल्या वाट्याचे जे काढून घेतले आहे, त्याची मागणी करणे. खरेतर प्रत्येकालाच समान वाटा मिळणे, हा प्रत्येक व्यक्तीचा हक्क आहे. या हक्कावर खूपच गदा आली, म्हणून स्त्रीवादाचा जन्म झाला.

अर्धे आकाश हाती आल्यावर पूर्ण आकाश स्त्री-पुरुष दोघांचे मिळून आहे हीच भावना स्त्रीवादाच्या पुढील वाटचालीची दिशा आहे, हे लक्षात घ्यायला हवे.

या पुस्तकामध्ये एका विशाल पटावर स्त्रियांच्या अर्ध्या आकाशाकडे जाणाऱ्या प्रवासाची चिकित्सा केली आहे. मार्क्स हा साम्यवादी विचारसरणीचा जनक, तर फ्रॉईड हा मानवी मनाच्या तळाचा वेध घेणारा मानसशास्त्रज्ञ. जगन्मान्य अशा या दोन उत्तुंग व्यक्तिमत्त्वाच्या विचारांची स्त्रीवादी चिकित्सा करणारे दोन विस्तृत लेख

या ग्रंथात समाविष्ट आहेत. स्त्रीवादाची तात्त्विक मांडणी करणाऱ्या दोन विचारवंत स्त्रिया व्हर्जिनिया वुल्फ आणि केट मिलेट, या दोघींना वगळून स्त्रीवादाची मांडणीच करता येणार नाही. त्यांच्या विचारांचा सारांश आणि आजच्या पर्यावरणात या विचारांचे महत्त्व विशद करणारे दोन लेख या पुस्तकात आहेत.

भारतीय पर्यावरणात रुजलेल्या स्त्रीवादाच्या निकट व दूरस्थ प्रेरणांचा शोध घेणारा एक लेख आणि स्त्रीवादी समीक्षेचे एक नवे प्रारूप मांडण्याचा प्रयत्न करणारा आणखी एक लेख असे दोन समीक्षात्मक लेख या पुस्तकात समाविष्ट आहेत. या सहा अभ्यासपूर्ण आणि थोड्या जड वाटणाऱ्या लेखांनंतरचे पुढचे सात लेख हे आपल्या रोजच्या जगण्यातल्या प्रश्नांवर लिहिलेले, तुलनेने थोडे हलके फुलके लेख आहेत.

रसिक वाचक या सर्व लेखांचे मन:पूर्वक स्वागत करतील, अभ्यासू वाचक या विषयांवरील चर्चेला प्रवृत्त होतील आणि स्त्रीवाद शिकणाऱ्या व शिकवणाऱ्यांना हे पुस्तक एक नवी वाट खुली करेल अशी आशा आहे.

अश्विनी धोंगडे
१८ ऑक्टोबर २०१८
विजयादशमी

अनुक्रम

मार्क्सवाद आणि स्त्रीवाद

■

कार्लमार्क्स यांचा जन्म ५ मे १८१८ रोजी झाला, त्याला यंदा २०० वर्षे झाली आहेत. मार्क्सने मांडलेल्या उपपत्तींनाही दीडशे वर्षे होत आली, तरीही मार्क्स, भांडवलशाहीच्या आजच्या जगात कालहीन झालेला नाही. जगात सामाजिक विचारांचा असा एकही पैलू नाही आणि जागतिक पातळीवरील अशी एक देखील घटना नाही की ज्यामध्ये मार्क्सवादाचा वैचारिक संदर्भ या कालावधीत आधारभूत मूल्य म्हणून घेतला गेलेला नाही. स्त्रीवादाच्या वैचारिक जडणघडणीत मार्क्सच्या विचारांचा मोठाच वाटा आहे. तरीही मार्क्सचे तत्त्वज्ञान स्त्रीवादी चष्म्यातून तपासणे मार्क्सवर अन्यायकारक ठरू शकते. मार्क्स मर्यादित अर्थाने स्त्री प्रश्नांबाबत बोलतो. पुरुष आणि भांडवलशाही व्यवस्थेतील सामाजिक परिस्थिती हीच त्याच्यापुढे उपपत्ती विकसित करताना प्रामुख्याने होती, पण तरीही मार्क्स आणि एंगेल्समध्ये स्त्रीवादाला केंद्रीभूत असे अनेक विचार आहेत. घरामध्ये होणारे स्त्रीचे शोषण, स्त्रीमध्ये निर्माण होणारा परात्मभाव आणि स्त्रीवादाच्या मुळाशी असणारी जाणीवजागृती व बंड करण्याची प्रेरणा या सर्वांमागे मार्क्सवादी विचारसरणीचा मोठा प्रभाव आहे. किंबहुना ज्याला मार्क्सवादी स्त्रीवाद असे म्हटले जाते, त्यात प्रामुख्याने मार्क्सवादी विचारांची बैठक मांडली जाते. अगदी थोडक्यात त्याबद्दल असे सांगता येईल की स्त्रियांचे दास्य ही नैसर्गिक गोष्ट नाही. खासगी मालमत्तेवर पुरुषांचा हक्क प्रस्थापित झाल्यावर आपल्याच मुलांना वारसाहक्क मिळावा म्हणून पुरुषाने स्त्रीवर स्वामित्व गाजवायला सुरुवात केली. म्हणून स्वयंपाकघर, गृहकृत्ये या जीवनशोषण करणाऱ्या वातावरणातून स्त्रियांना बाहेर काढून सामाजिक कार्ये, राजकीय जीवन, युद्धे यामध्ये भाग घ्यायला लावला पाहिजे, तरच स्त्रियांना खरे स्वातंत्र्य मिळेल व समाजवादी क्रांती घडून येईल; यासाठी समान काम, समान दाम, शिक्षण व श्रमविभागणीतील लैंगिक भेदभाव मोडणे यावर मार्क्स आणि एंगेल्स यांनी भर दिला आहे.

मार्क्सने प्रथम लिखित स्वरूपात साम्यवादाबद्दलच्या आपल्या कल्पना मांडल्या आणि नंतर त्यातील तत्त्वे मार्गदर्शक धरून काही राष्ट्रांमध्ये साम्यवादी विचारसरणीची उभारणी करण्यात आली. स्त्रीवादाला असा कोणताही प्रमाणभूत ग्रंथ नाही. अनुभव आणि वैचारिक जाणीव यांच्या पायावर स्वत:च्या शोषणाची आणि दुय्यमत्वाची जाणीव झाल्यावर गेल्या तीनशे वर्षांत स्त्रिया हळूहळू स्त्रीवादी होत गेल्या. त्यात अनेक विचारवंत स्त्रियांच्या स्पष्ट आणि परखड लिखाणाची भर पडत गेली. अनेक कृतिशील नेत्यांनी स्वयंस्फूर्तीने ही चळवळ प्रत्यक्षात राबवली. स्त्रीवाद ही स्वतंत्र, स्वयंभू अशी तात्त्विक भूमिका नाही, ती जगातल्या बहुतेक सर्व देशांत कमी अधिक प्रभावाने उभी राहिलेली आणि जिला अजून परिपूर्ण तात्त्विक अधिष्ठानाचे नैतिक बळ मिळालेले नाही, अशी आजही अव्याहतपणे स्वत:च्या सामर्थ्याचा शोध घेत पुढे जाणारी प्रक्रिया आहे. सर्व भौतिकशास्त्रे, भाषाविज्ञान, मानववंशशास्त्र, समाजशास्त्र, इतिहास, मानसशास्त्र इत्यादी अनेक ज्ञानशाखांमधून स्वत:बद्दल संदर्भ शोधत तिच्या उपपत्तीची बांधणी सुरू आहे. म्हणून स्त्रीवाद स्थितीगतीशून्य नसून सतत प्रवाही व नवी क्षितिजे धुंडाळणारा आहे. मनुष्याच्या नैसर्गिक प्रवृत्तींना शेकडो वर्षे दडपून टाकणाऱ्या सामाजिक व्यवस्थेवर प्रतिक्रिया म्हणून स्त्रीवादाची मांडणी करण्यात आली. कुठलीही व्यवस्था जेव्हा स्वत:ला मारक ठरू लागते, तेव्हा संघर्षात्मक प्रतिक्रिया येणे अटळ असते. मार्क्सवाद आणि स्त्रीवाद ही, पिळवणुकीचा अतिरेक होऊन जनसामान्यांच्या स्वातंत्र्याचा वर्षानुवर्षे संकोच झाल्यावर, निर्माण झालेल्या विद्रोहातून जन्माला आलेली तत्त्वज्ञाने आहेत.

मार्क्सवाद आणि स्त्रीवाद दोन्ही, परिवर्तनाचे उद्दिष्टे असणाऱ्या विचारसरणी आहेत. वर्गविहीन समाजामध्ये कोणाचेही शोषण होणार नाही आणि मनुष्याच्या सर्जनशक्तीला पूर्ण वाव मिळेल अशी विधायक बदलात्मक दृष्टी मार्क्सवादाकडे आहे. (ती साम्यवादी देशात प्रत्यक्षात आली नाही याला अनेक कारणे आहेत.) तर स्त्री-पुरुष समता आणि स्त्रीला एक व्यक्ती म्हणून जगण्याचा अधिकार प्राप्त करून देणारी समाजव्यवस्था निर्माण व्हावी, हे स्त्रीवादाचे स्वप्न आहे. समानतेच्या तत्त्वावर नवा समाज निर्माण करणे हे तिचे उद्दिष्ट आहे. नवनिर्मितीचा ध्यास घेतलेली ती एक मानवतावादी चळवळ आहे. कुठल्या ना कुठल्या स्वरूपात चालू असलेली ही चळवळ सामाजिक, सांस्कृतिक व काही अंशी राजकीय चळवळ आहे. मार्क्सवाद मुख्यत: समाज, अर्थकारण आणि राजकारण यावर उभा आहे.

मार्क्सवाद आणि स्त्रीवाद यातील गुंतागुंतीचे संबंध स्पष्ट करण्यासाठी विचारांची बैठक म्हणून मार्क्सचे १८४८ साली प्रसिद्ध झालेले 'द कम्युनिस्ट मॅनिफेस्टो'

आणि १८५९ सालचे 'अ काँट्रिब्युशन टू द पोलिटिकल इकॉनॉमी' आणि एंगेल्सचे मार्क्सच्या मृत्यूनंतर (१८८३) प्रसिद्ध झालेले पण मार्क्सशी चर्चा करून लिहिलेले 'द ओरिजिन ऑफ द फॅमिली, प्रायव्हेट प्रॉपर्टी अ‍ॅन्ड द स्टेट' (१८८४) ही पुस्तके आधारभूत मानली आहेत.

फ्रेडरिक एंगेल्सने म्हटले आहे की He is the bourgeoise and the wife represents the prolatariate. या अत्यंत महत्त्वाच्या विधानासंदर्भाने मार्क्सवाद व स्त्रियांची परिस्थिती याचा विचार मांडता येईल.

१) भांडवलशाही समाजरचनेतील भांडवलदार मालक व श्रमिक कामगार ही वर्गरचना समांतरपणे कुटुंब पातळीवर पुरुष किंवा नवरा हा मालक व स्त्री किंवा बायको ही श्रमिक किंवा दासी आहे अशी आहे. मजुरांच्या पिळवणुकीप्रमाणेच स्त्रीची कुटुंबात नवऱ्याकडून पिळवणूक होते.

२) पिळवणुकीपासून मजुरांची सुटका करायची असेल तर उत्पादनाची साधने खाजगी मालकीची न ठेवता समाजाच्या मालकीची केली पाहिजेत. खाजगी भांडवलदार नाहीसे झाले की उत्पादन खाजगी भांडवलदारांच्या नफ्याच्या प्रेरणेने होण्याऐवजी गरजेच्या दृष्टीने व्हावयास लागेल व मजुरांच्या पिळवणुकीचे कारण उरणार नाही. कौटुंबिक पातळीवर अर्थसत्ता ही पुरुषाच्या हातात एकवटलेली असते. त्यामुळे तो स्त्रीचे आर्थिक व मानसिक शोषण करू शकतो. घरामध्ये येणाऱ्या अर्थशक्तीचे विकेंद्रीकरण करून स्त्रीचे शोषण थांबवता येईल का, हा विचार स्त्रीवादात करावा लागतो. औद्योगिक क्रांतीसह जन्माला आलेल्या भांडवलशाहीचे विश्लेषण करून मार्क्सने असे दाखवून दिले की भांडवलशाहीचा पुढचा टप्पा म्हणून विषमता नष्ट करून उत्पन्नाचे वाटप सर्वांना समान करणारा समाजवाद अस्तित्वात येणे अटळ आहे. उत्पन्नाची वाटणी समप्रमाणात करणे हेच सुखी समाजनिर्मितीचे कार्य आहे. श्रमविभागणी मुळात कुटुंबापासून सुरू होते. ती लिंग, वय यावरून ठरते. यातूनच एका माणसाची दुसऱ्या माणसावरील मालकी सुरू होते. नवऱ्याने बायकोला व मुलांना गुलाम बनवणे, हा खाजगी संपत्तीचा पहिला प्रकार आहे. दर्जात्मक व संख्यात्मक दृष्ट्या ही विभागणी असमान पायावर उभी आहे. दुसऱ्याच्या श्रमावर आपण चैनीत राहण्याचा हा प्रकार आहे. स्त्रीवाद अशी श्रमविभागणी नाकारतो व स्त्रीला आपल्या गुलामीची जाणीव करून देतो. स्त्री पुरुष समान पातळीवर यावेत, ही समताधिष्ठित कुटुंबव्यवस्था हेच स्त्रीवादाचे अंतीम ध्येय आहे.

३) खाजगी मालमत्ता व संपत्ती यांच्या अस्तित्वावर अधिष्ठित झालेल्या भांडवलशाही समाजरचनेत मानवाचे श्रमजीवी कामगारात रूपांतर होते व विक्रेय

वस्तूसारखी वागणूक त्याला मिळू लागते. जेवढे उत्पादन अधिक, तेवढी त्याच्या श्रमाची किंमत कमी. मजूर ज्यावेळी वस्तूचे उत्पादन करतो त्यावेळी त्या वस्तूची आणि त्याची फारकत होत असते. वस्तूचे उत्पादन स्वत: करायचे पण त्यावर मालकी हक्क दुसऱ्याचा, त्यामुळे उत्पादित वस्तूंना प्रतिष्ठा प्राप्त होते पण मजुराचे मात्र शोषणच होते. त्याने उत्पादित केलेल्या वस्तूवर त्याचा मालकी हक्क नसल्याने त्याच्यामध्ये परात्मभाव निर्माण होतो. उत्पादनाच्या स्वरूपात असलेली ही जड विश्वाची शक्ती त्याला गुलाम बनवून नि:सत्त्व करते. तो स्वत:साठी जगत नाही. उत्पादन हेच त्याचे जीवन बनते. औद्योगिक भांडवलशाहीत श्रमिक निर्मिती वस्तूतून बाजूला टाकला जातो. वस्तूच्या निर्मितीत एखाद्या भागापुरताच त्याचा वस्तूशी संबंध येतो. त्याच्या निर्मिती व उपयुक्ततेबद्दल त्याला काहीच मत नसते. निर्मात्यापासून निर्मित वस्तू त्यांना असलेल्या स्वायत्त सामर्थ्यामुळे त्याच्या विरोधात ठाकतात. आपल्या कामात त्यामुळे श्रमिकांना परिपूर्तीचे समाधान लाभत नाही. निर्मित वस्तूच्या घटकाचे आपण भागीदार आहोत असे वाटत नाही. स्वत: निर्माण केलेल्या वस्तूला कामगार 'माझी' म्हणू शकत नाही, तसेच त्याच्या श्रमावरही त्याचा हक्क नसतो. वस्तूंप्रमाणे वस्तूंवरील श्रमावर भांडवलदाराचीच मालकी चालते. म्हणजे दुसऱ्या पातळीवर त्याच्या श्रमांचेही परात्मीकरण (alienation) होते. परिणामत: तो वस्तूच्या पातळीवर येतो व त्याचे वस्तूकरण होते. मशिनरीचा भरमसाठ वापर, श्रमविभागणी यामुळे श्रमिकांच्या कामाला व्यक्तिवैशिष्ट्य उरले नाही. परिणामत: त्याच्या कामाचे महत्त्व संपले आणि तो मशिनरीचाच एक भाग बनला.

भांडवलदारी समाजरचनेप्रमाणे कौटुंबिक समाजरचनेतही स्त्री घरात पूर्णवेळ काम करते तरी घर आणि घरातल्या सर्व वस्तू व व्यक्ती यांच्यावर नवऱ्याची मालकी असते. व्यवस्थित चाललेल्या घराला प्रतिष्ठा प्राप्त होते ती पुरुषामुळे. कुटुंब हे स्त्रीच्या शोषणावर उभे असते. तिचे श्रम तिची निर्मितीक्षमता शोषून घेतात. ती स्वत:साठी जगत नाही. पुनर्निर्मिती तिला नि:सत्त्व बनवते. कामगाराप्रमाणेच घरातील कोणत्याही निर्णयप्रक्रियेत तिला स्थान नसते. ती केवळ पुनर्निर्मितीचे साधन बनल्याने तिचे वस्तूकरण होते. एक चाकोरीबद्ध यंत्रवत् जीवन ती जगत असते. तिने निर्माण केलेल्या कोणत्याच गोष्टीवर तिचा हक्क नसतो, त्यामुळे तिच्या श्रमांचेही परात्मीकरण होते. घरकाम हे जात्याच परात्मभाविक आहे, कारण ते लादलेले असते. कोणी स्वत:हून ते निवडलेले नसते. समाजातील श्रमांच्या लैंगिक विभागणीत असर्जनशील आणि इतर कामांपासून अलग असे घरकाम स्त्रीकडे येते. त्यामुळे स्त्रीला येणारा तुटकपणा हा घर आणि पुरुषावरचे तिचे अवलंबन यातून तिचा परात्मभाव निर्माण

करतो. तिच्या तुलनेत कारखान्यातले काम कमी परात्म असते. कारण तिथे सर्व कामगार एकत्रित असतात. शतकानुशतके घर झाडणे, पुसणे, आवरणे, भांडी घासणे, कपडे धुणे हे तेच तेच काम स्त्री करत आली आहे. एकत्रितपणे सर्वांनी मिळून कारखान्यात वस्तू बनवणे आणि विभक्त कुटुंबातील स्त्रीचा एकटेपणा यांची तुलनाच होऊ शकत नाही. घरकामाचा अनुभव हाच परात्म आहे. कारण तो अतिसामान्य, कंटाळवाणा आणि तोच तोचपणा असणारा आहे.

४) कुठल्याही ऐतिहासिक व सांस्कृतिक घटितांमागे अर्थकारण असते. सत्ताधाऱ्यांच्या कल्पना याच रयतेवर राज्य करतात. भौतिक व मानसिक निर्मितीवर त्यांचाच ताबा असतो. सत्ताधिकाऱ्यांची विचारसरणी ही त्यांच्या आर्थिक इंटरेस्टवर अवलंबून असते. निर्मितीमध्ये तुमची जागा कुठे आहे, यावर तुमचा वर्ग ठरतो. प्रत्येक गटाची आपल्या गटाची जीवनशैली, संस्कृती, आर्थिक स्थिती, समान स्वारस्य यातून जाणीव जागृती होते व दुसऱ्या वर्गाबद्दलच्या शत्रूत्व भावनेतून त्यांचा वर्ग निश्चित होतो. यातून अधिकारी वर्ग (बुर्ज्वा) व श्रमिक वर्ग (प्रोलेटेरियट) असे दोन परस्परविरोधी वर्ग तयार होतात. बूर्ज्वा निर्मितीचे मालक असतात. श्रमिकांकडे निर्मितीची साधने नसतात. ते आपले श्रम विकून जगतात. जर श्रमिकांना एक प्रकारचे काम येते, तर दुसरेही येऊ शकेल. माणसे प्राण्यांपेक्षा वेगळी आहेत. ती सर्जनशील कृतीत रमतात. मुक्त जाणीवपूर्वक कृती हे माणसाचे वैशिष्ट्य आहे. प्राण्यांना एकच एक कृती आयुष्यभर असते. माणसे कृतीची निवड करून त्यातून विविध कृती तयार करतात. ते परिस्थितीचे नियोजन करू शकतात. आपल्या इच्छेप्रमाणे त्याला आकार देऊ शकतात.

शोषक व शोषित असे नाते स्त्री पुरुषांमध्ये निर्माण झाल्याने स्त्री विरुद्ध पुरुष असा वर्ग संघर्ष निर्माण होतो. स्त्रियांना घरकामापलीकडे माणूस म्हणून जगण्यासाठी अन्य सर्जनशील कृतीची गरज भासते; परंतु त्यांच्यातील सर्जकतेला संधी मिळत नाही त्यामुळे प्राण्यांसारखे स्त्रियाही केवळ शारीरिक पातळीवरचे जीवन जगतात. त्यांच्यातील निर्णयक्षमता, नवीन काही करण्याची ऊर्मी चार भिंतींच्या आतल्या वातावरणात घुसमटून जाते व त्यांच्यातील 'मानवी' सत्त्व मारले जाते आणि घरातले ठराविक चाकोरीबद्ध आयुष्य त्यांच्या वाट्याला आयुष्यभर येते. पुरुषांनी त्यांच्या आयुष्यावर केलेल्या आक्रमणामुळे त्यांच्या भौतिक, शारीरिक व मानसिक स्थितीवर पुरुषांचा ताबा राहतो.

५) माणूस आहे ती परिस्थिती बदलवू शकतो, यावर मार्क्सचा विश्वास आहे. साम्यवादी विचारसरणी ही वर्गविरहित समाजव्यवस्था आहे. भांडवलशाहीचा

पुढचा टप्पा म्हणून विषमता नष्ट करून उत्पन्नाचे वाटप सर्वांना समान करणारा समाजवाद अस्तित्वात येणे अटळ आहे. उत्पन्नाची वाटणी समप्रमाणात करणे हेच सुखी समाजनिर्मितीचे कार्य आहे. माणसाने श्रमाने निर्माण केलेल्या वस्तूशी इथे त्याचे पूर्ण नाते असेल. अनुभवाने स्वत:ला बदलवत तो जग बदलू शकेल.

मार्क्सची वैचारिक उपपत्ती, जाणीव जागृती आणि सामाजिक परिवर्तनासाठी केली जाणारी कृती (प्रॅक्सिस) यांचा थेट संबंध स्त्रीवादाशी जोडता येईल. आपले रोजच्या जीवनातील स्त्री म्हणून जगताना येणारे अनुभव, त्यांची छाननी आणि परीक्षण केल्यावर येणाऱ्या जाणीव जागृतीतून आपले वैयक्तिक अनुभव हे सामाजिक व्यवस्थेचाच एक भाग आहे हे स्त्रियांच्या एखाद्या गटाला जाणवलेले सत्य हे मार्क्सवादाचेच प्रारूप आहे. ही परिस्थिती स्वत:पुरती वा गटापुरती बदलण्यासाठी काही ठोस कृती राबवणं ही क्रांतीच आहे. आपल्यावर झालेल्या दडपणुकीचे अनुभव एकमेकींना सांगताना, हे सर्वांचेच अनुभव आहेत हे कळल्यावर त्यामागची राजकीय कारणे स्त्रियांच्या लक्षात येतात. ही उत्स्फूर्तपणे त्यांच्यातूनच आलेली जाणीव जागृती असेल. कोण आणि कशाप्रकारे आपला छळ करीत आहे, याची जाणीव क्रांतिकारक आहे. आपल्यामध्ये काही कमतरता आहे म्हणून नव्हे, तर आपण स्त्रिया आहोत, म्हणून आपला छळ होतो आहे आणि पितृप्रधानता ही काही अपरिहार्य रचना नाही, अशी जाणीव राजकीयदृष्ट्या दडपल्या गेलेल्या स्त्रियांच्या मनात निर्माण होते. मार्क्स हे कामगारांबाबत बोलत होता. स्त्रीवादी हे स्त्रियांबद्दल बोलतात.

६) भांडवलदारी समाजात सर्जनशीलतेची अभिव्यक्तीच होऊ शकत नाही. श्रमिकाचे जीवन गुलामीचे होऊन त्याच्या सर्जनशक्तीचेही परात्मीकरण होणे, ही हीन अवस्था आहे. श्रमजीवी वर्गाच्या पिळवणुकीत भांडवलदार आनंद उपभोगतात; पण संपत्ती, पैसा यांची हाव बाळगणारा भांडवलदार वास्तवात मानव्याचा, सर्जनत्वाचा, आपल्या सत्त्वाचा नाश करत असतो. पिळवणूक होणाऱ्या कामगाराचे भय त्याचेही जीवन काजळून टाकते. जोपर्यंत त्याचे जीवन कामगारवर्गाच्या अस्तित्वाने मर्यादित झाले आहे, तोपर्यंत त्याच्याही जीवनात उत्स्फूर्ततेचा, स्वतंत्रतेचा आविष्कार कधीच घडू शकणार नाही. एक अमानुष प्रेरणा त्याच्या जीवनाचा ताबा घेते, ही देखील एका अर्थाने अदृश्य गुलामगिरीच आहे. एकाचे परात्मीकरण प्रत्यक्ष उत्पादनात होते तर दुसऱ्याचे त्या उत्पादनावर मालकी सांगितल्याने होते. साम्यवादी समाजरचना हेच या सर्व पेचांवर एकमेव उत्तर आहे.

एरवी कामगारांच्या परात्मीकरणावर बोलणारा मार्क्स इथे मालकाच्या परात्मीकरणावर बोलतो हा मुद्दा फार महत्त्वाचा आहे. कुटुंबरचनेतसुद्धा उतरंडीची

व्यवस्था असल्याने स्त्री व पुरुष एका पातळीवर जगत नाहीत. स्त्री जितकी एकटी असते, तितका पुरुषही एकटा असतो. आपला पुरुषी अहंकार सतत जागृत ठेवण्याच्या प्रेरणेमुळे मोकळेपणाने, उत्स्फूर्तपणे तो स्त्रीशी कधीच एकरूप होऊ शकत नाही. सृजनातील अनुभवांप्रमाणे लैंगिक समागमात 'स्व भाव' विसरून दुसऱ्या व्यक्तीशी एकजीव व्हावे लागते. स्त्री जर गुलामीचे आयुष्य जगत असेल तर तिला तिच्या 'स्व'ची ओळख पटलेली नसते. मानसशास्त्रातील आधुनिक संशोधन असे सांगते की ज्या व्यक्तीचा स्व विकसित झाला आहे, तीच व्यक्ती दुसऱ्या व्यक्तीत एकरूप होऊ शकते. स्त्रीला माणसासारखे जगणेच नाकारल्यावर पुरुषालाही तिच्या सहवासाचा खराखुरा आनंद मिळणार नाही. त्यामुळे घराचा मालक असूनही त्याचे परात्मीकरण होते.

मार्क्स ज्या प्रकारच्या जाणीव जागृतीबद्दल बोलतो ती अंत:स्फूर्तीतून निर्माण होईल की बाहेरच्या शक्तीने निर्माण करावी लागेल? कामगारांसंदर्भात मार्क्सचा विश्वास होता की क्रांती उत्स्फूर्तपणे होते. लेनिनच्या अनुभवाप्रमाणे अशी जाणीव जागृती निर्माण करण्यासाठी नेतेही निर्माण करावे लागतात. तत्त्वत: स्त्रीवाद नेतेपणाची उपपत्ती नाकारतो, पण व्यवहारात मात्र जाणीव जागृती निर्माण करावी लागते, हा अनुभव आहे. कारण बहुसंख्य स्त्रियांना आपल्यावर अन्याय होतो आहे, आपले शोषण होते आहे याची जाणीवच नसते. त्यामागील राजकीय हेतूंच्या व्यूहापासूनही त्या अनभिज्ञ असतात. स्त्रियांच्या चळवळीला कुठल्याही राजकीय सत्ताकेंद्राचे बळ नाही. स्त्रिया स्त्री म्हणून संघटित झालेल्या नसतात. त्या विभिन्न धर्म, वयोगट, आर्थिक स्तर यात विभागलेल्या असतात. बंड करून उठण्यासाठी त्यांची एकजूट कमी पडते. गुलामाला तो गुलाम असल्याची जाणीव करून दिल्याशिवाय तो बंड करून उठत नाही. त्याचप्रमाणे स्त्रियांचे आत्मभान जागृत करून दिल्याशिवाय त्यांना आपले दुय्यमत्व जाणवत नाही. त्यामुळे व्याख्याने, लेख, चर्चा, पथनाट्ये, संवाद, कथा, कादंबऱ्या, कविता, प्रत्यक्ष त्यांच्यात मिसळणे, बोलणे इत्यादी माध्यमांतून त्यांच्यातील असमाधान, त्यांचे दुय्यमत्व त्यांना जाणीवपूर्वक लक्षात आणून द्यावे लागते. अनेक स्त्रीवादी गट वेगवेगळ्या पातळ्यांवर ही कामे करत असतात. छोट्या छोट्या गटातून स्त्रीनेते निर्माण होऊन जागृतीचे कार्य करत असतात.

मार्क्सच्या विचारप्रणालीचा पाया भौतिक आहे. किंबहुना भौतिकतेतूनच तो निर्माण झाला आहे. त्यातून व्यक्तीला जाणीव जागृती होईल पण तिचे रूपांतर क्रांतीत होण्यासाठी ती जाणीव वर्गपातळीपर्यंत पोचवावी लागेल. आपल्या भौतिक

परिस्थितीतून अशी बौद्धिक जाणीव कामगारांमध्ये निर्माण होण्याची अपेक्षा करावी का, हा मार्क्सवादातील पेच आहे. त्यासाठी ज्याची जाणीव जागृती झाली आहे अशा बुद्धिमान माणसाला इतरांची जाणीव जागृती करण्यासाठी नेतेपण देणे, हा लेनिनने म्हटल्याप्रमाणे उपाय होऊ शकतो. पहिल्या प्रकारच्या विचारसरणीत सामाजिक वर्गीकरणासकट सर्व विचार सामाजिक व्यवस्थेतून आकार घेतात असे समजणे होय. दुसऱ्या प्रकारच्या विचारसरणीत हे विचार तत्त्वत: बरोबरच आहेत असे मानणे व ते एक प्रकारे बाहेरून दुसऱ्याच्या मनात पेरणे आहे.

मार्क्सवादी उपपत्तीत भौतिक परिस्थिती हा विचारसरणीचा पाया आहे, तर लिंगभाव हा स्त्रीवादी विचारसरणीचा पाया आहे. स्त्रीवादात जे लिंगवैशिष्ट्याला महत्त्व आहे, ते मार्क्समध्ये श्रमाला आहे. मार्क्सवादापेक्षा स्त्रीवाद जास्त अराजकवादी आहे. ग्लोरिया स्टाईनेमला वाटते की परिवर्तनाच्या प्रक्रियेतील एकसंधता ही स्त्रीवादात परिवर्तनाचाच एक भाग आहे, म्हणजेच उद्दिष्टांपर्यंत जाण्यासाठी हे साधन नसून, उद्दिष्ट हेच साध्य आहे. क्रांती हीसुद्धा एक प्रक्रिया आहे. जिथे पोचायचे आहे, असा तो एक बिंदू नव्हे. अराजकता भौतिक वास्तवावर नियंत्रण ठेवण्याच्या कल्पना सुचवते. आपली परिस्थिती बदलायला हवी हा निर्णय लोकांनीच घ्यायला हवा. निर्मितीच्या पद्धतीत बदल घडवून आणून तो आपोआप निर्माण होणार नाही. स्त्रियांवरील दडपणे ही सततची, सनातन आहेत; पण हिंसा, आत्मकेंद्रीपणा यांसारख्या विघातक मूल्यांचे ती समर्थन करत नाही. एका रात्रीत क्रांती करून निर्मितीची पद्धत बदलल्याने स्त्रियांबद्दलची लैंगिक विचारसरणी बदलत नाही.

मार्क्सच्या विचारसरणीची स्त्रीवादाच्या संदर्भात चर्चा करण्यापूर्वी मार्क्सचा सहकारी एंगेल्सच्या कुटुंबविषयक मांडणीचा विचार करणे आवश्यक आहे. भांडवलशाही व्यवस्थेत आणि खाजगी संपत्तीच्या उदयामुळे स्त्रिया या पुरुषांच्या दडपणुकीला बळी पडतात. सध्याच्या भांडवलशाही अर्थव्यवस्थेत स्त्रियांच्या श्रमाला मूल्य उरलेले नाही. स्त्रियांना या दडपलेल्या परिस्थितीतून बाहेर काढायचे असेल व त्यांना स्वातंत्र्य मिळवून द्यायचे असेल, तर भांडवलशाहीची पूर्णपणे पुनर्रचना करावी लागेल. याचाच अर्थ क्रांतीनंतर येणाऱ्या साम्यवादी समाजरचनेत स्त्रियांना स्वातंत्र्य व समानता मिळू शकेल, असा एंगेल्सचा विश्वास आहे. पुरुष हा मालक व स्त्री ही कुटुंबातील गुलाम आहे, असे मत मांडून त्याने पुढे असे स्पष्ट केले आहे.

१) या प्रश्नाचा विचार करता एंगेल्सने कुटुंबरचना कशी अस्तित्वात आली, याचा विचार केला आहे. त्याच्या मते स्त्रियांचे दास्य ही नैसर्गिक गोष्ट नाही. त्यांचा

समान दर्जा उत्पादनांच्या साधनांमधून बदलत आला. प्राचीन शेतकी समाजात स्त्री बागांची मशागत करत असे, तर पुरुष शिकार करीत. पुढे पशुसंवर्धनाचा काळ सुरू झाला, तेव्हा गुरांच्या व मेंढ्यांच्या कळपांचे मालक बनलेले पुरुष प्रबळ झाले व स्त्रिया त्यांच्यावर अवलंबून राहणाऱ्या, त्यांच्या घरादाराची काळजी वाहणाऱ्या-त्यांच्या गुलाम बनल्या.

२) पुरुष वंशाप्रमाणे चालणारी एक पती-पत्नी कुटुंबव्यवस्था नैसर्गिक नसून तिचा उगम खाजगी मालमत्ता व दास्य यावर आधारित आहे. 'कुल' हे समाज संघटनेचे प्राथमिक स्वरूप होते. प्रत्येक टोळीत अनेक कुलांचा समावेश असे. एका स्त्री कुलात जन्माला आलेल्या सर्वांना एका कुलाचे मानण्यात येई. मुलाचे कुल आईच्या कुलावरून ठरे. स्त्रियांच्या परंपरेने वंश चालविणारी ही मातृसत्ताक पद्धत होती. गटलग्न पद्धतीनंतर एक स्त्री, एक पुरुष अशा जोडी पद्धतीतही हीच स्त्री हक्काची परंपरा होती. पण खाजगी मालमत्तेवर पुरुषांचा हक्क आल्यावर आपल्याच मुलांना वारसा हक्क मिळावा अशा पुरुषांच्या आक्रमक वृत्तीने पुरुष हक्कांची स्थापना झाली. हा स्त्रियांचा ऐतिहासिक पराभव होता. त्यानंतर पुरुषाने घरावर स्वामित्व मिळवले व स्त्रीला खालच्या दर्जाला, दासीपदाला पोहोचवले. पशुसंवर्धन, शेती, धातुकाम यातून उत्पादन अधिक वाढल्याने युद्धकैद्यांना गुलाम बनवून वर्गव्यवस्था जन्माला आली. पुरुषाने पुरविलेल्या गरजेच्या वस्तूंच्या मोलाने पाहता स्त्रीने घरगुती कामासाठी केलेले श्रम बिनमोलाचे ठरू लागले. पुरुष मिळवत होता तीच संपत्ती असे. म्हणून एंगेल्स म्हणतो की जोपर्यंत सामाजिक संपत्तीच्या उत्पादनामध्ये स्त्रिया भाग घेत नाहीत, तोपर्यंत स्त्रियांचे दास्यमोचन होणे व त्यांना पुरुषांच्या बरोबरीने हक्क मिळणे शक्य नाही. पुरुषांच्या मिळवण्यामुळे व कुटुंब चालवण्यामुळे त्याला श्रेष्ठत्व प्राप्त होते. या छोट्या कुटुंबातूनच खाजगी संपत्ती ही कल्पना उदयाला आली आणि घरकामाचे अवमूल्यन झाले. घरकाम ही खाजगी सेवा आणि कुटुंब हे झाकलेली गुलामी बनले. एंगेल्सच्या मते बायका सार्वजनिक कार्यक्षेत्रात उतरल्या म्हणजे घरकाम हे सार्वजनिक उद्योगक्षेत्र होईल. मुलांचे संगोपन व शिक्षण ही सार्वजनिक जबाबदारी राहील. ही मुले लग्नापासून वा लग्नबाह्य संबंधातून जन्माला आली, तरी त्यांच्यावर समाजाचा हक्क राहील. एंगेल्सची विचारसरणी वाचायला आदर्शवादी वाटली, तरी प्रत्यक्षात व्यवहारात काय दिसून आले?

३) औद्योगिकीकरणाच्या काळात यंत्रांच्या उपयोगामुळे शारीरिक बळाची आवश्यकता कमी झाली. त्यामुळे भांडवलदारांनी कमी मजुरीवर स्त्रिया व मुलांना कामावर ठेवायला सुरुवात केली. माणसांची किंमत कमी होत गेली व नफ्याचे प्रमाण

वाढत गेले. सामाजिक उत्पादनामध्ये या अर्थव्यवस्थेने स्त्रियांना महत्त्वाचे स्थान मिळवून दिले. मात्र त्यामुळे कुटुंबे उद्ध्वस्त झाली. आई आठ ते दहा तास घराबाहेर असल्याने लहान मुलांकडे पूर्ण दुर्लक्ष होऊ लागले. अफू देऊन मुलांना झोपवून ठेवण्याचे प्रकार वाढले. सुखसोयींचा अभाव, गलिच्छ घरे, झोपडपट्ट्यांची वाढ, पाऊस, थंडी, वाऱ्यापासून संरक्षण नाही. सकस अन्नाचा अभाव, त्यामुळे आश्रयाला येणारे रोग. स्वास्थ्य हरपलेलं, पुरुष दारूच्या आधीन, बायका दिवसभर काम करून पुन्हा रात्री स्वयंपाकपाण्याच्या कामात, सततची भांडणे हे युरोपातले तत्कालीन चित्र कामगारबहुल औद्योगिक क्षेत्रात आपल्याकडेही अजून आहे. स्त्रीने आर्थिक जबाबदारी स्वीकारून तिला आर्थिक स्वातंत्र्यही मिळाले नाही व घरातही मुलांचे संगोपन व घरकामामुळे येणारी तिची पूर्वीचीच गुलामी कायम राहिली. बाहेर भांडवलदाराची गुलाम व घरात नवऱ्याची गुलाम, याप्रमाणे तिचे दुहेरी शोषण मात्र सुरू झाले.

४) ७ नोव्हेंबर १९१७ मध्ये रशियात कामगार सत्ता प्रस्थापित झाली. सर्व पिळवणुकीच्या विरोधात राबणाऱ्या जनतेचे सरकार, भांडवलाची सत्ता नाहीशी करणे; जमिनी, कारखाने, उद्योगधंदे यांची खाजगी मालकी नष्ट करणे इत्यादी जाहीरनामे करत अस्तित्वात आले. 'सामाजिक कार्ये, राजकीय जीवन व सैन्य यात स्त्रियांना भाग घ्यायला लावला नाही व स्वयंपाकघर, गृहकृत्ये यांच्या जीवनशोषण करणाऱ्या वातावरणातून त्यांना बाहेर काढले नाही, तर खरे स्वातंत्र्य मिळणे व समाजवादी क्रांती घडणे अशक्य आहे,' असे लेनिनने जाहीर केले. १९१८ मध्ये कामगार स्त्रियांच्या परिषदेत भाषण करताना त्याने प्रतिपादन केले की, 'घटस्फोटाच्या बाबतीत स्त्रियांना संपूर्ण स्वातंत्र्य देणारे कायदे आपल्या देशात आहेत. स्त्रियांची राजकीय असमर्थता आपण नष्ट केली आहे. स्त्रीला इतके स्वातंत्र्य व समता इतर कोणत्याही देशात नाही. घरातल्या कंटाळवाण्या कामाखाली स्त्रीचा चेंदामेंदा होतो. घरात तिचा दर्जा गुलामासारखा आहे. समाजवादच तिची या परिस्थितीतून सुटका करू शकतो. लहान घरगुती अर्थव्यवस्थेमधून आपण समाजसत्तावादी अर्थव्यवस्थेत जाऊ व सामुदायिक पद्धतीने शेती करू, तेव्हाच स्त्रीची गुलामगिरीतून मुक्तता होईल.'

या साम्यवादी देशात अन्य भांडवलशाही देशांच्या तुलनेत तत्कालीन स्त्रिया मोठ्या प्रमाणात घराबाहेरील कार्यक्षेत्रात आल्या. आर्थिक, राजकीय, सांस्कृतिक व सर्व सार्वजनिक क्षेत्रात पुरुषांच्या बरोबरीने मिळालेले समान हक्क प्रत्यक्षात उतरवता यावेत, यासाठी पुरुषांबरोबर स्त्रियांना काम करण्याची, कामाबद्दल समान मोबदला देण्याची, विश्रांती व स्वास्थ्य देण्याची, विमा व शिक्षण मिळण्याची, माता व

मुलांच्या हिताचे सरकारकडून संरक्षण करण्याची तरतूद घटनेत करण्यात आली. पूर्ण पगाराची बाळंतपणाची रजा, प्रसूतिगृहे, बालसंगोपन गृहे इत्यादीची तरतूद करण्यात आली. घरातील स्वयंपाकाचे काम वाचवण्यासाठी सार्वजनिक भोजनगृहे विकसित करण्याचे आवाहन स्त्रियांना करण्यात आले. एवढ्या तरतुदींचे काही फायदे स्त्रियांना मिळाले, तरी कुटुंबातील स्त्रियांचे शोषण संपले नाही. कुटुंबातील व समाजातील दुय्यमत्व संपून स्त्री पुरुष समता प्रस्थापित झाली नाही. पुरुषप्रधानत्वामुळे होणारे स्त्रीचे लैंगिक शोषण लक्षात घेतले गेले नाही. घरातले काम व बाहेरचे आर्थिक प्राप्तीसाठी आवश्यक बनलेले काम, यातून होणारे स्त्रीचे दुहेरी शोषणही कमी झाले नाही. सत्तास्थानातही स्त्री दुय्यम दर्जावरच राहिली.

५) साम्यवादी वा भांडवलदारी अर्थव्यवस्थेत जगात आजही स्त्री सर्वत्र दुय्यम स्थानावरच आहे. दुसऱ्या महायुद्धानंतरच्या काळात मोठ्या प्रमाणात स्त्रिया समाजाच्या मुख्य प्रवाहात आल्या. शारीरिक कष्टाची कामे करणाऱ्या स्त्रियांची, शेती, बांधकामे, कारखाने, मोलाची घरकामे, सार्वजनिक स्वच्छता वगैरे क्षेत्रातील संख्या मोठ्या प्रमाणात वाढली. त्याचप्रमाणे कौशल्य क्षेत्रात, बौद्धिक क्षेत्रात व सार्वजनिक सेवा आणि राजकारणात स्त्रियांची संख्या वाढली. त्या प्रमाणात स्त्रियांवरील अत्याचार, बलात्कार, स्त्रियांचा व्यापार, वेश्याव्यवसाय यातही वाढ झाली. पैसे मिळवूनही आर्थिक परावलंबन संपले नाही. काळ्या स्त्रिया व भारतातील निम्न समजल्या जाणाऱ्या जातीतील स्त्रिया यांचे तिहेरी शोषण संपले नाही. त्या चाळीस ते पन्नास वर्षांत स्त्रीवादी चळवळी मोठ्या प्रमाणात अस्तित्वात आल्या. याचे कारण स्वातंत्र्य व स्त्री-पुरुष समता प्रत्यक्षात आली नाही. म्हणजे स्त्री सार्वजनिक क्षेत्रात आल्यावर तिची गुलामी संपेल, हा आशावाद काळाने खोटा ठरविला आहे. मार्क्सच्या उपपत्तीच्या संदर्भात याचा विचार पुढे अधिक खोलात शिरून करण्याचा प्रयत्न आहे.

स्त्रीला सार्वजनिक निर्मितीक्षेत्रात आणून स्त्रीप्रश्न सोडवला जात नाही, हे लक्षात आल्यावर तत्कालीन स्त्रीवाद्यांनी मार्क्सला स्त्री प्रश्नांचा पुनर्विचार करायला सांगितले. स्त्रियांच्या दुय्यमत्वाचा विचार करताना भौतिक वस्तूंची निर्मिती व मानवाची सर्जनशीलता यातील संबंध शोधायला हवा. हे फक्त जैविक सर्जन नव्हे, तर कामगारांना कामाला लावणाऱ्या सर्व प्रक्रिया व स्त्रियांचे घरकाम यातील संबंध निश्चित करणे. म्हणून सामाजिक स्त्रीवादाचा मुख्य प्रश्न भांडवलशाही समाजात घरकामाची भूमिका नक्की करणे, हा असतो. त्याचे विश्लेषण घरातील श्रम आणि त्याचे भांडवलशाहीतील योगदान या भोवती फिरते. स्त्री प्रश्नाचा दुसरा भाग म्हणजे

कामगार म्हणून मजुरी मिळवणाऱ्या स्त्रियांचा प्रश्न. स्त्री व कामगार वर्ग यांचा संबंध काय आणि आदर्शवादी समाजामध्ये घर किंवा कुटुंबाची भूमिका कोणती याचा विचार होय.

१९६९ मध्ये मार्गरिट बेनस्टनने असे प्रतिपादन केले की कोणत्याही अर्थव्यवस्थेच्या विश्लेषणात घरकाम गंभीरपणे घ्यायला हवे. मार्क्स, एंगेल्सप्रमाणे ते अस्तित्वातच नाही किंवा सामासिक भागात अस्तित्वात आहे, असे म्हणता येणार नाही. भांडवलशाहीपूर्व काळापासून स्त्रिया उपयोगिता मूल्य असलेल्या वस्तूंची निर्मिती करत आहेत आणि त्याचा उपभोग सर्व कुटुंबीय मंडळी घेत आहेत. या कामासाठी पैशाच्या रूपात मजुरी मिळत नाही, म्हणून ते लक्षात घेतले जात नाही. स्त्रियांचे काम पैसे देण्याच्या लायकीचे नाही, ते मूल्यहीन आहे, म्हणून ते कामच नाही, असे प्रतिपादन पुरुषप्रधान व्यवस्थेत केले जाते. कारण स्त्री ही पुरुषापेक्षा कमी दर्जाची आहे, हा त्यांच्या विचारांचा पाया आहे. ज्या समाजामध्ये पैशावरून माणसाची किंमत ठरते, त्या समाजात स्त्रियांचे घरकाम किंमतशून्य आहे असे समजले जाते.

घरकामाला एंगेल्स उपयुक्तता मूल्य देतो. एंगेल्सच्या प्रतिपादनाप्रमाणे स्त्री ही श्रमिक मानली, तरी तिच्या कामाला उपयुक्तता मूल्य असल्याने मजुरांच्या तुलनेत तिचा परात्मभाव कमी असतो. कारण मुळात ते उपयोगी श्रम आहेत, अशा प्रकारची जाणीव जागृती स्त्रियांमध्ये सामर्थ्य निर्माण करू शकेल. परात्मभाव नसलेल्या श्रमांमुळे परात्मभाव निर्माण करणाऱ्या मालक मजूर संबंधांवर त्या टीका करू शकतील, असे लीसा व्होगेल यांचे मत आहे. आपल्या मताच्या स्पष्टीकरणार्थ त्यांनी गुलामगिरी संपवण्याच्या चळवळीत काळ्या स्त्रिया मोठ्या संख्येने का आल्या, याचा विचार मांडला आहे. सार्वजनिक क्षेत्रात त्या जे मोलमजुरीचे काम करत होत्या, त्यात परात्मभाव होता. पण त्याचवेळी स्वयंपाक, घरकाम वगैरे परात्मभाव न निर्माण करणारी कामे त्या करत होत्या. कौटुंबिक संबंधात परस्परांवरील प्रेम, विश्वास, संवाद, अस्पर्धात्मक वातावरण, निष्ठा, उत्स्फूर्तपणा, सामंजस्य आणि शारीरिक संबंध यामुळे परात्मभाव निर्माण होत नाही. लीसा यांच्या मताचे आणखी स्पष्टीकरण देता येईल. भांडवलदारीच्या भरभराटीमुळे खाजगी व सार्वजनिक अशी दोन स्वतंत्र जगे निर्माण झाली. परिणामत: 'काम' हे एका बाजूला व 'आयुष्य' किंवा 'जगणे' हे दुसऱ्या बाजूला, अशा दोन जगांत व्यक्ती वाटल्या गेल्या. कामाच्या जगात व्यक्तीचे वस्तूकरण होते, तर व्यक्तिगत आयुष्यात आंतरिक भावबंध असतात. पुरुषांसाठी या दोन जगात भिंती उभ्या राहिल्याने घर हेच फक्त व्यक्तिगत अस्तित्वाचे क्षेत्र उरते. बाहेरचे औद्योगिक, सार्वजनिक क्षेत्र कडक नियमांचे, व्यवहारी आणि

भावनाशून्य असते. तिथून घराकडे परतणे म्हणजे एका मोकळ्या, भावनाशील, प्रेमळ, आनंदी जगाकडे जाणे होय. याचाच अर्थ पर्यायाने घर ही जागा पुरुषासाठी आनंदाने, सुखाने जगण्याची व्हावी, ही अधिकची जबाबदारी माता, पत्नी यांच्याकडे आली. व्यक्तिगत नात्यात भावनिक व मानसिक सुव्यवस्था ठेवण्याची अपेक्षा स्त्रीकडून होऊ लागली. घरकाम करणाऱ्या स्त्रीच्या बाबतीत 'काम' आणि 'स्वत:चे खाजगी आयुष्य' असे दोन भाग नव्हते. तिचं जीवन आणि तिचं काम एकमेकात गुंतलेले होते. घरकाम हेच तिचे आयुष्य असल्याने तिथे श्रमिकाला वाटणारा परात्मभाव नव्हता. बाहेरच्या जगात परात्मभाव असल्याने घरामध्ये प्रेम, सहानुभूती, दया वगैरे मानवी मूल्ये जपून ठेवण्याची भूमिका अर्थात स्त्रीकडे आली. अर्थनिर्मिती आणि वैयक्तिक भावना यांची झालेली विभागणी ही कालौघात श्रमांच्या लैंगिक विभागणीशी जोडली गेली. म्हणजेच स्त्रीची ओळख भावनिक जीवनाशी व पुरुषांची ओळख बाहेरच्या जगातील अस्तित्वाशी व संघर्षाशी जोडली गेली. भावनिक जीवन हाच कालांतराने स्त्रीचा लिंगभावात्मक अर्थात जन्मजात स्वभाव समजला गेला, जो रूढ अर्थाने तथाकथित 'बायकी' वृत्तीशी जोडला गेला. सिमॉन द बुव्हा ज्याला 'दुसरा' (other) म्हणते, त्या विभागणीचा यातूनच जन्म होतो आणि तो स्त्रीमध्ये आपोआपच परात्मभाव निर्माण करतो. बायकीपणाबरोबरच क्रियाशून्यता, शारीरिक नाजूकपणा, आकर्षकता, लैंगिक आव्हान हे स्त्रीबरोबरच जन्माला आले, असे समजले जाऊ लागले. शारीरिक बळकटपणा, आव्हाने पेलण्याची क्षमता, श्रमांची कामे ही पुरुष प्रतिमेबरोबर जोडली गेली. बायकांचे कष्ट हे घरकामाची काळजी घेणारे, तर पुरुषांचे कष्ट हे बाहेरच्या व्यवहारी जगातील वस्तू विनिमयाशी जोडले गेले.

भांडवलशाही व्यवस्था सदोदित चालू राहण्यासाठी घरकामाची नितांत गरज आहे. मजुरीवर काम करणारा श्रमिक ही सामाजिक गरज, खाजगी पातळीवर काम करणारी गृहिणी व आई यांच्यामुळेच टिकून राहिली आहे. मजुरीवर श्रमिक नेमून मोठ्या प्रमाणात वस्तूंचे उत्पादन सुरू झाले. उत्पादनात वाढ व्हावी म्हणून कामाचे विशेषीकरण व त्यानुसार श्रेणीची, उतरंडीची व्यवस्था निर्माण झाली. या दोन्ही घटनांचा स्त्रियांवरील दडपणाशी काही संबंध आहे का, याचा विचार करावा लागेल. हा मुद्दा भांडवलशाहीपूर्वी घरकामाचे स्वरूप कसे होते, याच्याशी संबंधित आहे. दुसरा मुद्दा, मार्क्सच्या उपपत्तीतील श्रमिकांच्या परात्मभावाशी संबंधित आहे. उदाहणार्थ स्क्रू पिळणे हेच ज्यांचे आयुष्यभर विशेष काम आहे, त्या कामगारांचे वस्तू आणि त्याची निर्मिती प्रक्रिया यांच्याशी परात्मभावाचे नाते असते. आर्थिक उतरंडीच्या तळाशी लिंगभेद आणि वर्गभेद यांच्या सोयीस्कर तार्किकतेतून स्त्रीची जागा भरली जाते.

आजपर्यंतच्या सर्व मार्क्सवादी उपपत्तीचा दोष म्हणजे स्त्रियांचे दुय्यमत्व हे भांडवलशाहीच्या उदयाबरोबर जोडले गेले. भांडवलशाहीपूर्व समाजात स्त्रिया दडपल्या जातच होत्या आणि भांडवलशाहीनंतर जिथे जिथे समाजवादी क्रांती झाली अशा सोव्हिएत रशिया, चीन, क्युबा, उत्तर कोरिया वगैरे देशातही स्त्रिया दडपल्या गेल्या व अजूनही जातात. क्रांतीने स्त्रियांबद्दलची लैंगिक विचारसरणी बदलली नाही. साम्यवादी देशात निर्णय प्रक्रियेत इतक्या थोड्या स्त्रियांचा सहभाग का? घरकाम फक्त स्त्रियांकडेच का? लैंगिक विभागणीवरून मुलगे व मुली यांचे सामाजिकीकरण का होते? सर्व व्यवसायांत स्त्रियांचे प्रतिनिधित्व का नाही? स्त्री पुरुषांना समान वेतन का नाही? थोडक्यात म्हणजे साम्यवादी देशातही पितृप्रधानता का आहे?

मार्क्सवाद्यांची आणखी एक समस्या म्हणजे, भांडवलशाहीमध्ये छोट्या कुटुंबाशिवाय मजूरवर्ग निर्माणच होऊ शकत नाही, असे गृहीत धरणे. विमेन्स ऑपरेशन टुडे (१९८०) या पुस्तकात मिशेल बॅरट म्हणते की घरातील श्रमाची लैंगिक विभागणी ही काही भांडवलशाही पद्धतीत निर्माण झाली नाही. ती फक्त पुढेही चालू राहिली एवढेच. कदाचित भांडवलशाही व्यवस्थेत ती जास्त काटेकोर झाली असावी. भांडवलशाहीला या लैंगिक विभागणीचा फायदा मात्र झाला. घरकाम हा भांडवलशाही व्यवस्थेचा कणा आहे हे मत तिने निकालात काढले आहे.

अनेक समाजवादी स्त्रीवादी भांडवलशाहीपूर्वीची आणि नंतरची पितृप्रधानता विचारात घेतात. पण त्याही भांडवलशाहीच्या विचारांच्या संदर्भातच पितृप्रधानता पायाभूत मानतात. उदाहरणार्थ पितृप्रधानतेची व्याख्या 'बायकोच्या श्रमाचे नवऱ्याकडून होणारे शोषण' अशीच करतात. हैदी हार्टमान हिने 'द अनहॅपी, मॅरेज ऑफ मार्क्सिझम ॲन्ड फेमिनिझम - टुवर्ड्स अ मोअर प्रोग्रेसिव्ह युनियन' (१९८१) या लेखात म्हटले आहे की स्त्रीच्या श्रमशक्तीवर असलेले पुरुषाचे नियंत्रण हाच पितृप्रधानतेचा मूळ पाया आहे. श्रमांच्या बाजारात स्त्रियांच्या श्रमाचा जसा भांडवलदारांना उपयोग होतो, त्याचप्रमाणे नवरा किंवा वडील या पुरुषांना घरात मिळणाऱ्या वैयक्तिक सेवेच्या रूपाने स्त्रीच्या श्रमांचा उपयोग होतो. म्हणजेच स्त्रीवादी विचारसरणी जर कधी अंमलात आलीच तर या दोन्ही पातळ्यांवर पुरुषाचे स्त्रीवर नियंत्रण चालणार नाही.

अर्थशास्त्रात तीन प्रकारचे आर्थिक मूल्य चर्चिले जाते.

१) उपयोगिता मूल्य - तयार झालेली वस्तू उपभोगासाठी लगेच वापरता येणे म्हणजे त्या वस्तूला उपयोगिता मूल्य असते. उदाहरणार्थ स्वयंपाक केल्यावर तो

लगेच खाल्ला जातो. धुतलेले कपडे वापरले जातात.

२) विनिमय मूल्य - वस्तूचे मूल्य ठरविताना ती बनवण्यासाठी येणारा खर्च, अधिक मालकाचा नफा यावरून वस्तूची किंमत नक्की होते. कामगाराची श्रमशक्ती ही बाजारात विकण्यासाठी वस्तुरूप असते. वस्तूची किंमत ठरवताना त्याची किंमत मोजली जाते. खरेतर श्रमशक्ती त्याच्या श्रमाइतकेच मिळवत नाही, तर त्यापेक्षा अधिक कमावते, जो भांडवलदाराचा नफा असतो.

३) अतिरिक्त मूल्य - आपल्या गरजा भागवल्यावर विनिमयासाठी जे उरते, त्या निर्मित वस्तूची किंमत आणि श्रमशक्तीच्या पुनर्निर्मितीचा खर्च यातील फरकावरून अतिरिक्त मूल्य निश्चित होते.

घरकामाला एंगेल्सने उपयुक्तता मूल्य दिले आहे. उपयुक्तता मूल्यामुळे ते इतर मूल्यांपेक्षा कमी दर्जाचे ठरते. भांडवलशाहीत कुटुंब हे कामाच्या व्यवस्थापनाचा एक आधारस्तंभ आहे. त्यामुळे केवळ उपयुक्तता असणाऱ्या वस्तूंची निर्मिती म्हणून घरकाम सामासिक जागेत टाकता येणार नाही. थोडा वेगळा विचार केला, तर घरकामाला अतिरिक्त मूल्यही देता येईल. घरकाम करणारी स्त्री श्रमशक्तीच्या निर्मितीत योगदान देते... श्रमशक्ती ही वस्तुरूपाने भांडवल गोळा करण्यास मदत करते, म्हणून ती अतिरिक्त मूल्य ठरविण्यास उपयोगी आहे. अतिरिक्त मूल्य ठरविण्यातील पुनर्निर्मितीचे काम घरकाम करणारी स्त्री करते. अन्न, कपडे, घर, जळण वगैरे गोष्टी श्रमिकाचे आयुष्य, आरोग्य, सुरक्षितता, शक्ती यासाठी आवश्यक आहेत. या वस्तूंचा वापर लगेच होतो, म्हणून त्याला उपयुक्तता मूल्य आहे, असे म्हणणे बरोबर नाही. त्या वापरता येण्यासाठी त्यांच्यावर आणखी काही कष्ट करावे लागतात. गहू विकत आणल्यावर ते दळावे लागतात, त्याची कणीक भिजवावी लागते, पोळ्या लाटायला व भाजायला लागतात. मग त्या खाण्यायोग्य होतात. कपड्यासाठी आधी कापड आणावे लागते, कापून शिवावे लागते, कपडे धुवावे व इस्त्री करावे लागतात. म्हणजे घरकाम हा पुनर्निर्मितीच्या कार्यातील महत्त्वाचा घटक आहे आणि ते करणारांकडून अतिरिक्त मूल्य तयार होते. साधारणत: स्त्रिया हे काम करीत असल्यामुळे त्यांच्या पुनर्निर्मितीच्या श्रमातून स्त्रिया या अतिरिक्त मूल्य क्षेत्राची अभिव्यक्ती करतात.

घरकामाला अतिरिक्त मूल्य आहे की नाही, स्त्री ही खरोखरच अतिरिक्त मूल्यनिर्मितीसाठी योगदान देते का, यावर अनेक मतमतांतरे आहेत. खरेतर मार्क्सने वापरलेल्या उत्पादक व अनुत्पादक श्रम यांच्या व्याख्येमधून वेगवेगळे अर्थ काढल्याने हे वाद निर्माण होतात. घरकामाला कमी लेखले जाऊ नये, या उद्देशानेच वरील

विवेचन केले आहे.

जेव्हा स्त्रिया श्रमांच्या बाजारात आपले श्रम विकतात म्हणजेच जेव्हा मजूर म्हणून काम करतात, तेव्हा त्यांचे भांडवलशाहीशी कसे नाते असते, याचा विचारही काही स्त्रीवाद्यांनी केला आहे. विशेषत: हल्लीच्या जगात जेव्हा स्त्रिया मुख्य प्रवाहात येऊन पैसे कमावू लागल्या आहेत, तेव्हा हा प्रश्न कळीचा ठरतो. एंगेल्सला वाटत होते की सार्वजनिक कार्यक्षेत्रात प्रवेश केल्यावर स्त्रिया स्वतंत्र होतील, पण त्यामुळे उलट स्त्रियांवर दुहेरी कामाचा ताण येतो. पैशासाठी बाहेरचे काम व बिनपैशाचे घरकाम. एका बाजूला (घरात) कामाची लैंगिक विभागणी मान्य करायची आणि दुसऱ्या बाजूला समान हक्कांची मागणी करायची, या भांडवलशाही अंतर्गत विचारसरणीत अंतर्विरोध आहे. स्त्री-पुरुष समान हक्काची आणि समतेची वचने भांडवलशाही समाजात पितृप्रधान समाजरचनेमुळे ढोंगीपणाची ठरतील. समान हक्क आणि समता मिळण्यासाठी पितृप्रधानता खिळखिळी करावी लागेल. त्यामुळे एकाच कामासाठी स्त्री पुरुषांना समान पगार, गर्भारपणात व बाळंतपणाची पूर्ण पगारी रजा, कामाच्या ठिकाणी पाळणाघराची, पर्यायाने कामावर असताना स्तनपान देण्याची सोय वगैरे गोष्टी कराव्या लागतील. (यासाठी कायदे असूनही त्यांची अंमलबजावणी होत नाही.) या सोयीसाठी जास्त पैशांची सोय करावी लागेल. अतिरिक्त मूल्यातून हे पैसे खर्च करावे लागतील. त्यामुळे भांडवलशाही अस्थिर होईल, या भीतीने स्त्रियांना समान हक्क देण्याला नेहमी विरोध होत असतो. जगातील जवळजवळ सर्वच देशात स्त्री पुरुषांच्या पगारात तफावत दिसून येते. याचे कारण स्त्रिया तात्पुरत्या व अकुशल कामावर असतात, असे काहींना वाटते. पण सर्वत्रच असा समज आहे की पुरुषांना घर चालवावे लागते, त्यामुळे स्त्रियांपेक्षा अधिक पगार मिळणे हा त्यांचा हक्क आहे. ही विचारसरणीच मुळात कामाच्या लैंगिक विभागणीवर आधारलेली आहे व तीच स्त्रियांना दुय्यमत्व देण्याच्या मुळाशी आहे.

समाजवादी स्त्रीवादी यासाठी स्त्रीला घरकामाचा मोबदला मिळावा अशी मागणी करतात. वरवर पाहता ही मागणी प्रश्न सोडवणारी वाटते. कारण त्यामुळे स्त्रीचे आर्थिक परावलंबन कमी होईल व घरकामाला असलेला खालचा दर्जा कमी होईल. पैसे मोजावे लागल्याने पुरुषांना घरकामाची व स्त्रीची किंमत कळेल, असे वाटते. पण स्त्रियांना ही मागणी मान्य होणार नाही. यामुळे नवरा हा मालक व स्त्रीही श्रमिक अशी व्यावहारिक विचारसरणी अधिक काटेकोर होईल. मनाप्रमाणे काम न झाल्यास पैसे कापणे, तिच्यावर हुकमत गाजवणे, कामातल्या चुकांसाठी रागावणे, तिला घरासंबंधीच्या निर्णयात कोणतेही स्थान नसणे अशा गोष्टी वाढीस लागून तिचे

दुय्यमत्व अधिकच अधोरेखित होईल. नवऱ्याबद्दल तिच्या मनात परात्मभाव निर्माण होईल व तिचा एकटेपणा अधिक वाढेल. म्हणजे स्त्री पुरुष समानतेऐवजी स्त्रीपुरुष विषमता आणखी वाढेल. रोगापेक्षा हा औषधोपचार अधिक घातक ठरेल. मुले सांभाळण्यासाठी कामवालीला वा पाळणाघरातील स्त्रीला पैसे मिळतात. धुणी, भांडी, केर, पोछा मोलाने करणाऱ्या स्त्रीला पगार मिळतो. पण ज्या वात्सल्याने स्त्री आपले मूल सांभाळते व ज्या आत्मीयतेने घरकाम करते, त्याचे मूल्यमापन कसे करणार? घरकाम, बालसंगोपन हे फक्त परिश्रम आणि शोषणाचेच मुद्दे असतात असे नाही. सहजीवनाच्या काही टप्प्यांवर घरासाठी व बालसंगोपनासाठी काढलेल्या कष्टातून स्त्री पुरुष आनंदही मिळवतात. मात्र तरीही स्त्रीचे घरातील स्थान लक्षात घेऊन पुरुषाने काही ठरावीक रक्कम स्वतंत्रपणे तिच्या विचाराने तिला देऊ करणे उचित आहे. ही रक्कम दयेपोटी नसून तिच्या हक्काची आहे. पैसे मिळवणारा पुरुष जर स्वत:साठी स्वत:च्या मर्जीने काही पैसे खर्च करतो, तर स्त्रीला स्वत:साठी, स्वत:च्या मर्जीने खर्च करण्यासाठी काही रक्कम मिळायला हवी. घर दोघांचे, दोघे समान तर घरात येणाऱ्या मिळकतीवर दोघांचा समान हक्क असायला हवा.

सामाजिक स्त्रीवाद्यांना स्त्री कुठल्या वर्गात मोडते, हा प्रश्नही महत्त्वाचा वाटतो. मार्क्सची पारंपरिक विभागणी, मालक (बुर्ज्वा) व श्रमिक (प्रोलेटेरियट), स्त्रियांच्या बाबतीत उपयोगाची नाही, कारण स्त्रियांना दुहेरी वर्गाचा दर्जा असतो. ती ज्या पुरुषावर अवलंबून असते, त्याच्या दर्जावरून तिचा दर्जा ठरतो. मालकाची बायको मालकीण म्हणून ओळखली जाते. तशी कामगाराची बायको कामगार म्हणून ओळखली जाते. शिवाय ती ज्या सार्वजनिक क्षेत्रात काम करत असेल, त्यावरूनही तिचा दर्जा ठरवला जातो. पारंपरिक वर्गविभागणीमध्ये भांडवलदाराच्या विभक्त पत्नीचा दर्जा काय? जोपर्यंत तिचे स्वत:चे भांडवल नाही किंवा तिच्या हातात निर्मितीची साधने नाहीत, तोपर्यंत विभक्त झाल्याने ती श्रमिकांच्या वर्गात मोडते आणि ती जर अशिक्षित आणि अकुशल असेल, तर ती यापेक्षाही खालच्या वर्गात मोडते.

समाजवादी स्त्रीवादी, कुटुंबाकडे एक आदर्श समाजवादी व्यवस्था म्हणून बघतात व त्या दृष्टीने आईच्या भूमिकेचा विचार करतात. स्त्री आणि पुरुषाच्या चाकोरीबद्ध वर्तनाची भांडवलशाही समाजरचनेत अपेक्षा केली जाते. भांडवलशाही औद्योगिक सार्वजनिक जगात काम नीटपणे चालावे म्हणून पुरुषांकडून स्पर्धात्मकता, वर्चस्व गाजविण्याची वृत्ती, सुसंगत विचारसरणी, चलाखीने हवे तसे घडवून आणण्याची क्षमता इत्यादींची अपेक्षा असते. यामुळे लैंगिक आदर्शवादी म्हणून पुरुषांचे हे गुण कौतुकाचे ठरून त्यांचे उदात्तीकरण होते व याच न्यायाने स्त्रियांचे गुण

कमी लेखले जातात. विनिमयासाठी ज्या वस्तूची निर्मिती होते, तिला जास्त किंमत असते आणि उपयुक्तता म्हणून निर्माण झालेल्या वस्तू कमी मोलाच्या असतात. स्त्रियांचे कार्यक्षेत्र उपयुक्त वस्तूंची निर्मिती करते, म्हणून ते कमी दर्जाचे ठरविण्याची मानसिकता आहे. या कार्यक्षेत्राशी भावनिकता, प्रेम, शुश्रुषा, संगोपन इत्यादी भावना निगडित असतात. पुरुषांच्या या तात्कालिक गरजा स्त्रियांकडून भागतात आणि त्यांची उर्जा बाहेरील कामासाठी शिल्लक राहते. कुटुंबसंस्थेचा पाया आर्थिक असला, तरी कुटुंबातील स्त्रीपुरुष केवळ आर्थिक नात्याने बांधलेले नसतात. म्हणून भांडवलशाहीतील विनिमय मूल्य आणि उपयुक्तता मूल्य यातील दर्जात्मक फरक कमी केला, तर स्त्री पुरुषांच्या दर्जाची उतरंड कमी होईल. जगात सर्वत्रच घरकाम आणि घरातील सर्वांची काळजी घेण्याचे काम स्त्रिया करतात आणि सर्वत्रच स्त्रियांचे अवमूल्यन होते. घरातील लहान मुलगे व मुली मोठ्या होताना याच गोष्टीच्या संदर्भाची जाणीव होत त्यांना आपली लैंगिक ओळख होते आणि ती त्याप्रमाणे लैंगिक विचारसरणी अनुसरतात. म्हणजे भांडवलशाही समाजरचनेमध्ये स्त्रियांच्या होणाऱ्या दुय्यमीकरणाचे शिक्षण घरापासूनच सुरू होते. सुप्रसिद्ध स्त्रीवादी मनोवैज्ञानिक नॅन्सी चॉडॉरॉ म्हणते की भांडवलशाही समाजात जशी सार्वजनिक आणि खाजगी यातील दरी रुंदावते तसेच घरगुती वस्तूंची निर्मिती आणि सार्वजनिक क्षेत्रातील निर्मिती यातील अंतरही वाढत जाते. आर्थिक विनिमयाच्या क्षेत्राबाहेर असल्याने स्त्रीचे घरकाम आणि तिची आईची भूमिका यांचे अवमूल्यन होते. पैशाच्या मोजमापाने ते मोजता येत नाही. प्रेमाला किंमत असली, तरी त्याचे मूल्यमापन मूल्यरहित व सत्ताहीन क्षेत्रात होते. खरे म्हणजे औद्योगिक क्षेत्रासाठी लागणारे कामगार स्त्रीच निर्माण करत असते. आई मुलांमध्ये शारीरिक क्षमता निर्माण करते, त्यांच्या भावनिकतेला दिशा देते, विचारसरणी घडवते. आईने घेतलेल्या भूमिकेमुळे पौरुषत्वाच्या कल्पना आणि पुरुषप्रधानता घडवली जाते. भावना दाबून टाकणे, ममता आणि भावनिक बांधीलकी न मानणे, स्त्रियांचे जग आणि त्यातल्या घटनांना बायकी मानून त्यांचा उपहास करणे, त्यांना कमी लेखणे, पुरुषांच्या जगाची ओढ असणे आणि वडिलांचा आदर्श डोळ्यापुढे ठेवून तसे वागायला शिकणे, या गोष्टी आईकडूनच मुलगे शिकतात. भांडवलशाही जगात वावरायला अशा रीतीने आईच मुलग्यांना तयार करते.

मार्क्सची सैद्धांतिक मांडणी स्त्रियांच्या संदर्भात एकांगी आहे. शोषित कामगारवर्गाच्या परिवर्तनाचा विचार करताना स्त्रीचे लैंगिक शोषण यासंदर्भात विचारात घेतले जात नाही. स्त्रीच्या अदृश्य श्रमाची दखल न घेता या संदर्भातील फक्त पुरुषांचेच महत्त्व

त्याच्याकडून अधोरेखित होते. साम्यवाद बाह्य जगातील गुलामगिरी संपवण्याची भाषा करीत असला, तरी त्याच्यामुळे स्त्रीची स्वयंपाकघरातील बेसिनशी असलेली गुलामगिरी संपत नाही. स्वातंत्र्य हे शेवटी एक मिथक ठरते. जाणीव जागृती हा परिवर्तनाचाच एक भाग आहे, असे साम्यवादी स्त्रीवाद्यांचे म्हणणेही पुरेसे नाही. परिवर्तनाच्या संकल्पनेमध्ये पर्यायी व्यवस्थांचा विकास करणे ही महत्त्वाची गोष्ट आहे. त्यासाठी परिवर्तन होण्याकरता काही प्रारूपे निर्माण करावी लागतील, त्यामुळे जाणीव जागृतीचे रूपांतर प्रत्यक्ष परावर्तित वर्तनात होईल.

औद्योगिक क्षेत्रातील उत्पादनाला निर्मिती (प्रॉडक्शन) असे संबोधिले जाते, तर गृहक्षेत्रातील उत्पादनाला पुनर्निर्मिती (रिप्रॉडक्शन) अशी संज्ञा आहे. पुनर्निर्मितीचे ठोकळमानाने दोन भाग पडतात. पहिला स्वयंपाकपाणी व घरकाम आणि दुसरा मुलांना जन्म देणे व त्यांचे संगोपन करणे. या दोन्ही भूमिका स्त्रीमध्ये परात्मता निर्माण करतात असे साम्यवादी स्त्रीवादी म्हणतात. हे परात्म श्रम स्त्रीच्या शोषणाच्या केंद्रस्थानी असल्याने स्त्रीवादाने 'श्रम' किंवा 'काम' याबद्दलच्या नव्या संकल्पना मांडायला हव्यात. त्याचप्रकारचे सतत काम केल्याने कामात कंटाळवाणेपणा निर्माण होतो. तोचतोचपणा टाळण्यासाठी कामामध्ये नवनिर्मिती करायला हवी. कामाची तुकड्यातुकड्यातील विभागणी आणि अकुशल काम बदलावे लागेल. कामाची पुनर्बांधणी करताना विचार आणि कृती, नियोजन आणि चाकोरीबद्ध काम यांची सांगड घालावी लागेल. कामाची परिस्थिती अशी हवी की ज्यामुळे व्यक्तीचाही विकास होईल आणि बाह्यजगातही परिवर्तन घडेल. श्रमिकांचा परात्मभाव कमी करण्यासाठी मार्क्सने हेच मुद्दे सुचवले आहेत.

परिवर्तन होण्यासाठी काही पर्यायी व्यवस्था निर्माण होणेही गरजेचे असते, जशी लेनिनने सार्वजनिक स्वयंपाकघराची कल्पना मांडली होती. ती त्यावेळी फारशी प्रत्यक्षात येऊ शकली नाही. कुटुंबसंस्थेला काही पर्याय निवडता येतील का, घरकाम व पुनर्उत्पत्ती या संदर्भात स्त्रियांचे शोषण कमी होण्यासाठी काय उपाययोजना कराव्या लागतील, याचा विचार होणे आवश्यक आहे.

घरकामातील परात्मता टाळणे हा अतिशय अवघड भाग आहे. पूर्वीच्या स्त्रीच्या मानाने स्त्रियांचे शारीरिक कष्ट कमी झाले असले, तरी अजूनही घरकामाची पूर्ण जबाबदारी नोकरी करणाऱ्या स्त्रीवरही येते. पूर्वीच्या एकत्र कुटुंब पद्धतीत ही जबाबदारी विभागली जात असे व कामाची वाटणी स्त्रियांच्या घरातील स्थानानुसार होत असे. हल्लीच्या विभक्त कुटुंबात स्त्रीच्या कष्टाचे ध्रुवीकरण झाले आहे. बायका फार पूर्वीपासून घरकामातला कंटाळवाणेपणा कमी करण्यासाठी त्यांच्या पातळीवर

काही बदल करत असत. कपाटे, मांडण्या (शेल्फ), पलंग यांची जागा अधून मधून बदलणे. पडदे, पलंगपोस, अभ्रे बदलणे; विणकाम, भरतकामाने घराचे सौंदर्य वाढवणे; रांगोळ्या घालणे, तोरणे करणे वगैरे कामातील बदल व त्यापासून आनंद घेणे हे स्त्रिया कंटाळवाणेपणा घालवण्यासाठी पूर्वापार करीत. आताच्या स्त्रीसाठी अनेक विद्युत् साधनांची उपलब्धी आहे. गॅसस्टोव्ह, फ्रिज, मिक्सर ग्राइंडर, वॉशिंग मशीन, डिशवॉशर्स, व्हॅक्युम क्लीनर वगैरे साधनांमुळे आधुनिक गृहिणी आपले श्रम व वेळ वाचवू शकते. यंत्रे वापरण्यातही तोचतोचपणा असणे, कौशल्याची आणि बुद्धीची गरज नसणे या गोष्टी होतातच. यंत्रामुळे घरकाम सुलभ झाले, तरी ती चालवण्यासाठी घरी रहावे लागते. अनेक कामे घरच्या घरी होऊ लागल्याने स्त्री घरात डांबली जाते. गृहिणी व माता यांच्या संकुचित जगाने, करिअरमध्ये वरवर जाण्याला अटकाव होतो. शिवाय ही साधने सर्वसामान्य स्त्रीच्या आवाक्यात अजून आलेली नाहीत. घरकामाला व स्वयंपाकाला स्त्री नोकर ठेवणे हाही उपाय नाही. कारण यामुळे आपण आपले कष्ट वाचवून भांडवलदाराप्रमाणे दुसऱ्या स्त्रीला गुलाम बनवत असतो.

स्वयंपाक हा स्त्रीची ऊर्जा व वेळ खाणारा मोठाच भाग आहे. यांत्रिक साधने वापरूनही स्वयंपाक ही वेळ व श्रमखाऊ प्रक्रियाच राहिली आहे. विशेषत: जागतिकीकरणानंतर विविध देशांतील पदार्थांची कुटुंबीयांची मागणी असल्याने स्त्रीचे ताण कमी झालेले नाहीत. सार्वजनिक क्षेत्रातील उपहारगृहे, जेवणगृहे, जेवणाचे तयार डबे मिळण्याची सोय, हवाबंद पदार्थांची उपलब्धी असूनही कुटुंबातील स्वयंपाकाला हे रोजचे पर्याय पर्याप्त नाहीत. विकतचे तयार पदार्थ स्वयंपाकघरात शिरकाव करू लागले आहेत, पण किंमतीच्या बाबतीत ते कायम परवडणारे नसतात. शिवाय आरोग्यदृष्ट्याही त्यांचा दर्जा 'घरगुती' पदार्थांइतका नसतो. सणावारी करावे लागणारे विशिष्ट पदार्थदेखील स्त्रीच्या कामाची कसोटी पाहणारेच असतात. घरकामातील स्त्रीच्या कष्टाची व आयुष्यभर त्यातून सुटका न होण्याची जाणीव पुरुषांना नसते. जे पुरुष व्यवसाय म्हणून स्वयंपाकाची कामे करतात, त्यांना भरपूर पैसा मिळतो. पण त्यांच्या हाताखालच्या कामकरी स्त्रिया मात्र श्रमांच्या बळी असतात.

स्त्रियांच्या बाबतीतील जैविक निर्मिती किंवा प्रसूतीतील वेदना यामुळे निर्माण होणाऱ्या परात्मतेचा विचार मार्क्स करत नाही. अशा प्रकारची परात्मता स्त्रीमध्ये जन्मजातच असते. स्त्रीशी संबंधित लैंगिक क्रियेवर स्त्रीचे नियंत्रण नसते. पुरुषाच्या लैंगिक अत्याचाराला स्त्री सहज बळी पडू शकते. सर्जनातील शारीरिक वेदना केवळ तिलाच सहन कराव्या लागतात. जन्मलेल्या बालकाच्या पालन पोषणाची व पुढे सामाजिकीकरणाची जबाबदारी तिलाच घ्यावी लागते. मानवी प्रजननात स्त्री ही

जन्माला घालणारी, तर पुरुष फक्त जन्माला कारणीभूत असतो. या प्रक्रियेत जन्माला घालणारीला अधिक संरक्षण, अधिक आधार लागतो हा विचार पुरुषप्रधानतेत नसतो. गर्भारपणात व बाळंतपणात मृत्यू ओढवणाऱ्या स्त्रियांची संख्या मोठी आहे. म्हणून गर्भारशीला पुरेसा पोषक आहार व बाळंतपण शुश्रूषागृहात करण्याच्या जाहिराती शासनाला नेहमी दृक्‌श्राव्य माध्यमातून कराव्या लागतात. स्त्रियासंबंधी निर्णय घेणाऱ्या शासन व्यवस्थेत प्रामुख्याने पुरुष असतात त्यामुळे पुरुषी समाजरचनेने दिलेल्या सवलती, सुचवलेले उपाय हे स्त्रीचे वास्तव लक्षात न घेता राबविले जातात.

अर्भकाचे सार्वभौम पालकत्व स्त्रीकडे असते. निसर्ग पुरुषाकडे पितृत्वाची कुठलीही खूण ठेवत नाही. परंतु पितृकेंद्रित समाजरचनेत स्त्रीचे मातृत्वाचे स्वातंत्र्य, तिचा व मुलाचा ताबा, पालकत्वाचे अधिकार पुरुषाकडे येतात. पुरुषाच्या कुलाचे व पुरुषाचे नाव मुलांना लावावे लागते व मुलांच्या भवितव्याबद्दलचे सर्व अधिकार पुरुष स्वतःकडे ठेवतो. तिच्या मातृत्वाचा, स्वतःच्या सत्ताबळकटीसाठी व स्वतःचे पौरुषत्व सिद्ध करण्यासाठी, वापर करून घेतल्याने स्त्रीला मातृत्व अन्यायकारक वाटू शकते. जोपर्यंत कुटुंबनियोजनाची साधने माहीत नव्हती, त्याकाळात स्त्रियांवर सततची बाळंतपणे लादली जाऊन त्यांचे प्रचंड लैंगिक शोषण होत होते. आता निदान स्त्री अपत्यांची संख्या नियंत्रणात ठेवू शकते.

विवाहांतर्गत व बाहेरच्या जगात स्त्रीवर होणारे नृशंस बलात्कार, स्त्रीगर्भाच्या होणाऱ्या प्रचंड हत्या, हुंडाबळी, स्त्रीगर्भाशयांचे होणारे प्रायोगिकीकरण, पैशासाठी होणारा स्त्रियांचा व्यापार, सौंदर्यस्पर्धांनी व माध्यमांनी केलेले स्त्रियांचे वस्त्रहरण, वाढता वेश्याव्यवसाय, एड्सची प्रचंड लागण या व अशासारख्या विघातक घटनांनी स्त्रियांचे जीवन असुरक्षित, शोषित, दडपणाखालचे व दुय्यम स्तरावरचे झाले आहे. स्वातंत्र्योत्तर काळात अनेक विधायक कायदे झाले. स्त्रीधनाचा कायदा, द्विभार्या प्रतिबंधक कायदा, वडिलोपार्जित संपत्तीत हिस्सा, अश्लील चित्रण बंदी, कौटुंबिक अत्याचार कायदा, बलात्काऱ्यांना कडक शासन इत्यादी. तरीदेखील कुटुंबात व समाजात स्त्री अजून मोकळेपणाने वावरू शकत नाही. तिचे लैंगिक शोषण थांबवण्यास समाज व कुटुंबरचना अयशस्वी ठरले आहेत.

एंगेल्स म्हणतो त्याप्रमाणे राज्याच्या शासनव्यवस्थेचे प्रतिबिंब कुटुंबसंस्थेवर पडते. शासनव्यवस्था पुरुषांच्या हातात एकवटली आहे. शासनाचे सर्व आर्थिक, वैधानिक, सामाजिक निर्णय हे अर्थकारण व सत्ताकारणाला पूरक असे राजकीय निर्णय असतात. स्त्री आरोग्य विषयक धोरणे, गर्भपात, संतती नियमन, बाळंतपणाच्या रजेची तरतूद, घटस्फोट, पोटगी, दत्तकविधान कायदा, सरोगसी, बलात्कारितांसाठी

कल्याणकारी योजना, पोटगी, पाळणाघराचे नियम, वैद्यकीय सवलती या सर्व स्त्रियांशी निगडित गोष्टींबाबत अंदाजपत्रकात जेंडर बजेट करण्याची संवेदनशीलता दाखवली जात नाही.

१९६० ते ७० च्या सुमारास जहाल स्त्रीवादाने कुटुंबसंस्थेवरच हल्ला केला. विवाहसंस्था व कुटुंबसंस्था पुरुषप्रधानतेला जन्म देते, म्हणून कुटुंब म्हणजे स्त्रीच्या शोषणाची जागा, विवाह म्हणजे स्त्रियांविरुद्धच्या भेदभावाचे समर्थन करणारी गुलामीसदृश यंत्रणा, विवाहसंस्था समूळ नष्ट केल्याशिवाय स्त्रीपुरुषांमधील अन्यायकारक भेदभाव नष्ट होणार नाहीत. विवाहामुळे स्त्रीचे माणूस म्हणून असलेले अस्तित्व लोप पावते व तिच्यावर पुरुषाची मालकी व नियंत्रण सुरू होते, अशी त्यांची विचारसरणी होती.

१९७० नंतर स्त्रीवादावरील साम्यवादाचा पगडा कमी होत गेला. १९७५ हे वर्ष आंतरराष्ट्रीय स्त्री दशक म्हणून जाहीर झाले. स्त्रियांच्या समस्यांच्या तळाशी असलेले अज्ञात प्रश्न या निमित्ताने पृष्ठभागावर आले. १९७५ मध्ये स्त्रीमुक्ती संघर्ष परिषद भरली. पुरोगामी महिला संघटना, नारी समता मंच, स्त्री अन्यायविरोधी मंच, महिला दक्षता समिती इत्यादी संघटनांनी स्त्रियांवरचे अन्याय, हुंड्यासाठी होणारे छळ, एकतर्फी प्रेमातून होणाऱ्या हत्या, स्त्री गर्भलिंग हत्या वगैरे ज्वलंत प्रश्नांवर आंदोलने केली. पथनाट्ये, स्त्री प्रश्नांचा ऊहापोह करणारी मासिके, सखी मंडळे, भाषणे, चर्चासत्रे, स्त्री अभ्यास केंद्र इत्यादी माध्यमातून स्त्री प्रश्नांवर चर्चा घडू लागल्या.

काही विधायक कायदेशीर बदल पुढच्या दहा, बारा वर्षांत स्त्री चळवळींच्या रेट्याने घडून आले, तरी मोर्चे आंदोलनाने प्रश्न कायमचे सुटत नाहीत याची जाणीव स्त्रियांना झाली. संरचनात्मक परिवर्तन घडवून आणण्यासाठी शिक्षण, स्वास्थ्य, समानता इत्यादी पायाभूत गोष्टींची गरज लागते. १९८० नंतर रचनात्मक कार्यक्रमांवर विशेष भर देण्यात आला. मोफत कायदेशीर सल्ला केंद्रे, आरोग्य केंद्रे, पीडित व घटस्फोटितांसाठी तात्पुरते निवारे, रोजगाराची तरतूद, सुखदुःख परस्परांशी वाटून घेण्यासाठी मंडळे, एकल स्त्रियांचे संघ इत्यादी गोष्टींची सुरुवात झाली. स्त्री स्वास्थ्य, आरोग्याबद्दलची जाणीव जागृती, कौशल्य विकास केंद्रे, लघुउद्योग विकास, बचत गट इत्यादी माध्यमातून 'सक्षम' स्त्री निर्माण करण्याचे प्रयत्न झाले. एक पर्यायी संस्कृती समाजात हळूहळू उभी राहू शकते, अशी हवा निर्माण झाली.

परंपरेने कठीण झालेल्या कुटुंबसंस्थेच्या चौकटी मोडणे, निदान काही अंशी खिळखिळ्या करणे, हे मुख्य आव्हान आहे. ते वरवरच्या उपायांनी फारसे प्रभावी

ठरू शकत नाही, हा अनुभव आल्यावर प्रायोगिक स्वरूपात काही मूलभूत बदल घडवून आणण्याचे प्रातिनिधिक प्रयोग सुरू झालेले दिसतात.

विवाहाविना सहजीवन हा एक सध्या उच्चभ्रू समाजात अस्तित्वात असलेला पर्याय. लग्न संस्थेतील दोषांचा अतिरेक, लग्न संस्थेतून बाहेर पडण्यावर असलेले कायदेशीर व वेळ आणि पैसाखाऊ अडथळे, यामुळे लग्न हा संस्कारच टाळून एकत्र राहण्याचा हा प्रयोग आहे. लग्नापूर्वी मित्र असलेला पुरुष लग्नानंतर स्त्रीवर प्रचंड मालकी हक्क गाजवू लागतो, पण सहजीवनात तो मित्र म्हणूनच रहावा अशी अपेक्षा आहे. काही अंशी स्त्रीची लैंगिक व घरकामाची शारीरिक गुलामगिरी यामुळे कमी होईल, असे वाटले तरी, प्रत्यक्षात विवाहित स्त्री पुरुषांप्रमाणे एकत्र राहिल्यावर परस्परांवर मालकी हक्क प्रस्थापित होऊ लागतात. लैंगिक स्वातंत्र्यामुळे संघर्ष निर्माण होऊ शकतात. कामाची विभागणीही हळूहळू पारंपरिक पद्धतीनेच होऊ लागते. काही वर्षे एकत्र राहिल्यावर अनेकजण विवाहबंधन स्वीकारतात. जे काही वर्षांनी वेगळे होतात, त्यात मनाची गुंतवणूक झाल्याने त्यांचे पुढील आयुष्य एकाकी बनण्याच्या शक्यता जास्त असतात. विवाहाविना झालेल्या मुलांचे प्रश्नही जटिल होतात. इतर कायदेही आता बरेचसे वैवाहिक कुटुंबासारखेच स्वीकारावे लागतात.

समलिंगी सहजीवनाला लग्न करून एकत्र राहण्याची परवानगी काही देशात मिळाली असली तरी अशी कुटुंबे संख्येने अल्पच राहतील. कुटुंबव्यवस्थेला हा मोठा पर्याय होऊ शकत नाही. तरीसुद्धा काहींची लैंगिक घुसमट दूर करण्याचा हा सुद्धा एक पर्याय आता उपलब्ध आहे.

एकल पालकत्व हा पर्यायही अनेकांना सोयीचा वाटतो. विवाह विच्छेदाचे प्रमाण तुलनेने आता वाढलेले आहे. अशा घटस्फोटित वा परित्यक्ता स्त्रिया आणि काही वेळा पुरुषही मुलांची जबाबदारी स्वीकारून आई वडील अशा दोन्ही भूमिका एकत्रितपणे करतात. काही वेळा स्वेच्छेने विवाह न करता सरोगसीने मूल मिळवून पालकत्व मिळवले जाते. (यावर आता कायद्याने काही बंधने आली आहेत). मूल दत्तक घेऊन एखादी स्त्री अथवा पुरुष एकेकटे कुटुंब चालवतात. पतीशिवाय मातृत्व म्हणजेच स्त्रीमुक्ती, असाही एक विचार 'मिळून साऱ्याजणी'तील एका लेखात व्यक्त झाला आहे. त्यातील लेखकाच्या मते स्त्रियांना स्वातंत्र्य व समानता मिळण्यासाठी त्यांनी विवाह न करता पुरुषाकडून अपत्यप्राप्ती करून घ्यावी व मुलांना घेऊन स्वतंत्र रहावे. त्यामुळे त्यांचा मानसन्मान सुरक्षित राहील, विवाहाचे दुष्परिणाम भोगावे लागणार नाहीत. मित्र मैत्रिणीच्या प्रेमातून संघर्षाविना स्त्रीमुक्ती मिळेल. आज एक टक्का सुशिक्षित स्त्रियांनी जरी हा प्रयोग सुरू केला, तरी येत्या एक दोन शतकात

शोषणविरहित समाज निर्माण होईल. 'घरकामाला किंमत द्या' अशी वेडेपणाची घोषणा करीत रॅली काढण्याची वेळ येणार नाही. अविवाहित स्त्रियांचे प्रमाण वाढल्याने हुंड्याची समस्या राहणार नाही. म्हणजे हुंडाबळीचा प्रश्न येणार नाही. स्त्री भ्रूण हत्येचा प्रश्न येणार नाही. विवाहाशिवाय मातृत्व मिळवण्याचा निर्धार स्त्रियांनी केल्यास क्रांतीस वेळ लागणार नाही, वगैरे नवीन वाटणारे विचार या लेखात मांडले आहेत. तथापी ते एकांगी आहेत. अशा समाजरचनेत पुरुषांचे स्थान काय? ते फक्त मूल देण्याचे साधन असतील काय? संसाराची आर्थिक व इतर कुटुंबप्रमुख म्हणून असलेली जबाबदारी स्त्रीने एकटीने स्वीकारणे हे तिचे कितीपट शोषण आहे? एकूण हा विचार पुन्हा पूर्वीच्या मातृप्रधान समाजरचनेकडे जाताना दिसतो.

मानवी समाज जेव्हा मातृप्रधान टोळ्यांच्या टप्प्यावर होता, तेव्हाची सैलसर अशी मातृप्रधान व्यवस्था पुन्हा आणण्याचे काही प्रयत्न होत आहेत. नात्यातील वा घनिष्ट परिचयातील तीन चार स्त्रिया, स्वत:ची वा दत्तक मुले घेऊन एकत्र राहतील. मात्र अशा प्रकारची कुटुंबव्यवस्था फार काळ एकत्र राहू शकत नाही. एकत्र कुटुंबाचे तोटे व भावनिक भावबंध नसलेल्या व्यक्ती केवळ व्यावहारिकपणे एकत्र जोडल्या जाऊ शकत नाहीत.

घटस्फोटांचे वाढते प्रमाण हे देखील प्रचलित कुटुंबपद्धतीवरचा वाढता अविश्वास दाखवण्याचेच प्रातिनिधिक स्वरूप आहे. घटस्फोटित, एकटे राहणाऱ्या स्त्रियांना प्रतिष्ठा नाही. अन्य पुरुषांनी त्यांचा गैरफायदा घेण्याचाही धोका सतत असतोच. मूल असले तर घटस्फोटितांच्या पुनर्लग्नाच्या संधीही कमी होतात. असे असूनही घरकामाचा प्रचंड ताण, स्त्री पुरुषांमधील तणावपूर्ण लैंगिक संबंध, घरामधील अत्याचार व सासरच्यांकडून दिला जाणारा त्रास, मानसिक व आर्थिक स्वातंत्र्याचा संकोच इत्यादी प्रमुख कारणे घटस्फोटामागे असतात.

कुटुंबसंस्थेतील स्त्रीवरचे अनेक प्रकारचे शोषण थांबवण्यासाठी काही पर्याय वर उद्धृत केले आहेत, पण तरीही कुटुंबसंस्थेला अजून सर्वव्यापी, सर्वंकष व व्यवहार्य पर्याय जोपर्यंत सापडत नाही, तोपर्यंत कुटुंबसंस्था चिरकाल अबाधित राहणारच. कुटुंबव्यवस्था ही व्यापक अशा सामाजिक संरचनेपासून आणि अर्थव्यवस्थेपासून निराळी काढता येत नाही. समाजाच्या अर्थकारणात पती, पत्नी व मुले हे एक मूलभूत युनिट गृहीत धरलेले आहे. शासकीय आरोग्य व्यवस्था, विमा योजना, पंतप्रधान आवास योजना, पोटगी, वारसाहक्क, वडिलोपार्जित संपत्ती हक्क, स्त्रीधनाचा हक्क इत्यादी कायदे पतीपत्नी व त्यांची अपत्ये गृहीत धरून सर्वसाधारपणे केले जातात. त्यांना नजरेआड करून स्त्रीप्रधान कुटुंबांना हे फायदे मिळण्यात अनंत

अडचणी येतात. स्त्री पुरुषांना एकत्रित रहावेसे वाटणे, हे नैसर्गिक आहे. विधवा, घटस्फोटित, प्रौढ कुमारिका इत्यादी स्त्रियांना ही नैसर्गिक ऊर्मी दाबून ठेवणे अवघड जाते. पुरुषांशी फक्त नैसर्गिक संबंध ठेवायचे, पण त्यांना कुटुंबात सामील करून घ्यायचे नाही, हा दुटप्पीपणा आहे.

एकूणच कुटुंब व्यवस्था आहे तशी ठेवून त्यात काही विधायक बदल करणे आवश्यक आहे. पुरुषाकडे मालकी हक्क येतो व स्त्रीकडे गुलामाची भूमिका येते हे मार्क्सवादी निरीक्षण शंभर टक्के बदलता आले नाही, तरी त्यातील मालक व गुलाम यांचे आंतरिक संबंध बदलता येणे शक्य आहे. दडपलेल्यांबद्दल वरच्या वर्गाला सहानुभूती वाटणे किंवा त्यांच्या दडपलेपणाची जाणीव होणे ही मार्क्सला खोटी जाणीव वाटते. समकालीन टीकाकारांना वाटते की शिक्षणामुळे दुसऱ्या वर्गाबद्दलची जाणीव वाढते आणि त्यांची परिस्थिती बदलण्यासाठी उच्चवर्गीय प्रयत्न करतात. औद्योगिक क्रांतीनंतरच्या कामगारांच्या परिस्थितीत आणि आधुनिक कालातील कामगारांच्या परिस्थितीत नक्कीच बदल घडून येतोय. उत्पादनाचे तंत्र बदलेले आहे. त्यांची जीवनशैली मध्यमवर्गीय झाली आहे. त्याचे स्वरूप मार्क्सच्या काळाप्रमाणे निखळ गरीब राहिलेले नाही.

गेल्या शंभर, दीडशे वर्षांत स्त्रीजीवनातही आमूलाग्र बदल होताहेत. स्त्रियांचे शिक्षण, त्यांचे आर्थिक स्वावलंबन, पिळवणुकीला विरोध करण्याची मानसिकता यामुळे एक पर्यायी स्त्री संस्कृती हळूहळू समाजात रुजू बघतेय. ही एक प्रकारे प्रतिकारात्मक आणि अहिंसक अशी कृतिशील क्रांतीच आहे. यासाठी मुख्य गरज आहे स्त्री आणि पुरुष दोघांची मानसिकता बदलण्याची. घरकामाची सुसंगत वाटणी करून प्रत्येक व्यक्तीला स्वत:साठी स्पेस निर्माण करता येईल, अशी रचना हवी. प्रत्येकाचा खाजगीपणा जपणे महत्त्वाचे. स्त्री ही जर युद्धापासून राजकारणापर्यंत आणि विज्ञानापासून विद्यादानापर्यंत सर्व कामे करू शकते, तर घरकाम करणे वा स्वयंपाक करणे पुरुषांना अवघड वाटू नये. यातील मुख्य गोची आहे, या कामांना 'बायकी' म्हणून हलक्या प्रकारची कामे समजण्याची. घर हे दोघांचे आहे असे समजले तर प्रत्येक कामाची समान विभागणी व्हायला हवी. स्त्रीने प्रसूतीवेदना सोसल्या तर तान्ह्या मुलाला सांभाळायची जबाबदारी पुरुषाने घ्यायला हवी. त्यासाठी पुरुषांना हक्काची रजा मिळायला हवी. परस्परांच्या कष्टाची जाणीव, सहकार्य, सुसंवाद, सामंजस्य असेल तर सहजीवन सुसह्य व सुखदायी होते. पुरुषांच्या तुलनेत स्त्रियांवर प्रापंचिक जबाबदाऱ्या, परंपरेचे पालन करण्याचे ओझे, नीती अनीतीची बंधने, मुलांवर संस्कार करण्याची जबाबदारी, त्यांच्या अभ्यासाची काळजी घेण्याचे ओझे इत्यादींचे

प्रचंड दडपण असते. स्त्री करिअर व अर्थार्जन करणारी असेल, तरीही या कामातून तिची सुटका नसते. स्त्री स्वातंत्र्याच्या कल्पना, स्त्री विषयक कायदे, स्वातंत्र्य, समता आणि बंधुता ही संविधानातील तत्त्वे यांची अनेक सुशिक्षित स्त्रियांनाही माहिती नसते; अगर त्यांना बुद्ध्या त्यापासून दूर ठेवले जाते.

स्वत:च्या शरीरावर, मनावर, आयुष्यातील महत्त्वाच्या निर्णयावर स्त्रीचे स्वत:चे नियंत्रण असले पाहिजे. नैसर्गिक भेद स्वीकारून, त्यातील परस्परपूरकता समजून घेणे महत्त्वाचे. कर्तृत्वसंपन्न स्त्रीला संधी देणे, तिचा दु:स्वास न करता तिच्या मोठेपणाचा मनापासून स्वीकार करणे, यासाठी पुरुषांनी आपली मने मोठी केली पाहिजेत. पुरुषी अहंकाराची व जन्मजात मोठेपणा लाभल्याची वृत्ती पुरुष सोडून देतील, तर स्त्रीचे लैंगिक शोषण कितीतरी कमी होईल. सर्व माणसे वर्ग, लिंग, जात, धर्म, वर्ण यांच्यापलीकडे जाऊन माणूस म्हणून समान आहेत, म्हणून प्रत्येकाला आपल्यातील क्षमतांचा विकास करण्याची संधी मिळायला हवी. एखादी व्यक्ती स्त्री म्हणून जन्माला आली म्हणजे तिने आयुष्यातील काही संधी गमावल्या असे होणे, म्हणजे पुरुष मालक व स्त्री गुलाम ही समाजरचना घट्ट करण्यासारखे आहे. आर्थिक स्वातंत्र्याने स्त्रीची गुलामगिरी संपेल, हे मार्क्सवाद्यांचे प्रतिपादन काही अंशी खरे आहे. पण त्यापलीकडे जाऊन लिंगनिरपेक्ष निष्ठा निर्माण होऊन पुरुषांची मानसिकता बदलणे स्त्रीवाद्यांना विशेष महत्त्वाचे वाटते. त्या दृष्टीने संपूर्ण समाजव्यवस्थेचीच पुनर्रचना करण्याचे आव्हान स्त्रीवाद्यांपुढे आहे. आपल्या स्वत:च्या क्षमता, बाह्य परिस्थिती, घरातील इतर व्यक्तींची अनुकूलता वा प्रतिकूलता, व्यक्ती म्हणून असलेला आत्मविश्वास यातून प्रत्येक स्त्रीची स्वातंत्र्याकडे वाटचाल होत असते. ही एक आयुष्यभर चालणारी प्रोसेस आहे. जगातील सर्व कामगारांना एकत्रित येऊन लढण्याची हाक मार्क्सने दिली, त्याचप्रमाणे जगातील सर्व स्त्रियांनी एकत्र येऊन भगिनीभावाने पुरुषसत्तेशी लढा दिला, तर स्त्रीवादी क्रांती होऊ शकते. हा 'युटोपिया' आहे हे मान्य करूनही त्या दिशेने होणारी वाटचाल हीसुद्धा स्वत:ची गुलामीतून मुक्तता करून घेण्याचे पहिले पाऊल आहे.

कुटुंबातील पतीपत्नीचे संबंध मालक व गुलाम असे असतातही व नसतातही त्यामुळे हा प्रश्न अधिक गुंतागुंतीचा होतो. स्त्री पुरुषांचे प्रेम आणि सुरक्षिततेची गरज भागविणारी कुटुंबाशिवाय दुसरी संस्था नाही. शारीरिक गरज भागविताना प्रेमाच्या धाग्याने स्त्री पुरुष परस्परांशी जोडले जातात. अपत्य हे या गुंतवणुकीचे फलस्वरूप असते आणि त्याच्या पालनपोषणाची जबाबदारी दोघांवरही असते. स्त्रीवर वा अपत्यावर मालकी हक्क गाजवणे हा स्वत:च्या बळाचा केलेला दुरुपयोग आहे.

कुटुंबामध्ये काटेकोर लैंगिक श्रमविभागणी नसेल व स्त्री पुरुषांवर सक्तीने लादलेल्या भूमिका नसतील, त्यावेळी स्त्री पुरुष दोघांनाही आपापला अवकाश स्वत:साठी खुला असेल. लादलेल्या भूमिकांनी श्वास गुदमरतो, पण मुक्त वातावरणात स्वत:चा विकास स्त्री पुरुष दोघांनाही करून घेता येतो. भावनिक कोरडेपणा येऊ न देता घरकाम व पुनर्उत्पादनात दोघांचा सहभाग असेल, तर कुटुंब हे स्वास्थ्य देणारे आनंद निधान होऊ शकते. अशा एखाद्या कुटुंबाकडे वाटचाल करणे हे स्त्री पुरुष दोघांच्या परिपक्व मानसिकतेवर अवलंबून आहे.

सरंजामी युरोपला धक्का देणाऱ्या फ्रेंच राज्यक्रांतीचे उद्गाते लॉक, रुसो, बेंथम यांच्या विचारसरणीतून समान हक्क, समान दर्जा आणि स्वातंत्र्य या स्त्रीवादाच्या मूळ कल्पना उगम पावल्या, तरी या तिघांची स्त्रीविषयक मते 'स्त्री दुय्यम दर्जाची आहे' अशीच होती. १७९२ मध्ये मेरी वुलस्टोन क्राफ्टने 'स्त्रियांच्या हक्काची पायमल्ली' हे पुस्तक लिहून स्त्रियांना पुरुषांनीच सतत दडपून ठेवले आहे, अशी मांडणी केली. फ्रान्सच्या संसदेत १७८९ मध्ये मानवी हक्काचे बिल संमत झाले. ऑलिम्प द गॉर्जेस हिने नॅशनल असेंब्लीपुढे १७ मागण्या सादर करून स्त्रियांना समान दर्जा देण्याची मागणी केली. १८६८ ते ७१ च्या दरम्यान मराया देराम्स हिच्या नेतृत्वाखाली स्त्री हक्कांची चळवळ उभी राहिली. १८४३ ते ४५ या काळात एका डाव्या वृत्तपत्राचा संपादक म्हणून मार्क्सचे पॅरिसमध्ये वास्तव्य होते. १८४८ मध्ये 'द कम्युनिस्ट मॅनिफेस्टो' हे त्याचे पुस्तक आले, तर १८५९ मध्ये 'दास कॅपिटल' प्रसिद्ध झाले. स्त्रियांच्या स्वातंत्र्याची मागणी, मतदानाच्या हक्काची मागणी वगैरे विषय या काळात गाजू लागले होते. पण मार्क्सच्या लिखाणात त्याचे जोरदार समर्थन दिसत नाही. मार्क्सच्या पुढे श्रीमंत वर्ग व त्याखाली भरडला जाणारा गरीब कामगारवर्ग यातील दरी हा अधिक काळजीचा विषय असणार. तरीदेखील कुटुंबात होणारे स्त्रीचे शोषण व तिने घराबाहेर पडून आर्थिक प्राप्ती करून घेणे यातून स्त्रीची दास्यमुक्ती होईल, हे दोन महत्त्वाचे मुद्दे विश्लेषित करून मार्क्स व एंगेल्स यांनी स्त्रीवादी चळवळीतील विचारांना चालना देण्याचे मोठेच योगदान दिले आहे.

संदर्भ पुस्तके

मराठी

१) अजित अभ्यंकर, मार्क्सवाद नव्हे भांडवलशाही संदर्भहीन, (लेख) लोकसत्ता - लोकरंग पुरवणी (३० एप्रिल २०१७)

२) अश्विनी धोंगडे, (संपादक) भारतीय भाषांतील स्त्रीवादी साहित्य,

महाराष्ट्र साहित्य परिषद, पुणे (२०१६)

३) आनंद नाडकर्णी, वसंत देशपांडे, (संपादक), समाजवाद : प्रेरणा व प्रक्रिया, जोशी लोखंडे प्रकाशन, पुणे (१९७१)

४) करुणा गोखले, बाईमाणूस, राजहंस प्रकाशन, पुणे (२०१०)

५) हॅरि पॉलिट - अनुवादक सरला कारखानीस, स्त्रिया आणि कम्युनिझम (तिसरी आवृत्ती) लोकवाङ्मय गृह प्रकाशन (२०१२)

६) व्ही.एन. दिवाकर, पत्नीशिवाय मातृत्व म्हणजे स्त्रीमुक्ती (लेख), मिळून साऱ्याजणी, (एप्रिल २०१७)

इंग्रजी

1) Barrett Michele. Women's Oppression Today : Problems In Marxists Feminist Analysis. London : Verso (1980)
2) Beauvoir, Simon de. The Second Sex (1949) New (Tran) H.M.Parshley. York : Bantam, (1961)
3) Benston Margaret. The Political Economy of Women's Liberation. Monthly Review 21 No. (4 sept 1969)
4) David McLellan. The Thought of Karl Marx; An Introduction. New York; Harper (1971)
5) Donovan Josephine. Feminist Theory (3rd Edition). The Continum International Publishing Group. New York (2000)
6) Hartmann Heidi. The Unhappy Marriage of Marxism and Feminism. (article), available on Google.
7) Nancy Chodorow. The Reproduction of Mothering : Psychoanalysis and Sociology of Gender. Berkley, University of California Press, (1978)
8) Steinem Gloriya. Outragious Acts and Everyday Rebellions. New York : Holt Rinehart and Winston (1983)

-०-०-

स्त्रीवादी दृष्टीकोनातून फ्रॉईड

-१-

फ्रॉईड या नावाचे एक गारुड अनेकांच्या मनावर, त्याच्या मृत्यूला आज पंचाहत्तर वर्षे उलटून गेली तरी कायम आहे आणि त्याला कारण आहे, त्याने १८९० च्या सुमारास प्रचारात आणलेली मनोविश्लेषणात्मक उपचार पद्धती. डॉ. सिग्मंड फ्रॉईड या मानसोपचारतज्ज्ञाने प्रथम आपले मत जगापुढे मांडले ते असे, की भोवतालच्या प्रतिकूल परिस्थितीशी मुकाबला करताना माणूस जेव्हा हतबल होतो किंवा आपल्या तीव्र इच्छा पूर्ण न करता दाबून ठेवतो, त्यावेळी त्याच्या मनाची व्यवस्था विस्कळीत होते आणि त्याच्या वागणुकीत विकृती दिसू लागते. अशा परिस्थितीत त्याच्या खोल दडपलेल्या इच्छा कशा जाणून घ्याव्या व त्याचे मानसिक अस्वास्थ्य कसे दूर करावे, याचे फ्रॉईडने एक तंत्र विकसित केले. जागतिक मान्यता पावलेल्या या मनोविश्लेषण उपचार पद्धतीचा फ्रॉईड हा जनक होय.

६ मे १८५६ ते २३ सप्टेंबर १९३९ हा फ्रॉईडचा काळ आहे. त्या काळात अत्यंत भरभराटीस आलेल्या ऑस्ट्रियामध्ये एका ज्यू कुटुंबात त्याचा जन्म झाला. व्हिएन्ना विद्यापीठातून त्याने वैद्यकीय पदवी घेतली. त्यानंतर त्याने पॅरिसमध्ये मनोदोषचिकित्सा (सायकियॅट्री) या विषयाचा अभ्यास केला व नंतर व्हिएन्नामधे मानसोपचार तज्ज्ञ म्हणून स्वतंत्र व्यवसाय केला. तिथे येणाऱ्या सल्लार्थींसाठी त्याने सर्वप्रथम मनोविश्लेषण पद्धती अमलात आणली. तिला हळूहळू मान्यता मिळाली, फ्रॉईडला जगभर अनेक अनुयायी मिळाले. १९१० साली 'व्हिएन्ना मनोविश्लेषण संस्थे'ची व 'आंतरराष्ट्रीय मनोविश्लेषण संस्थे'ची स्थापना झाली. १८८६ मधे मार्था बर्नेस हिच्याशी त्याचा विवाह झाला. त्यांना सहा अपत्ये झाली. त्यापैकी सॉफीने त्याची मनोचिकित्सेची गादी पुढे चालवली. फ्रॉईडने 'स्वप्नांचे विश्लेषण,' 'दैनंदिन

जीवनातील प्रमाद', 'मनोविश्लेषणाची ओळख' वगैरे अनेक पुस्तके लिहिली व अनेक शोधनिबंध प्रसिद्ध केले. मानसशास्त्रातील त्याच्या कर्तबगारीबद्दल १९३० मध्ये त्याला गटे प्राईज मिळाले. १९३३ मधे नाझी सेनेने जर्मनीचा ताबा घेतल्यावर अनेक लेखकांच्या पुस्तकांबरोबर फ्रॉईडची पुस्तकेही जाळून नष्ट करण्यात आली. 'हा कसला विकास? आपण मध्ययुगात असतो तर त्यांनी मलाही जाळून टाकले असते. आता फक्त माझ्या पुस्तकांवर निभावले आहे.' असे वैफल्योद्‌गार फ्रॉईडने त्यावेळी काढले. ज्यूंची मोठ्या प्रमाणात कत्तल सुरू झाल्यावरही त्यांच्या धमक्यांना न घाबरता व्हिएन्ना येथेच टिकून राहायचे, असा त्याने निर्णय घेतला. पण पुढे ॲना फ्रॉईड या त्याच्या मुलीला पकडून तिची चौकशी सुरू झाली, तेव्हा अर्नेस्ट जोन्स या मानसशास्त्रज्ञ मित्राने ब्रिटनमध्ये पलायन करण्यासाठी त्याचे मन वळवले. अनेकांच्या मदतीने सर्व तांत्रिक गोष्टी पूर्ण झाल्यावर पत्नी व मुलगी ॲनासह ६ जून १९३८ रोजी तो लंडनला आला. काही काळ तिथे गुपचूप चिकित्सेचे काम त्याने सुरू केले. पण वर्षभरातच २३ सप्टेंबर १९३९ मध्ये कर्करोगाने त्याचा मृत्यू ओढवला.

व्यक्तीचे मनोव्यापार व लैंगिकता यासंबंधी फ्रॉईडने जी मते मांडली, तिच्यावर स्त्रीवाद्यांनी भरपूर टीका केली. त्यासाठी प्रथम ही मते विस्ताराने समजून घेणे आवश्यक आहे. फ्रॉईडच्या मते आपल्या मनाचे दोन कप्पे असतात. जागृत मन (कॉन्शस) व अबोध मन (अनकॉन्शस). जागृतावस्थेतील व्यवहार आपल्याला कळतात. अबोध मनातील व्यवहार कळत नाहीत पण त्याचा मोठा परिणाम आपल्या भावभावनांवर व वर्तणुकीवर होत असतो. ज्या इच्छा निषिद्ध, अनैतिक असे आपण मानतो; ज्या व्यक्त करायची भीती वाटते, त्या मनात दडपून टाकल्या जातात. पण त्या नाहीशा होत नाहीत, तर मनाच्या तळात जाऊन बसतात. संधी मिळताच त्या वर येण्याचा प्रयत्न करतात. पण जागृत मनातील नियंत्रक त्यांना प्रतिबंध करतो, तेव्हा त्या विकृत स्वरूपात प्रकट होतात. आपल्या हातून घडणाऱ्या चुका किंवा आपली स्वप्ने हे त्यांचे सौम्य रूप असते पण गंभीर रूप म्हणजे खिन्नता, नैराश्य, भयगंड, मनाचे संतुलन जाणे, वेड लागणे वगैरे मनोविकार. यालाच 'न्यूरॉसिस' म्हणतात. ते अधिक गंभीर झाले, तर त्यांना 'सायकॉसिस' म्हणतात.

फ्रॉईडच्या तत्त्वप्रणालीत बालपणाच्या अनुभवांना खूप महत्त्व आहे. कारण त्यातले ठळक, दुःखदायक व धक्कादायक अनुभव कधीच विसरले जात नाहीत. सुरुवातीला हे दडपलेले अनुभव व्यक्त व्हावेत म्हणून त्याने संमोहन (हिप्नोटिझम) या तंत्राचा वापर केला. पण नंतर स्वप्नचिकित्सा व सल्लार्थींना मोकळेपणाने बोलायला लावून त्याने त्यांच्या अबोध मनाला मुक्त वाट करून दिली व अशा

तऱ्हेने त्यांचे मनोविकार बरे केले.

फ्रॉईडने मानसिक व्यक्तिमत्त्वाचे तीन घटक मानले आहेत.

१) इदम् (इड्) - मानवाच्या आदिम अशा कामप्रेरणा (सेक्स), आक्रमकता (अॅग्रेसिव्हनेस), अशा शारीरिक सहजप्रवृत्ती व गरजा पूर्ण करण्याची धडपड इदम् मधे जन्म घेते. इदम्चे स्वरूप सारासार विवेकशून्य, स्वार्थी, संकुचित आहे.

२) अहम् (इगो) - बाहेरील परिस्थितीचे भान ठेवून सारासार विचार करणारा, वर्तन समतोल ठेवणारा मनाचा परिपक्व घटक.

३) अतिअहम् (सुपरइगो) - संस्कार आणि सदसद्विवेक बुद्धी अतिअहम्मधे जागृत असते. एखादी गोष्ट योग्य की अयोग्य हे हा घटक ठरवतो.

अतिअहम् प्रभावी असेल व अहम् दुबळा असेल तर इदम्च्या स्वार्थी मागण्यांचे सतत दमन होऊन मनोविकार उद्भवतील. म्हणून अहम्ला समर्थ, बलवान बनवणे हे मनोविश्लेषणाच्या उपचारपद्धतीचे ध्येय असते.

फ्रॉईडने लैंगिकतेची नवी व्याख्या जगासमोर मांडली. जन्मापासून असलेल्या कामवासनेचे स्वरूप स्पष्ट केले. त्याची ही मते प्रचंड धक्कादायक ठरली व त्यावर घणाघाती टीका झाली. पण अनेकांनी त्याचे समर्थनही केले. १९३१साली प्रसिद्ध झालेल्या फ्रॉईडच्या 'थेअरी ऑफ फेमिनिनीटी' या लेखामध्ये त्याने स्त्री घडताना नैसर्गिक घटना म्हणून इडिपसपूर्व अवस्था, इडिपस गंड, लिंगच्छेद गंड, लिंगहेवा इत्यादी भावनिक व्यूहांची उपपत्ती मांडली. त्या अनुषंगाने स्त्री व पुरुष यांचा लैंगिक भावनाविकास कसा होतो, यासंबंधीची मते मांडली. मात्र यापूर्वीही 'थ्री कॉन्ट्रिब्युशन्स टू द थेअरी ऑफ सेक्स' (१९०५), 'द पासिंग ऑफ द इडिपल कॉम्प्लेस' (१९२४), 'सम सायकॉलॉजिकल कॉनसिक्वेनसेस ऑफ द अॅनॉटॉमिकल डिस्टिंक्शन बिटवीन द सेक्सेस' (१९२५), 'सिव्हिलिझेशन अॅन्ड इटस् डिसकंटेन्ट्स' (१९३०) इत्यादी लिखाणातून स्त्री पुरुषांच्या लैंगिक विकासातून त्यांचे व्यक्तिमत्त्व कसे विभिन्न बनते याचा वेगवेगळ्या दृष्टिकोनातून विचार केला आहे. स्त्रीवादाच्या परिप्रेक्ष्यातून त्याकडे पाहताना आवश्यक तेवढेच विचार शक्यतो सुसंगतपणे मांडण्याचा प्रयत्न केला आहे.

जन्मल्यानंतरच्या पहिल्या काही महिन्यात मुलगा अगर मुलगी या दोघांचे प्रेम आईशी निगडित असते. जिवंत राहण्याची पहिली गरज म्हणजे आईने सर्वतोपरी घेतलेली काळजी होय. स्तनपान, प्रेमाने जवळ घेणे, कपडे बदलणे, स्वच्छ करणे इत्यादी कृतीमुळे प्रथमतः आईबद्दल तान्हुल्याच्या शरीरात लैंगिक जाणिवा उत्तेजित होतात. स्वतःच्या शरीराचा शोध घेताना तान्हुली आपल्या शिश्निकेशी (क्लिटोरिस) चाळा करू लागते. अशा वेळी आई रागावते, हात सतत काढून टाकते या गोष्टींना,

मुलींच्या लैंगिक विकासाच्या दृष्टीने, फार महत्त्व आहे. स्त्रीने पुढील आयुष्यात आरोग्यपूर्ण, नैसर्गिक स्त्री जीवन व्यतीत करण्यासाठी ही अवस्था व त्यानंतर योनी (व्हजायना) कडे झालेले तिचे संक्रमण फार महत्त्वाचे आहे. तिला निसर्गाने दिलेली स्त्रीची भूमिका व्यवस्थित पार पाडण्यात या इडिपल पूर्व अवस्थेची[३] गरज आहे. साधारण १८ महिन्यापर्यंत ही कामप्रेरणेची गरज, खाणे, झोपणे, स्तन्य चोखणे या पायाभूत गरजांबरोबर भागवली जाते. साधारण वयाच्या पाचव्या वर्षापासून पुढच्या अवस्थेमध्ये शिश्निकेमधील अपुरेपणा व न्यून्य तिला जाणवते आणि लैंगिक इच्छेचे केंद्र शिश्निकेकडून योनीकडे येते. याच काळात प्रेमाचा ओघ आईकडून वडिलांकडे येतो. वडील हे आईपेक्षा खूपच श्रेष्ठ वाटू लागतात. आईबद्दल राग, शत्रुत्व, नैराश्य, मत्सर वाटू लागतो. लहानपणीच मुलग्यांबरोबर खेळताना अगर एखाद्या छोट्या बाळाचे लिंग पाहून हा अवयव श्रेष्ठ आहे व तो आपल्याला नाही यातून लिंगाबद्दल वाटणाऱ्या हेव्यामुळे लिंगविच्छेद गंड निर्माण होतो व आपण दुय्यम दर्जाचे आहोत, आपल्यामधे काही कमतरता आहे, असे मानून ती आपले तथाकथित लिंगच्छेदन (कॅस्ट्रेशन) मान्य करते. फ्रॉईडच्या दृष्टीने स्त्रीच्या लैंगिक विकासातील हा सगळ्यात महत्त्वाचा बदल होय. आपल्यातील या कमतरतेसाठी ती आईला जबाबदार धरते. शिश्निकेच्या उत्तेजितपणाकडून आपले लक्ष योनीकडे केंद्रित करणे, ही स्त्रीने सक्रियतेकडून केलेली निष्क्रियतेकडची वाटचाल आहे व तिच्या 'स्त्री' बनण्यातली ती एक अत्यावश्यक पायरी आहे. आपल्याला लिंग नाही, त्यामुळे आईशी लैंगिक संबंध प्रस्थापित करता येत नाहीत, ही भावना तिला वडिलांकडे वळवते. लिंग हे सामर्थ्याचे, श्रेष्ठत्वाचे प्रतीक असल्याने आपल्यालाही लिंग असावे या भावनेचे रूपांतर वडिलांवरच्या आकर्षणामध्ये होते. या काळात ती वडिलांचे लक्ष आकर्षून घेण्यासाठी आईचे अनुकरण करू लागते. सुंदर दिसावेसे वाटणे, वडिलांशी सतत बोलणे, त्यांच्या सहवासात राहणे, शारीरिक जवळीक करणे तिला आवडू लागते व या बाबतीत आईचा तिला मत्सर वाटू लागतो. वडिलांपासून मूल व्हावे ही इच्छा अबोध मनात जीव धरू लागते. आई ही त्या मार्गातली स्पर्धक बनते. ही अवस्था म्हणजे इडिपस गंड[१] होय. (यानंतरच्या विवेचनात पुढे फ्रॉईडने वडिल व मुलगी यांच्यातील आकर्षणासाठी इलेक्ट्रा गंड[२] हा शब्द वापरला आहे.) हळूहळू तिच्याही मनात तुलनेने मुलग्यांपेक्षा कमी प्रबळ पण तरीही पराअहम् निर्माण होऊ लागतो.

या नंतरच्या वयात वडिलांकडून मूल मिळणे शक्य नाही, असे दिसल्यावर ती एक संरक्षणात्मक पवित्रा घेते व वडिलांकडून तिचे लक्ष इतर पुरुषांकडे जाऊ

लागते. या संपूर्ण वाटचालीतून स्त्री म्हणून तिची भूमिका निश्चित होते.

मुलग्यांच्या बाबतीत आईबद्दल वाटणारे प्रेम म्हणजे इडिपस गंड होय. यामुळे वडील आपल्याला कधीतरी शिक्षा करणार, ही भीती वाटू लागते. आईबद्दल वाटणाऱ्या प्रेमाची परिणती वडिलांचा तिरस्कार करण्यामध्ये होते. वडिलांच्या लैंगिक श्रेष्ठत्वाचा प्रभाव दिसल्यावर आपले लिंगच्छेदन होऊ नये व आपण मुलीसारखे असू नये या भीतीने त्याची परिणती पराअहम् (सुपरइगो) विकसित होण्यामध्ये होते. याचा परिणाम म्हणून पुढे आईबद्दलची इच्छा मिटवून तो अन्य स्त्रियांकडे वळू शकतो. मुलीला लिंग नसल्याने लिंगच्छेदनाची भीती नसते. त्यामुळे तिचा पराअहम् हा पुरुषापेक्षा दुर्बल असतो. यामुळे दोघांच्या नैतिक कल्पनांमध्ये भिन्नत्व असते. स्त्री कधीच पुरुषाइतकी निर्मम, कठोर, अवैयक्तिक, भावनाहीन नसते. पुरुषांपेक्षा त्यांना न्याय्यवृत्ती कमी असते. आयुष्याच्या महत्त्वाच्या गरजांपोटी त्या पुरुषांसारखे आयुष्य वाहून घ्यायला तयार नसतात. कोणताही निर्णय त्या भावनाशीलतेतून- ती भावना प्रेमाची अगर शत्रूत्वाची असू शकते- घेतात.

परपीडनामध्ये आनंद घेण्याची वृत्ती (सॅडिझम) ह्या पुरुषांमधल्या गुणामुळे त्यांच्यात आक्रमकता, दुसऱ्यांना नमवण्याची स्वाभाविक प्रवृत्ती व स्त्रीचा प्रतिकार मोडून काढून तिच्यावर कुरघोडी करण्याची वृत्ती असते. या उलट स्त्रीमध्ये स्वपीडनामधे आनंद घेण्याची वृत्ती असल्याने ती पुरुषाकडून होणारी पीडा, समागमातील वा अन्य शारीरिक वेदना निमूटपणे सहन करते.

संस्कृतीचा विकास हा पुरुषांमुळे होतो. संस्कृती पुरुषाला अवघड कार्यासाठी आव्हान देते आणि अशी आव्हाने स्वीकारण्याची नैसर्गिक प्रेरणा पुरुषांकडे असते. अशी अवघड कामे पार पाडून ते स्वतःचे उन्नयन करतात. स्त्रियांचा केंद्रीभूत संबंध हा कुटुंब व लैंगिक जीवनाशी प्रामुख्याने येतो. त्यांचा संस्कृतीच्या विकासाला विरोध असतो आणि त्या विकासाची गती कमी व्हावी असे त्यांचे प्रयत्न असतात. संस्कृतीच्या प्रभावात स्त्री मागे रेटली जाते व ती संस्कृतीचे शत्रुत्व घेते. आपल्या कामप्रेरणेचे उदात्तीकरण करून पुरुष अमर्यादित मानसिक उर्जा मिळवतात व मोठाली आव्हानात्मक कामे पूर्ण करण्यासाठी त्याचा वापर करतात. त्यामुळे स्त्री व लैंगिक जीवन त्यांना कमी महत्त्वाचे वाटून ते त्याकडे दुर्लक्ष करतात. स्त्रियांपेक्षा पुरुषांचा पराअहम् जास्त विकसित असल्याने तोच संस्कृतीचे नियम ठरवतो. याच्या मुळाशी एक अपराधगंड असतो. हा गंड, एका बाजूला इडिपस कॉप्लेक्स व दुसऱ्या बाजूला बापाला मारून टाकावे इतक्या टोकाच्या तिरस्कारातून येतो.

समलैंगिकतेबद्दल फ्रॉईडचे ज्ञान बेताचे होते. त्याच्या मते समलैंगिकता

नैसर्गिक नसून मानवनिर्मित आहे. समलैंगिक आकर्षणाची ओढ व्यक्तीवर असते. पण समाजाच्या दबावाला घाबरून ती व्यक्त होत नाही. पुरुषांनी मुलगा वाढवला तर तो समलैंगिक होण्याच्या शक्यता अधिक असतात व स्त्रीने मुलगी वाढवली तर ती समलैंगिक होऊ शकते. मात्र एखादी व्यक्ती समलैंगिक असली, तरी ती आनंदी आहे की नाही हे अधिक महत्त्वाचे असे तो समजतो.

फ्रॉईडच्या या सर्व विवेचनावर अनेक स्त्रीवाद्यांनी आक्षेप घेतले आहेत. त्याचा विचार पुढील भागात केला आहे.

- २ -

स्त्रीच्या जडणघडणींचा सर्व अंगोपांगाने तपशीलवार विचार 'द सेकंड सेक्स' (१९४९) या आपल्या बृहद् ग्रंथात मांडणारी फ्रेंच विचारवंत सिमॉन द बुवा हिने आपल्या पुस्तकाच्या पहिल्या भागातील 'द सायको ॲनॅलिटिकल पॉईंट ऑफ व्ह्यू' या दुसऱ्या लेखात फ्रॉईडच्या स्त्रियांच्या विकासासंबंधीच्या उपपत्तीवर अत्यंत समतोलपणे पण स्पष्ट शब्दात आपले विचार मांडले आहेत.

फ्रॉईडचे महत्व उद्‌धृत करताना ती म्हणते की त्याने स्त्री पुरुष शरीरविषयक एक सत्य सांगितले. एक म्हणजे पुरुषाची कामवासना त्याच्या लिंगामधे केंद्रीभूत असते, मात्र स्त्रीच्या कामवासनेची दोन केंद्रे असतात. पौंगडावस्थेपर्यंत शिश्निका व त्यानंतर योनी. जेव्हा काही स्त्रियांमध्ये दुसऱ्या टप्याचा विकास होत नाही, तेव्हा अविकसित लैंगिक भावनेमुळे त्यांना नसविकृती (न्यूरॉसिस) हा मानसिक आजार होऊ शकतो.

तिचा आक्षेप आहे की फ्रॉईड स्त्रीचा स्वतंत्र विचार न करता पुरुष हे आदर्श प्रारूप मानून त्या तुलनेत स्त्रीचा विचार करतो. आपण लिंग नसलेली व्यक्ती आहोत याचे मुलीला वैगुण्य वाटते, असे फ्रॉईड म्हणतो. तसे काही स्त्रियांना वाटत असेल, पण सर्व मुलींना सरसकट अशी भावना नसते. अनेक लहान मुलींना पुरुषांची वेगळी शरीररचना ठाऊक नसते. थोडे मोठे झाल्यावर लिंग हा पुरुषांच्या शरीराचा एक भाग आहे एवढीच जाणीव असते. लिंगामुळे मुलग्यांना स्पर्शाने सुख मिळते हे त्यांना ठाऊक नसते. त्यामुळे त्यांना लिंगहेवा वाटतो हे खरे नाही. उलट शरीराबाहेर लोंबणाऱ्या या मांसल इंद्रियाविषयी किळसच वाटत असते. त्यांना हेवा वाटतो तो मुलग्यांच्या शारीरिक शक्तीचा. तसा तो का वाटतो याचे स्पष्टीकरण फ्रॉईड देत नाही.

मुलांमधील इडिपस गंड व मुलींमधील इलेक्ट्रा गंड फ्रॉईड म्हणतो इतका

सगळ्यांमध्ये आढळत नाही. मुलींमधील शिश्निकेचा आनंद हा स्थानिक म्हणजे त्या जागेपुरता असतो. वयात आल्यावर योनीप्रमाणे तिच्या शरीरात अन्य कामोत्तेजक अवयव विकसित होऊ लागतात. दहा वर्षांच्या मुलीने वडिलांना मिठी मारणे म्हणजे शिश्निकेच्या स्पर्शातून आनंद मिळवण्याचा प्रयत्न असे म्हणणे हा मूर्खपणा आहे. लैंगिकतेपासून भावना कशा वेगळ्या आहेत, हे समजून घ्यायला फ्रॉईडचा काही उपयोग नाही. मुलीतील कामभावनेमुळे ती वडिलांना देव समजत नाही किंवा मुलगा आईला देवी समजत नाही. वडिलांच्या हातात जे अधिकार असतात त्यामुळे मुलगी त्यांना मोठे समजते. पण पितृप्रधानता हा सामाजिक घटक आहे, हे फ्रॉईड लक्षात घेत नाही. इतिहासात कोणत्या क्षणी पुरुषाने स्त्रीवर सत्ता गाजवायला सुरुवात केली, तो क्षण पुरोगामी विचारांचा होता असे फ्रॉईडला वाटते. पण तो पुढे म्हणतो की ही पितृप्रधानता नव्हती, हा अधिकार पुरोगामी विचारांनीच पुरुषाला दिला.

अ‍ॅडलरलादेखील माणसाच्या सर्व जीवनाचे स्पष्टीकरण केवळ लैंगिकतेने देणे मान्य नाही. लैंगिकतेला पूर्ण व्यक्तित्वाची जोड दिली पाहिजे. केवळ सुखोपभोगाचा शोध एवढेच माणसाचे ध्येय नाही. लैंगिक इच्छेचे परिवर्तन काही हेतू मनात ठेवून योजना राबवण्याच्या क्षमतेत होते. यात बुद्धिमत्तेला इतके स्थान आहे की लैंगिकता केवळ प्रतीकात्मक राहते.

स्त्रीला न्यूनगंडापायी स्त्री असण्याची लाज वाटते. हा न्यूनगंड लिंगाच्या अभावापायी नव्हे, तर स्त्रीच्या एकूण परिस्थितीमुळे निर्माण होतो. पुरुष असण्याचे मुलग्याला जे फायदे मिळतात, त्यामुळे मुलीला लिंगहेवा वाटू शकेल. घरात वडिलांना असणारा मान, जगात सर्वत्र असलेला पुरुषांचा वरचष्मा, तिला मिळणारी शिकवणूक या सर्व गोष्टी तिच्या मनात पुरुषश्रेष्ठत्व नक्की करतात. तरुणपणी संभोगातही तिचे स्थान खाली असते, त्यावेळी वाटणाऱ्या लाजेला ती दोन प्रकारे विरोध करते. एकतर ती स्वत: पुरुषासारखी आक्रमक होते. नाहीतर आपली बायकी शस्त्रे वापरून पुरुष विरोधात उभी राहते. आईपणात मुलग्यामुळे तिला लिंगकमीपणाचा पर्याय सापडतो. पण फ्रॉईडने म्हटले आहे की आई आपली स्त्री भूमिका मान्य करते व आपला कमीपणा गृहीत धरते; पण एकंदर पुरुषाच्या तुलनेत तिच्यामध्ये भरपूर न्यूनगंड असतो.

सिमॉनला फ्रॉईडचे लैंगिक व अ‍ॅडलरचे हेतूंचे स्पष्टीकरण दोन्हीही अपुरे वाटतात. त्या दोघांच्या उपपत्तीचे ती एकत्रीकरण करते. तिच्या मते स्त्रीजीवनाच्या नात्यात जैविक स्त्रीगुण व हेतुत: आत्मसात केलेले पुरुषी गुण यांचा संघर्ष चालू असतो. वडिलांवरच्या प्रेमाची परिणती नवऱ्यामध्ये वडिलांचे गुण शोधण्यात होते.

त्यामुळे ती नवऱ्याशी नरमाईने वागते. पण अपत्यप्राप्ती झाल्यावर तिला महत्त्व प्राप्त होते. आईपणामुळे तिला एक नवे स्वातंत्र्य मिळत असते. स्त्री जीवनाच्या या नाट्यातून तिला एक जोशपूर्ण, तरतरीत उर्जा मिळत असते. अनेक विपर्यस्त घटनांतून ते नाट्य तिचा पाठपुरावा करते आणि प्रत्येक स्त्री निष्क्रियपणे या चाकोरीतून जाते.

मनुष्याच्या जीवनात लैंगिकतेची भूमिका नक्कीच महत्त्वाची आहे. पुरुषांची जननेंइंद्रिये व स्त्रीच्या शरीरातील बीजांडकोश, इतर सर्व अवयवांच्या कार्याशी कसे संबंधित असतात, ते शरीरशास्त्राने स्पष्ट केले आहे. लैंगिक शरीर हे माणसाचे अस्तित्व आहे. त्याच्या लैंगिकतेमुळे त्याचा दुसऱ्या लैंगिक शरीराशी संबंध येतो. पण शरीर आणि लैंगिकता या स्पष्ट अभिव्यक्ती असतील, तर त्यांचे महत्त्व अभिव्यक्तीच्या संदर्भातच स्पष्ट करायला हवे. हा दृष्टिकोन न बाळगता मनोविश्लेषणशास्त्र काही अस्पष्टीकारक गोष्टी गृहीत धरते. उदाहरणार्थ, आपले बूड उघडे टाकून लघ्वीला बसण्याची लहान मुलीला 'लाज' वाटते. पण 'लाज' म्हणजे काय? त्याचप्रमाणे लिंग हा पुरुषाच्या 'अभिमानाचा' भाग असतो असे म्हणताना 'अभिमान' म्हणजे काय, हे स्पष्ट असायला हवे किंवा व्यक्ती आपल्या आकांक्षांना जिवंत वस्तूचे रूप कसे देऊ शकते, हे ठाऊक असायला हवे. लैंगिकतेचे विश्लेषणच करता येणार नाही, असे गृहीत धरणे योग्य नाही. अस्तित्व असलेल्या व्यक्तीला आपल्या अस्तित्वाचा शोध घेण्याची मूळ प्रवृत्ती असतेच. लैंगिकता हा या शोधाचा एक भाग होय. एकमेव भाग नाही. सार्त्र आणि बॅचलार्ड या दोघांनीही हेच दाखवून दिले आहे. मनोविश्लेषकसुद्धा विश्वास ठेवतात की व्यक्तीचे आपल्या शरीराशी असलेले नाते आणि समाजातल्या त्याच्यासारख्या असलेल्या व्यक्तीशी असलेले नाते या दोन्हीशी असलेला संबंध सत्य होय. पण माणसाला त्याच्या भोवतालच्या नैसर्गिक जगाविषयीही एक आदिम कुतूहल असते. ते तो आपल्या कामामधून, मनोरंजनातून, काल्पनिक अनुभवातून शमवण्याचा प्रयत्न करतो. संपूर्ण जगामार्फत तो स्वत:ला अस्तित्वाशी घट्ट बांधून घेतो. जमीन नांगरणे, खड्डे खणणे वगैरे क्रिया समागमाइतक्याच प्राथमिक स्वरूपाच्या आहेत. त्यांना लैंगिक प्रतिमा समजणे चूक आहे. पोकळी, गिळगिळीतपणा, खोल घाव, कठीणपणा हे सामान्य वास्तव आहे. ते काही कामप्रेरणेतून निर्माण होत नाही. उलट हे वास्तव समजत गेल्यावर त्यांचा प्रभाव कामप्रेरणेवर पडतो. काम, युद्ध, खेळ, कला याद्वारे तो जगाशी जोडला जातो व त्याच्या कामप्रेरणेवर बंधने येतात. त्यामुळे व लैंगिक अनुभवांमुळे माणसाला स्वत:ची ओळख होते.

व्यक्तीच्या वर्तनाचे मूळ फ्रॉईड स्वप्ने, त्याचे बोलणे, वागणे यातून शोधतो,

पण व्यक्ती स्वेच्छेने काही निर्णय घेते, हे व्यक्तिस्वातंत्र्य फ्रॉईड मानत नाही. व्यक्ती स्वतंत्र असली तरी ती दुसऱ्या कुणाशी आपल्याला जोडू बघते. स्वत:पासून स्वत:ला बाजूला काढण्याची ऊर्मी इतकी तीव्र असते की अगदी लहान मूलसुद्धा जेव्हा आरशात स्वत:चे प्रतिबिंब पाहते, त्यावेळी ते प्रतिबिंब आपल्यापेक्षा वेगळे आहे हे त्याला समजते. पुरुषाचे लिंग हे त्याच्या अस्मितेचे, अभिमानाचे प्रतीक असते. जीवनाच्या इतर क्षेत्रातही लिंग हे श्रेष्ठत्वाचे, वरचढपणाचे प्रतीक असते. फ्रॉईड म्हणतो त्याप्रमाणे मुलीला खच्चीकरण गंड निर्माण होतो, कारण ती लिंगासारख्या बाह्य वस्तूमध्ये स्वत:ला वेगळे करून पुन्हा स्वत:सारखे एकसंध करू शकत नाही. त्यामुळे तिला स्वत:ला लैंगिक भान होत नाही व ती स्वत:ला एक कृतिशील अस्तित्व म्हणून सिद्ध करू शकत नाही. मात्र ज्या समाजात स्त्री जन्माला येते, वाढते त्या समाजातील सामाजिक, सांस्कृतिक परिस्थितीनुसार तिचे व्यक्तित्व घडते. म्हणून केवळ शरीरात काय घडामोडी घडतात, यावरून व्यक्तीची जडणघडण मोजता येणार नाही, तर भोवतालच्या जगाशी व्यक्तीचे काय नाते आहे व त्यातून व्यक्ती काय निर्णय घेते, या गोष्टीलाही तितकेच महत्त्व आहे.

पुरुषाची लिंगभावना श्रेष्ठ मानून फ्रॉईड स्त्रीकडे बघतो. त्यामुळे तिच्या लैंगिकतेचे बहुविध पदर तो लक्षात घेत नाही. स्त्रीचे वर्तन त्याच्या 'नैसर्गिक' या तत्त्वात बसले नाही, तर तिच्यात काही उणीव आहे असे तो समजतो. पण एखादी स्त्री हेतुत: काही वेगळे व तिला योग्य वाटेल असे वागू शकते, ही शक्यता लक्षात घेतली जात नाही. म्हणजे तिने पुरुषासारखेही वागता कामा नये व स्त्रीसारखे वागणे म्हणजे स्वत:ला नेहमी दुर्बल, दुय्यम समजणे होय. या कात्रीत सापडलेली स्त्री स्वत:ला एक स्वतंत्र व्यक्ती म्हणून शोधण्याची सतत धडपड करत असते. स्वत:ची नीतिमूल्ये स्वत: शोधून ती तिला स्वत:साठी प्रतिष्ठित करावी लागतात. म्हणून ती एक जागरूक व्यक्ती आहे. सिमॉनची फ्रॉईडच्या उपपत्तीबद्दलची ही मते थोडक्यात अशी आहेत.

- ३ -

स्त्री पुरुषांच्या लैंगिक जडणघडणीसंबंधी फ्रॉईडने मांडलेल्या विचारसरणीची तपशीलवार समीक्षा सुप्रसिद्ध स्त्रीवादी अभ्यासक केट मिलेटने आपल्या 'सेक्स्युअल पॉलिटिक्स' (१९७०) या ग्रंथातील 'फ्रॉईड अॅन्ड द इन्फ्लुअन्स ऑफ सायकोॲनॅलिटिकल थॉट' या लेखात केली आहे. ती म्हणते की फ्रॉईड ही लैंगिक राजकारणातील अत्यंत प्रभावशाली, वैयक्तिक प्रतिक्रांती करणारी शक्ती आहे.

इंग्लंडमध्ये तो लोकप्रिय होता, पण अमेरिका फ्रॉईडच्या विचाराने अधिक प्रभावित झाली. स्त्रीवादी लैंगिक क्रांतीचे अमेरिका हे पहिले केंद्र असूनही तिथे त्याच्या विचारांची गरज भासली. स्त्री पुरुषांमधील लैंगिक संबंधांचे तार्किकीकरण करून त्याने पूर्वापार चालत आलेल्या धारणाच पक्क्या केल्या. एकप्रकारे पुरुष व स्त्रियांचे कार्यक्षेत्र विभिन्न आहे, या जुन्या तत्त्वावर त्याने नव्या मानसशास्त्रीय भाषेतून कपडे चढवले. स्त्रीला वर्षानुवर्षे मिळालेल्या पारंपरिक दुय्यमत्वापासून स्वातंत्र्य मिळवणे हे लैंगिक क्रांतीचे ध्येय असलेल्या काळात, फ्रॉईडने प्रतीगामी दृष्टिकोन आणून स्त्री स्वातंत्र्याच्या विरोधी बोलणाऱ्यांना बळ दिले.

स्त्रीच्या मानसशास्त्राचा विचार करताना त्याच्याकडे येणाऱ्या त्या काळातील स्त्रिया मुख्यत: मानसिक समायोजन करू न शकल्याने असंतुष्ट असणाऱ्या होत्या. त्यामधे आपल्या भावनांबद्दल न्यूनगंड असणाऱ्या, स्वत:च्या लैंगिकतेचा तिरस्कार वाटणाऱ्या, आपल्या निष्क्रियतेविरोधात बंड करणाऱ्या, पुरुषांना मिळणाऱ्या अतिरिक्त स्वातंत्र्याचा हेवा वाटणाऱ्या, बौद्धिक आणि कलात्मक यश मिळवणाऱ्या, पुरुषांबरोबरीने समानता मिळवण्याची महत्त्वाकांक्षा बाळगणाऱ्या, स्वातंत्र्य मिळवण्यासाठी संघर्ष करणाऱ्या, आपण पुरुषासारखे व्हावे म्हणून काही क्लृप्त्या वापरणाऱ्या बायका होत्या. त्यांचे वर्गीकरण फ्रॉईड दोन प्रकारे करतो. १) लैंगिक भावनाभिव्यक्ती दडपणाऱ्या स्त्रिया (कधी उन्मादाचे झटके येणाऱ्या स्त्रिया) २) आपल्या सामाजिक परिस्थितीबद्दल असमाधानी असणाऱ्या स्त्रिया.

या स्त्रियांकडे, सामाजिक परिस्थितीचा बळी या दृष्टीने फ्रॉईड बघत नाही, तर वैश्विक स्त्रीवृत्ती म्हणून बघतो. त्याने या वृत्तीला लिंगहेवा असे नाव दिले. (पेनिसएन्व्ही). त्याचे मूळ तो बालपणातील अनुभवात शोधतो. निष्क्रियता (पॅसिव्हिटी), स्वपीडनात, विशेषत: लैंगिक स्वपीडनात, आनंद मानणे आणि स्वप्रेम (नारसिझम) ही स्त्रियांची स्वभाववैशिष्ट्ये लिंगहेव्याशी संबंधित आहेत असे तो मानतो. या उपपत्तीवर आधारलेली स्त्रीची व्याख्या नकारार्थी आहे. ती पुरुष नाही म्हणून ती स्त्री आहे. त्याच्या विचारात पुरुष केंद्रस्थानी आहे व त्याच्या अनुषंगाने स्त्रीचा विचार होतो. पुरुष हा जन्मत:च श्रेष्ठ आहे आणि त्याचा श्रेष्ठपणा सिद्ध करून दाखवता येतो. पण स्त्री ही जन्मत:च कनिष्ठ; या गृहीतकावर फ्रॉईडची चिकित्सा उभी आहे. पण पितृप्रधान समाजव्यवस्थेत अशा कोणत्या शक्ती आहेत की ज्या स्त्रीला कनिष्ठ ठरवतात, याचा विचार फ्रॉईड करत नाही. उलट स्त्रीच्या शरीर रचनेमुळे ती निसर्गत:च कनिष्ठ ठरते, असे म्हणून तो मोकळा होतो. गोऱ्या वांशिक समाजात काळे म्हणून जन्माला येणे कनिष्ठ असे. म्हणून वांशिक भेदाबद्दल काहीच बोलायचे

नाही, असेच फ्रॉईडचे पुरुष श्रेष्ठ व स्त्री कनिष्ठ म्हणण्याचे धोरण आहे. स्त्रियांच्या असमाधानाला लाभलेला मोठा सांस्कृतिक संदर्भ सोडून देऊन तो केवळ लिंगच्छेदन गंडापुरता मर्यादित राहतो. फ्रॉईड म्हणतो की बालपणीच बरोबर खेळणाऱ्या मुलग्याचे लिंग पाहून हा अवयव श्रेष्ठ आहे व तो आपल्याला नाही या अभावात्मकतेमुळे तेव्हापासून त्या लिंगहेव्याच्या बळी ठरतात. इथे अनेक गोष्टी फ्रॉईडने गृहीत धरल्या आहेत. जे आकाराने मोठे ते श्रेष्ठ असे मुली का मानतात? बालपणातील स्वप्रेमाच्या वृत्तीतून आपले शरीर प्रमाण मानून त्या मुलग्यांचा का विचार करत नाहीत? मुलगा किंवा मुलगी यांना विरोधी अवयवांचा अनुभव नसतो, त्यामुळे तिला आपल्यातला कमीपणा कसा कळतो वा मुलग्याला आपण वरिष्ठ हे कसे जाणवते, हे फ्रॉईड स्पष्ट करत नाही. मुलीला वाटणारा लिंगहेवा वा मुलग्याला वाटणारी लिंगच्छेदनाची भीती यांचा कोणताही वस्तुनिष्ठ पुरावा फ्रॉईडकडे नाही. या कल्पना केवळ व्यक्तिगत अनुभवावरून वा पुरुषश्रेष्ठत्वाच्या पूर्वग्रहातून आल्या आहेत. या सगळ्या विचारात त्याच्या अनुयायांनी अधिक भर घातली. डॉश (Deutsch) शिश्निकेला (क्लिटोरी) लिंगाचा अपुरा पर्याय म्हणतो, तर कार्ल अब्राहम तिला स्त्रीचे दारिद्र्य समजतो. स्त्रीचे मूल धारण करणे म्हणजे तिच्या शरीररचनेतील अपुरेपणाला असणारा पर्याय आहे, असे या सर्वांनाच वाटते. खरे म्हणजे लोकसंख्येने अर्ध्या असणाऱ्या स्त्रियांनी आपल्याकडे जे आहे ते जैविक कारणांनी अपुरे आहे व त्यामुळे समाज विकासात आपल्याकडे कनिष्ठ दर्जा येणे स्वाभाविक आहे असे मान्य करावे, हे कल्पनेच्या पलीकडे आहे. लिंगहेव्याच्या उपपत्तीमुळे फ्रॉईडला स्त्रियांच्या असमाधानाचे सामाजिक स्पष्टीकरण देता येत नाही.

स्त्रीला निसर्गाने घालून दिलेल्या अवस्थेमधून जात पुनर्निर्मितीत आपल्या आयुष्याची परिपूर्णता मिळते, असे फ्रॉईड म्हणतो. विशेषत: मुलगा झाला तर तिने दीर्घकाळ इच्छिलेले लिंग तो घेऊन येतो, म्हणून तिला विशेष आनंद होतो. मात्र फ्रॉईडच्या मते काही स्त्रिया पुरुषगंडाला (मॅस्क्युलिनिटी कॉम्प्लेक्स) बळी पडतात. 'आईपणा आणि पुनर्निर्मिती या जैविक पातळीच्या पलीकडे आपले अस्तित्व सिद्ध करण्याची त्यांची खटपट असते. त्यातील काही आपली लैंगिकता दुर्लक्षित करतात, तर काही अन्य स्त्रियांकडे वळतात. (लेस्बियन स्त्रिया) काही पुरुषी महत्त्वाकांक्षेचा पाठलाग करतात. या स्त्रिया स्त्रियांप्रमाणे न वागता विद्यापीठात प्रवेश घेण्याची इच्छा धरतात, जीवनाचा स्वतंत्र मार्ग शोधतात, स्त्रीवाद स्वीकारतात, अस्वस्थ होतात. त्यांना मानसिक उपचारांची गरज आहे. या अपरिपक्व व अपुऱ्या बायका आहेत. स्त्रीने आपले भागधेय सन्मानाने स्वीकारावे. आपण कनिष्ठ आहोत हे मान्य करणारी

स्त्री आईपणाला चिकटून राहते व त्यातच तिच्या आयुष्याचे सार्थक आहे.' या फ्रॉईडच्या विवेचनातून परंपराप्रिय समाजामध्ये फ्रॉईड इतका लोकप्रिय विचारवंत म्हणून का गणला गेला याचे कारण मिळते. स्त्रियांच्या वंचिततेचे कारण त्यांची जैविक रचना आहे, म्हणून ती बदलता येणार नाही, या फ्रॉईडच्या विचारसरणीत अनेक दोष आहेत. आपले स्वतंत्र व्यक्तित्व शोधून विद्यापीठीय अभ्यास करणाऱ्या स्त्रियांना त्याने अपसामान्य (ॲबनॉर्मल) समजण्याची चूक केली. व्यवसाय वा विद्यापीठीय शिक्षण सर्व 'जन्मजात' पुरुषांची मक्तेदारी आहे, याला पुरावा काय आहे?

सांस्कृतिक जगतावरचे पुरुषांचे वर्चस्व त्यांच्या पुरुष असण्यात आहे, हे पटण्यासारखे नाही. जर लिंगहेवा या कल्पनेला काही अर्थ असेल, तर तो पूर्णपणे सामाजिक संदर्भातून निर्माण झाला आहे, हे लक्षात घ्यायला हवे. लिंगश्रेष्ठत्व समजण्याच्या आधीपासूनच बालिकेला पुरुषी वर्चस्वाचा अनुभव येतो. घरात, कुटुंबात, शाळेत, समाजात मुलगा म्हणून त्याला जे अधिकचे फायदे दिले जातात त्यातून आणि अनेक सामाजिक माध्यमांतून (अगदी पाठ्यपुस्तकातूनसुद्धा), धार्मिक रितीरिवाजातून आणि मोठ्यांच्या वागणुकीतून सुद्धा त्यांना पुरुषश्रेष्ठत्वाची शिकवण दिली जाते. त्यामुळे सर्व स्तरावर पुरुषांना मिळणारे श्रेष्ठत्व पाहून, मुलीला, फ्रॉईड म्हणतो त्याप्रमाणे, लिंग पाहिल्याने नव्हे तर केवळ लिंगामुळे त्यांना जे फायदे मिळतात, त्याचा हेवा वाटतो. म्हणजेच जैविकता आणि सांस्कृतिक दर्जा याचा फ्रॉईडने जोडलेला संबंध अनाकलनीय आहे. त्याची ही सर्व विधाने स्त्रीवादी विचारांच्या विरोधी आहेत. स्वतंत्र आणि बुद्धिमान स्त्रियांचे पंख कापण्याचेच हे काम आहे. आपल्या शारीरिक कमतरतेवर मात करून ज्या स्त्रिया सांस्कृतिक क्षेत्रात काही करून दाखवतात, त्यांना केवळ लिंगहेव्याच्या तत्त्वज्ञानात बसवणे योग्य नाही. त्याच्याकडे येणाऱ्या पेशंट स्त्रिया आपल्याच कामात आपण अधिक निर्मितीक्षम कसे होऊ या मार्गदर्शनासाठी येत. फ्रॉईडला बुद्धिमत्ता आणि पुरुष यांचा संबंध इतका जैविक वाटे की तो त्या स्त्रियांना त्यांचा व्यवसाय अनैसर्गिक असल्याचे सांगून स्त्रीला साजेशी जीवनशैली अनुसरायला सांगे.

फ्रॉईडच्या मतानुसार 'स्त्री स्वभावाचे दोन कंगोरे लिंगहेवा दाखवतात, विनम्रपणा आणि मत्सर. आपल्यामध्ये असलेल्या लैंगिक कमतरेमुळे येणारे नैराश्य तिच्यात लज्जा उत्पन्न करते. लज्जा हा स्त्रीचा फार मोठा गुण आहे, त्यामुळे ती आपली जननेंद्रिये झाकून घेते, असे फ्रॉईड मानतो. या लज्जेतूनच विनम्रपणा जन्माला येतो. लैंगिक मत्सर पुरुषांना स्त्रीपेक्षा कमी असतो. स्त्रियांच्या मानसिकतेतच

मत्सर असल्यामुळे स्त्रियांमध्ये न्यायाची भावना कमी असते. शरीररचना हीच आपले भागधेय ठरवते (ॲनॉटॉमी इज डेस्टिनी) हा फ्रॉईडचा लाडका सिद्धान्त आहे. म्हणून त्याच्या मते जी स्त्री आपले 'स्त्रीत्व' व नैसर्गिक भूमिका नाकारते ती मानसिक आजाराने पछाडलेली आहे. फ्रॉईडइतकी विरोधी आणि विनाशक भूमिका स्त्रीवादाला कोणीच घेतली नाही. आपल्याला योग्य किंवा न्याय्य वागणूक मिळावी, म्हणून वंचित गटाने मागणी केली, तर त्यांना मत्सरी ठरवणे हा फार गंभीर आरोप आहे. स्त्रीचे शरीर व स्त्रीचा दर्जा या दोन भिन्न असणाऱ्या गोष्टींचा संबंध फ्रॉईड हेतुत: अगर नकळत जोडतो. शरीर हे निसर्गनिर्मित तर दर्जा हा मानवनिर्मित आहे. पण फ्रॉईड असे दाखवतो की पुरुषांच्या जगाने स्त्रीला जे स्थान दिले ते केवळ निसर्गाने त्या आधी दिलेले स्थान आहे. समागमात पुरुष क्रियाशील व स्त्री निष्क्रिय असते हे फ्रॉईडचे सांगणेही निसर्गाला धरून नाही. कारण स्त्री शरीरात यावेळी आत ज्या असंख्य क्रिया घडत असतात, ती क्रियाशीलताच आहे. 'लिबिडो' या शब्दाचा अर्थ केवळ शारीरिक कामप्रेरणा नाही, तर उत्साह, प्रेरणा, शक्तीचा स्रोत म्हणून हा शब्द वापरला जातो. पुरुषांमध्ये तो उच्च प्रतीच्या उत्साहाचा, शक्तीचा स्रोत आहे. म्हणून तो सामाजिक, सांस्कृतिक कार्यात उच्च योगदान देतो, तर स्त्रीचा 'लिबिडो' हा नीच प्रतीचा आहे, म्हणून ती अशा कार्यात आपले योगदान देऊ शकत नाही, असे फ्रॉईड म्हणतो. पुरुषांनी स्त्रियांच्या मोहापासून दूर राहून उच्च ध्येये साध्य करावीत. मानवी वंशाचे रक्षण करणे पुरुषाचे काम आहे. उत्कट कामप्रेरणेमुळे (लिबिडो) तो स्त्रीच्या इच्छेविरुद्ध आक्रमकपणे आपली इच्छापूर्ती करू शकतो. केवळ वंशवृद्धीसाठी नव्हे तर लैंगिक आनंदासाठी तो संभोग करतो. स्त्रीला लैंगिक भूक कमी असते किंवा नसतेच. ती आक्रमकपणे सुख मिळवू शकत नाही, असे फ्रॉईडचे मत आहे.'

फ्रॉईडच्या मते स्त्रीची तीन जैविक वैशिष्ट्ये आहेत. (१) जन्मजात निष्क्रियता (२) स्वपीडनात (विशेषत: लैंगिक) आनंद मानण्याची वृत्ती (मॅचोसिझम) (३) स्व-रूप प्रेम (नारसिझम)

स्त्रीने असे असणे हे तो नैसर्गिक व आरोग्यपूर्ण समजतो. उदाहरणार्थ, बालपणातील हस्तमैथुनाची अवस्था संपल्यावर तिला निष्क्रियता येते. फ्रॉईडच्या मते निष्क्रियता व स्वपीडन हे परस्परसंबंधी आहेत. लैंगिक जीवनाबद्दलची उदासीनता स्त्रीमध्ये नैसर्गिक व पुरुषामध्ये अनैसर्गिक असते. समागम स्त्रीसाठी वेदनादायक असतो, म्हणून ती त्यात आनंद घेते. समागमानंतर स्त्रीला त्या पुरुषाबद्दल कृतज्ञता वाटते व त्याच्या प्रभावाची जाणीव होते. आपण आता कुमारिका राहिलो नाही,

म्हणून आपले मूल्य कमी झाले असेही वाटते. पुरुष त्या असहाय, दुबळ्या स्त्रीवर जम बसवतो, हे सर्व नॉर्मल आहे. पण जेव्हा काही स्त्रियांमध्ये पुरुषगंड निर्माण होतो, ज्या स्वत:ला स्वतंत्र बुद्धिमान समजतात, ज्यांचा लिंगद्वेष पराकोटीचा असतो आणि नव्या शिक्षणाच्या फायद्यामुळे ज्या आपल्याच नैसर्गिक वृत्तीपासून फारकत घेतात, अशा स्त्रियांना 'स्त्री' म्हणून जागेवर आणणे, त्यांनी आपले नैसर्गिक दुय्यमत्व मान्य करणे, सामाजिक सुरक्षिततेसाठी स्वत:कडे कमीपणा स्वीकारणे, आपले नशीब मान्य करून विवाहसंस्थेचे बळ वाढवणे यासाठी त्याने मनोविश्लेषण पद्धती राबवली. स्त्रीचा तिसरा स्वाभाविक गुण 'स्व' प्रेम, स्वत:च्या शरीरावर प्रेम, याकडे फ्रॉईड विकृती म्हणून पाहतो. पुरुषांच्या 'स्व' प्रेमाला तो वरच्या दर्जाचे समजतो, कारण त्यात पोकळपणा नसतो व इतरांचे कौतुक करण्याची वृत्ती असते. पुरुष स्त्रीवर जीव ओतून प्रेम करतो, पण स्त्रीला मात्र प्रेम करवून घेण्यात जास्त रस असतो, प्रेम करण्यात नव्हे. स्त्रीमधील स्व प्रेम हे लिंगहेव्यातूनही निर्माण होते. आपल्या लैंगिक कमतरतेची भरपाई म्हणून स्त्री आपले सौंदर्यमूल्य वाढवून ठेवते.'

फ्रॉईडची ही सर्वच विधाने वाद निर्माण करणारी आहेत. स्त्री निष्क्रिय असते कारण पुरुषप्रधान व्यवस्थेत निष्क्रियताच तिच्याकडून अपेक्षित असते. स्त्री ही अशा व्यवस्थेत लैंगिक सुखाचे साधन असते. स्त्री वेदनेत आनंद घेते असे म्हणणे म्हणजे स्त्रीकडे असलेल्या शारीरिक कार्याबद्दल पुरुषांचा दृष्टिकोन काय आहे, ते समजणे. पुरुषाचे स्त्रीवरील वर्चस्व, तिची कीव करणे, तिला पीडा देणे, अत्याचार करणे यांचे समर्थन करणे होय, हे फ्रॉईडच्या लक्षात येत नाही. स्व प्रेमाचे फ्रॉईडचे विचार जास्त ताणले, तर स्वत:वर प्रेम करणारी स्त्री आपल्या प्रेमातून पुरुषाला वगळून टाकेल. स्त्रीची अपूर्ण पुरुष अशी संभावना केल्यावर तिच्या बुद्धिमत्तेबद्दल बोलणे अवघड. पण फ्रॉईड ज्याला अविकसित स्त्रीबुद्धी म्हणतो ती तिच्या लैंगिकतेवर असलेल्या सामाजिक बंधनांनी आलेली आहे.

स्त्रिया संस्कृतीच्या खालच्या पातळीवर असतात, कारण त्यांची मर्यादा तेवढीच असते. त्यांच्यावर वंशवृद्धीची एवढी मोठी जबाबदारी आहे की इतर उच्च ध्येयासाठी त्यांना शक्तीच उरत नाही, हे फ्रॉईडचे म्हणणे वरवर मातृत्वाचा गौरव करणारे वाटले, तरी स्त्रीला तिच्या जैविक अस्तित्वापुरते बांधून ठेवणारे आहे.

फ्रॉईड म्हणतो की 'पुरुष आपल्या लिंगविच्छेदनाच्या भीतीतून निर्माण होणाऱ्या अतिअहम् (सुपर इगो) व लैंगिक उन्नयन करण्याच्या माध्यमातून संस्कृतीला मोठेच योगदान देतो. स्त्रीला ही भीती नसते, म्हणून तिला अतिअहम्, जो सदसद्विवेक बुद्धीला जन्म देतो, तो नसतो. त्यामुळे तिला नीतिमत्तेची चाड नसते, कठोर

नैतिकता नसते, न्यायाचे आकलन नसते. जीवनावश्यक गोष्टींना ती सहजपणे शरण जाते. निर्णय घेताना तिला भावनिक पूर्वग्रह असतो व उच्च संस्कृतीसाठी तिचे योगदान नसते. पुरुषप्रधान व्यवस्था हे फ्रॉईडच्या दृष्टीने संस्कृतीचे यश आहे. स्त्री केवळ अक्षम नाही तर बुद्धिमत्तेशी आणि उच्च संस्कृतीशी तिचे वैर आहे. ती अभिजात कलांची द्वेष्टी व अरसिक आहे. ती केवळ कुटुंबातल्या लैंगिक जीवनाची प्रतिनिधी आहे. उच्च संस्कृतीचा विकास हे अतिशय अवघड काम आहे आणि त्यातील आव्हाने पेलण्यासाठी त्याला आपल्या कामप्रेरणेचा, शक्तीचा स्फूर्तीचा, वापर करावा लागतो. नवरा आणि वडील म्हणून स्त्रीच्या अवाजवी अपेक्षा पूर्ण करणे त्याला त्यामुळे शक्य होत नाही. त्यामुळे स्त्रीला संस्कृतीचे शत्रुत्व वाटू लागते आणि या स्वभावाचा परिणाम तिला मनुष्यत्वाच्या हीन पातळीवर नेतो.'

केट मिलेटने या सर्व मुद्यांना विरोधी मते मांडली आहेत.

-४-

१९६३ मध्ये बेटी फ्रिडन या अमेरिकन स्त्रीवादीचे 'फेमिनिन मिस्टिक' हे पुस्तक प्रसिद्ध झाले. फ्रॉईड आणि त्याच्या अमेरिकेतील अनुयायांनी स्त्री जीवनाच्या इतिश्रीबद्दल ज्या संकल्पना मांडल्या, त्यातून 'फेमिनिन मिस्टिक' या संकल्पनेचा उदय झाला. त्यालाच 'फ्रॉईडियन मिस्टिक' असेही म्हटले जाते. पुरुषाच्या लैंगिक जीवनात एक निष्क्रिय वस्तू बनल्याशिवाय स्त्रीला आनंद मिळणारच नाही. स्त्रीचा पुरुषाबद्दलचा जो दाबलेला मत्सर आहे आणि तिची जी विकृत मानसिक इच्छा आहे की आपण पुरुषाच्या बरोबरीचे व्हावे, त्यापासून तिची सुटका करायला हवी. स्त्री म्हणून लैंगिक परिपूर्णतेचा आनंद आपली नैसर्गिक दुय्यमता मान्य करूनच तिला मिळेल, असे हे तत्त्वज्ञान सांगते. स्त्रियांच्या विचारांवर याचा दबाव पडून तेच काही काळ त्यांना खरे वाटू लागले. ज्या भूमिकेबाबत आपण असमाधानी आहोत तीच भूमिका स्वीकारण्याची तडजोड या विचारांनी शिकवली. निष्क्रिय व परावलंबी असणे हेच स्त्रीच्या बाबतीत नैसर्गिक आहे. बौद्धिक महत्त्वाकांक्षा असणे विकृत आहे, अशा शिकवणुकीने स्त्रीचा विकास खुंटवला, तिचे भवितव्य संपवले, तिला नको इतके सुरक्षाकवच देऊन दुर्बळ करून ठेवले. त्यामुळे सुशिक्षित स्त्रियांनीही पुन्हा गृहिणी छापाचे आयुष्य स्वीकारले. आपण स्वत: कोण आहोत हे कळण्यापूर्वीच त्यांनी आपली 'बाई' ही भूमिका निश्चित करून टाकली. स्वत:चा स्त्रीपणा मिरवणे, उपभोगणे, श्रीमंत पुरुषांशी लग्न करणे, स्त्रीपणाचा परमोच्च बिंदू म्हणून अनेक

मुलांना जन्माला घालणे हेच स्त्रीच्या आयुष्याचे सारसर्वस्व आहे, हे स्त्रीच्या मनावर बिंबवण्यात फ्रॉईडचे अनुयायी यशस्वी झाले.

काही वर्षे या मोहिनीच्या सुखसमाधानात राहिल्यावर स्त्रियांनाच प्रश्न पडू लागले की मी कोण? नवरा आणि मुले यांच्यातच आनंद मानणे हा माझ्या जीवनाचा अर्थ आहे का? या असमाधानामुळे येणारी पोकळी, अपूर्णता, मी कुणीच नाही या सततच्या हेक्यामुळे स्त्रियांना मोठ्या प्रमाणावर नैराश्याने ग्रासले. माणूस म्हणून माणसासारखे जगणे अपराधी वाटत होते. हे जीवन केवळ शारीरिक पातळीवर व बंदिस्त पिंजऱ्यातील सुरक्षा देणारे होते. या तत्त्वज्ञानाने दाखवलेल्या वाटेने परमोच्च सुख, समाधान काहीच वाट्याला आले नाही. काही वर्षांनी अमेरिकन स्त्री या फेमिनिन / फ्रॉईडियन मिस्टिकमधून बाहेर पडली. जोपर्यंत स्त्री आपल्या सर्व सामर्थ्यानिशी पूर्ण मानव म्हणून विकसित होत नाही, तोपर्यंत लैंगिक समाधानातील सर्वोच्च आनंद तिला देता वा घेता येणार नाही. मानसशास्त्रातील आधुनिक संशोधन असे सांगते की व्यक्तीला 'स्व'ची ओळख पटल्याने उच्चतम लैंगिक समाधानात अडचण तर येत नाहीच, उलट या दोन्ही गोष्टींचा फार जवळचा संबंध असतो. सृजनातील अनुभवांप्रमाणेच लैंगिक समागमात 'स्व-भाव' विसरून दुसऱ्या व्यक्तीशी एकरूप व्हावे लागते आणि ज्याला / जिला या 'स्व'ची ओळख पटली आहे आणि ज्याचा / जिचा स्व पूर्ण विकसित झाला आहे तो / तीच दुसऱ्यांमध्ये पूर्ण एकरूप होऊ शकते. म्हणूनच पुरुषाइतकीच स्त्रीलाही स्वत:ची ओळख पटणे, स्वविकास, स्वतंत्रता व स्वावलंबन यांची व्यक्ती म्हणून तितकीच गरज आहे. या गोष्टी जेव्हा नाकारल्या जातात तेव्हा गंड व विकृती निर्माण होतात. पुरुषांप्रमाणेच स्त्रीसुद्धा केवळ लैंगिक आयुष्य जगून राहू शकत नाही. बौद्धिक करिअर, स्वायत्तता, निर्मितीच्या कार्यातील सक्रिय सहभाग या गोष्टी तिला परिपक्व करतात व या परिपक्वतेचा शारीरिक सुखसमाधानाशी जवळचा संबंध आहे.

सुप्रसिद्ध भाषावैज्ञानिक व फ्रेंच स्त्रीवादी मानसशास्त्रीय चिकित्सक ज्युलिया क्रिस्तिव हिने फ्रॉईडच्या स्त्रीविषयक मतांची स्त्रीवादी दृष्टिकोनातून रचनात्मक चिकित्सा केली आहे. (१९८१). तिच्या मते फ्रॉईडने एक तरफ निर्माण केली आहे, जिच्या दोन टोकाला स्त्री व पुरुष आहेत आणि ते समान पातळीवर एकत्र येण्याची कोणतीच शक्यता नाही. लैंगिक फरक हा समाजरचनेतील फरक अधोरेखित करतो. सर्व स्त्रिया या बायकीच आहेत व सर्व पुरुष हे पुरुषीच आहेत, अशा प्रकारच्या धोरणामुळे पितृसत्तेला स्त्रीत्वाची व्याख्याच करता येत नाही, पण सर्व स्त्रियांना या प्रतीकरचनेत

मुख्य प्रवाहापासून सामाजिकदृष्ट्या बाजूला टाकणे शक्य होते. यामुळे पितृसत्ताकामध्ये प्रतीकात्मक व्यवस्थेत जे बाजूला टाकले जाते, ते म्हणजे स्त्रीत्व, अशी स्त्रीत्वाची व्याख्या करावी लागते. स्त्रियांना बाजूला सरकावण्याच्या क्रियेने स्त्रियांवरील दडपशाही उघड होते. प्रतीकात्मक रचनेमध्ये पितृसत्ता स्त्रियांकडे दुय्यम स्थानाची स्थिती म्हणून पाहते, म्हणजे अन्वयार्थाने ही स्त्रीची सीमारेषा किंवा मर्यादा ठरते. स्त्रीवरची दडपणूक ही सत्ता, भाषा, अर्थ इत्यादी माध्यमातून होत असते. आपण अस्तित्वात आल्यापासूनच आपल्या भाषेत जन्म घेतो, भाषा आपल्याशी बोलते, तिचे कायदे सांगते. फ्रॉईड म्हणतो की स्त्री ही कडेला, सामासिक जागेत आहे. म्हणजे भाषेबाहेर, कायद्याच्या जागेबाहेर, संस्कृतीबरोबर संबंध नसलेली आहे. कारण तिच्याकडे पुरुषाचे लिंग, जे सामर्थ्य निर्मितीचे प्रतीक (फॅलस) समजले जाते, त्याचा अभाव आहे. या विचारसरणीला विरोध करताना विमेन्स टाईम' या लेखात ती स्त्रीवाद्यांचा तिहेरी संघर्ष अधोरेखित करते.

१) रचनात्मक पद्धतीत समान दर्जा - स्त्रीचे स्वातंत्र्य व समता
२) फरकावर उभ्या राहणाऱ्या व पुरुषांनी निर्माण केलेल्या स्त्रीपणा या कल्पनेचे उच्चाटन
३) पुरुषी व बायकी या फरकात्मक तत्त्वज्ञानाला नकार.

या प्रकारची स्त्रीवादी विचारसरणी, लिंगामुळे विशिष्ट गुण प्राप्त होतात, या कल्पनेला मान्यता देत नाही. क्रिस्तिवची विघटनवादी विचारसरणी स्त्रीवादातील मूर्तिभंजकतेचे उदाहरण आहे. समाजरचनेत जे परिपूर्ण, निश्चित रचनात्मक, अर्थपूर्ण मानले गेले आहे, त्यावर प्रहार करणे ही स्त्रीवादी क्रांतीची हाक आहे. मात्र स्त्रियांनी सामाजिक नियमांचा भंग केल्याने स्त्रियांपुढे असा पेच निर्माण होतो की एकतर कार्यक्षम पुरुष बना किंवा जे सामर्थ्य निर्मितीचे प्रतीक आहे, त्यापासून दूर रहा, स्वत:ला इतिहासापासून दूर ठेवा. यामुळे स्त्रिया छिन्नमनस्क होतात. नकळत स्वत:पासून घटस्फोट घेतात. स्त्रिया इतिहासात गप्प दिसतात, पण जोपर्यंत त्या काही बोलणार नाहीत, तोपर्यंत त्या इतिहासाच्या प्रक्रियेतून बाजूला राहतील. जर का त्या बोलायला लागल्या, लिहू लागल्या तर त्या इतिहासातील गाळलेल्या आणि लपवलेल्या जागा उघडकीस आणतील आणि इतिहासाच्या पुनर्लेखनाची गरज सजगपणे उघडकीस आणतील.

दुसरी फ्रेंच स्त्रीवादी मनोवैज्ञानिक व भाषातज्ञ हेलन सिक्सस ही क्रिस्तिवाप्रमाणे विघटनवादी नाही. स्त्री पुरुष फरकावर उभ्या असलेल्या तत्त्वज्ञानाचा वापर स्त्री शक्ती म्हणून कसा करून घेता येईल, याचा विचार ती करते. 'कॅस्ट्रेशन ऑफ

डिकॅपिटेशन' या लेखात तिने फ्रॉईडच्या मताचा समाचार घेतला आहे. सिक्ससने स्त्री पुरुष किंवा बायकी पुरुषी अशा विरोधी जोड्यांशी संबंधित असे संदर्भ गोळा केले आहेत व ते पितृसत्ताक मूल्यपद्धतीशी कसे जवळून जोडले गेले आहेत, ते दाखवले आहे. हे विरोध उतरंडीचे आहेत, कारण त्यात स्त्रीची बाजू नकारार्थी, दुर्बळ, अपात्र अशीच पाहिली गेली आहे. पुरुष स्त्री हा भेद, स्त्रीत नसलेले अनेक गुण सांगण्यासाठीच होतो आणि जन्मजात नसलेले अनेक गुण स्त्रीचे नैसर्गिक म्हणून तिच्यावर लादले जातात. पुरुषाला पराक्रमी ठरवायचे असेल, तर स्त्रीला दुबळी ठरवावी लागते. पुरुष क्रियाशील म्हणून फ्रॉईड स्त्रीला क्रियाशून्य मानतो. पुरुषसत्ताक पद्धतीत पुरुष नेहमीच विजयी असतो, कारण विजय म्हणजे क्रियाशीलता व पराजय म्हणजे क्रियाशून्यता असे समजले जाते. अशा समीकरणामध्ये स्त्रीला कुठलीच जागा न सोडण्याच्या भूमिकेचा सिक्सस धि:क्कार करते.

स्त्रिया शरीरामुळे वेगळ्या मानल्या जातात, तर मग स्त्रीचे शरीर आणि लैंगिकता हाच तिच्या शक्तीचा मोठा स्रोत बनू शकतो असे ती मानते. विशेषत: आई म्हणून जी स्त्री दबून गेली आहे, तिचे पुनर्उत्थापन व्हायला पाहिजे. स्त्रीची शृंगारप्रवृत्ती ही विमोचक आहे. शृंगारिक इडिपलपूर्व आई हे दबल्या न गेलेल्या आईचे उदाहरण आहे आणि ते विचारसरणीतील बदलाचे वाहक ठरू शकते. स्त्री-कल्पना बांधू शकतील अशा गोष्टी लिहिल्या गेल्या पाहिजेत. जे प्रतीकात्मकतेत कापले गेले आहे, ते हे लिखाण असेल. हा आईचा खरा आवाज असेल.

हडळी म्हणून, वेड्या म्हणून, छिन्नमनस्क इत्यादी कारणांनी ज्या संस्कृतीच्या काठावर टाकल्या गेल्या आहेत, त्यांचे आतले आवाज हे विस्कळीत पण खरे स्त्रीवादी आवाज असतील.

आपले वेगळेपण, आपले शरीर याबद्दल स्त्रियांनी लिहिले पाहिजे. तुमचे शरीर ऐकू गेले पाहिजे. तुमचा स्व लिखाणात दिसला पाहिजे, तरच तुमच्या अबोध मनात साचलेले झऱ्यासारखे बाहेर येईल. स्त्री बोलायला लागली तर जो इतिहास तिच्या दबलेपणावर उभा आहे तो हादरू लागेल. सामासिकता मान्य करून त्यात राहू नका, गप्प बसण्यातून बाहेर या. स्त्रियांची अस्सल भाषा ही ऐंद्रिय, शृंगारिक व सर्वसमावेश आहे. इडिपलपूर्व आई हा त्याचा उगम आहे. चांगल्या आईचं दूध प्रत्येकीत थोडंतरी असतंच. ती पांढऱ्या शाईने लिहिते त्यामुळे स्त्रियांच्या लिखाणाला जैविकतेची धार आहे. जीवन, सत्ता आणि उत्साह यांचा स्रोत म्हणून स्त्रीची प्रतिमा उजळवणे, पितृसत्ताक पद्धतीमधील दुहेरी नीती मोडकळीला आणणे आणि स्त्रीच्या म्हणून असलेल्या नव्या भाषेचा पुरस्कार करणे ही विचारसरणी म्हणजे सिक्ससचे

महत्त्वाचे योगदान आहे.

-५-

नॅन्सी चॉडॉरॉ ही मानसशास्त्र, समाजशास्त्राची प्राध्यापक व स्त्रीवादाची त्या शास्त्रांच्या दृष्टीतून विशेष अभ्यासक आहे. 'रिप्रॉडक्शन ऑफ मदरिंग' (१९७८) आणि 'फेमिनिझम ॲन्ड सायकोॲनॅलिटिकल थेअरी' हे तिचे दोन महत्त्वाचे ग्रंथ आहेत. अन्य विवेचनाबरोबरच तिचे मौलिक योगदान म्हणजे, फ्रॉईडचा स्त्रियांना पुरुषांसारखा स्वतंत्र लिंगावयव नसल्याने त्यांच्यात अभावात्मक व कमीपणाची जाणीव निर्माण होते, हा सिद्धान्त तिने खोडला. बालिकेला ज्या वयात आपण स्त्री आहोत ही लैंगिक जाणीव निर्माण होते, त्यावेळी ती स्वत:ची तुलना आईशी करत असते व आईमध्ये व आपल्यात असलेल्या साम्यामुळे, निरंतरतेमुळे व तद्भावामुळे तिच्या मनात सकारात्मक लैंगिक जाणीव निर्माण होते. फ्रॉईड म्हणतो त्याप्रमाणे अभावात्मक जाणीव निर्माण होत नाही, हे तिचे स्त्रीवादी विचारसरणीसाठी पायाभूत विवेचन आहे व त्याचे ऋण शोवॉल्टरसारख्या स्त्रीवादी स्त्रीसमीक्षकानेही मान्य केले आहे.

तिच्या मते पुरुष असल्यामुळे पुरुषाला मिळणारे जे फायदे आहेत, त्याबद्दल वाटणाऱ्या हेव्याचे रूपांतर स्त्री द्विलिंगी आकर्षणामध्ये करते. पुरुषाबद्दल स्त्रीला वाटणारे आकर्षण आईबद्दल उत्कटतेने वाटणाऱ्या आकर्षणाचाच परिणाम आहे. स्त्रीचा लैंगिक विकास, प्रियाराधन, पुरुषाशी येणारा लैंगिक संबंध, आईपणाची ओढ या सर्व प्रेरणा हे सर्व आईशी असलेल्या एकरूपतेमधून येते. आई मुलीचे नाते केंद्रस्थानी आणणारे हे विवेचन स्त्रीवादाला अत्यंत पोषक आहे.

आईला मुलीबद्दल वाटणाऱ्या अबोध मनातील कल्पना संस्कृतीतून जन्माला येत नाहीत. तिच्याबद्दल वाटणाऱ्या उत्कट भावनेतून त्या जन्माला येतात. मुलीचा स्त्री म्हणून कसा विकास होईल हे तिची आणि आईची किती जवळीक आहे यावरून ठरते. आईला मुलग्याबद्दल जास्त प्रेम असते आणि तो तिच्या इडिपल भावना शमवणारा स्रोत असतो. तरीही आईपासून दूर होणे ही त्याची भावनिक गरज असते व तो ती वास्तवातही आणू शकतो. मुलगे जास्त काळ आईबरोबर राहिले, तर त्यांना वडील हे कोणी परके आहेत असे वाटू लागते. वडील कडक असतात किंवा वडिलांच्या हाती घरातले सगळे अधिकार असतात, म्हणून मुले वडिलांच्या आज्ञा ऐकतात असे नाही, तर त्यांचे नैसर्गिक एकरूपतेमुळे समान हितसंबंध असतात. मुलांना जास्त जाणीवपूर्वक पुरुषी बनवले जाते, तितके स्त्रीला स्त्री म्हणून बनवले जात नाही. मुलीचे आईशी असलेले दीर्घकाळचे नाते तिला इतरांशी प्रेमाने वागायला

शिकवते. तसे मुलग्याचे वडिलांशी दृढ प्रेमाचे नाते नसते. त्यामुळे तो आईशी असलेले नाते दूर करू शकतो आणि 'बायकी' जगापासून स्वत:ला दूर ठेवतो. आईशी असलेला बंध तोडताना मुलगे आपल्यातील स्त्रीपणाच्या भावना दाबून टाकतात. परिणामत: आयुष्यभर वैयक्तिक, सामाजिक, सांस्कृतिक जीवनातही त्यांचा आविष्कार होत नाही. अबोध मनात स्त्री स्वत:ला सतत आईशी जोडते, त्यामुळे तिचा विकास पुरुषापेक्षा जास्त गुंतागुंतीचा असतो. स्त्री कशी आहे हे अन्य लोकांशी असलेल्या तिच्या संबंधावरून ठरवले जाते आणि स्त्री म्हणूनच तिची ओळख राहते. निर्मितीच्या भांडवलशाही जगात पुरुषांचे गुण त्यांना उपयोगी पडतात तर पुनर्निर्मितीसाठी, विशेषत: आईपणासाठी, स्त्रियांना त्यांचे गुण उपयोगी ठरतात. श्रमांचे लैंगिक विभाजन लिंगभावात्मक फरक निर्माण करते.

चॉडॉरॉ मान्य करते की स्त्री पुरुषांच्या लैंगिक विभागणीमुळे त्यांच्या कामात होणारे भेद हे फक्त सामाजिकीकरणामुळे होत नाहीत, तर फ्रॉईडने वर्णन केल्याप्रमाणे त्यांची मूळे बालवयात घडणाऱ्या लैंगिक बदलांमध्ये सापडतात. मात्र श्रम विभागणी म्हणजेच सार्वजनिक व खाजगी यातील अंतर स्त्रियांवर होणाऱ्या अत्याचाराच्या मुळाशी आहे. स्त्रियांच्या दुय्यमत्वाला कारणीभूत दुसरा घटक हासुद्धा स्त्रीला बालपणापासून वाढविण्याच्या पद्धतीत आहे. मुलग्यांच्या विचारव्यूहात जन्मजात दृढ असलेला स्त्रीद्वेष्टेपणा पुरुष वयाने मोठा होण्याच्या प्रक्रियेत बायकी वस्तूंना नकार देतो. ही सतत होणारी प्रक्रिया भांडवलशाहीला, पुरुषप्रधानतेला जन्म देतेच पण त्याचबरोबर स्त्री पुरुष असा भेद निर्माण करते व त्यांच्यातील भावनिक व्यवस्थापन मूलत: विजोड मानते. यामुळे आपल्या भावनिक गरजा पूर्ण होण्यासाठी स्त्रीला पुरुषांपेक्षा वेगळा मार्ग शोधावा लागतो. तो त्यांना आईपणाकडे घेऊन जातो. तिथे आपल्या मुलांशी त्या भावनिक बंध जोडतात, कारण ती त्यांची मानसिक गरज असते.

मुलीच्या मनोलैंगिक विकासामध्ये इडिपलपूर्व[३] अवस्था ही सर्वोच्च महत्त्वाची आहे, यावर फ्रॉईडप्रमाणे चॉडॉरॉही भर देते. आई व मुलीचे सुरुवातीचे नाते परस्परांच्या फायद्याचे असते व त्यात स्वप्रेमाची एकरूपता असते. त्या दोघी एकाच स्त्रीजातीच्या असल्याने एकमेकींना उत्कटपणे समजून घेणे आणि भावबंधनाने जोडले जाणे नैसर्गिक असते. स्त्रीच्या भावनिक आयुष्यातला एक महत्त्वाचा घटक म्हणून हे नाते जपले जाते. मुलगा आईपेक्षा वेगळ्या लिंगाचा असल्याने आईपेक्षा व अन्य बायकी गोष्टींपेक्षा आपली वेगळी ओळख समजतो, म्हणून त्याच्यामधे मुलीपेक्षा टोकदार अहंभाव निर्माण होतो. मुलीलाही आईपासून भावनिकदृष्ट्या दूर जावे लागते, पण तिच्याबाबतीत लांबलेल्या अवस्थेमुळे हे विलगीकरण धूसर होते आणि

मुलग्याप्रमाणे नेमके नसते. वडिलांचे तिला आकर्षण वाटू लागते, पण हा बदल नेमका कसा होतो, ते फ्रॉईडप्रमाणे चॉडॉरॉही अनुत्तरित ठेवते. अर्थात ती त्यासाठी फ्रॉईड देतो ती जैविक कारणे स्पष्टपणे नाकारते. ती सुचवते की वडील किंवा अन्य पुरुष हे स्वातंत्र्याचे, स्वावलंबनाचे प्रतीक आहे, जे तिने आईच्या सहवासात अनुभवले नसते म्हणून तिला त्यांचे आकर्षण वाटू लागते. अर्थात् तिचे प्राथमिक अनुबंध आईबरोबर असतात व दुय्यम बंध वडिलांबरोबर तयार होतात. याचा परिणाम म्हणून स्त्रीच्या अहंपणाच्या सीमा, वेगळेपणा आणि स्वातंत्र्य प्रवाही असते, ते बदलत राहते आणि भावनिकदृष्ट्या ती आईवडील या दोघांशी जोडलेली राहते. भावनिकदृष्ट्या दुसऱ्यांशी जोडले जाण्याची तिची गरज तिला आईपणाकडे घेऊन जाते. दुसऱ्यांच्या गरजा व भावना याबद्दल सहवेदना वाटत मुली वाढतात. या उलट मुलगे स्वत:ला इतरांपेक्षा वेगळे समजतात. त्यांचा अहंभाव ताठ असतो. थोडक्यात, स्त्रीचा अहं जगाशी जोडलेला असतो, तर पुरुषाचा स्वत:शी. म्हणून स्त्री तिच्यावर प्रेम करणाऱ्या पुरुषाशी एकरूप होऊ शकते आणि आपल्या आईशीही. फक्त पुरुषाबरोबरचे प्रेम तिला पुरत नाही. आईबद्दल वाटणाऱ्या प्राथमिक प्रेमाचे रूपांतर दोन प्रकारे होते. एक तर ती दुसऱ्या स्त्रीवर प्रेम करू लागते किंवा मूल होऊ देते. आपल्या मुलाबरोबर नातेसंबंध निर्माण करताना ती स्वत:ला पुनर्स्थापित करत असते. यालाच तिने रिप्रॉडक्शन ऑफ मदरिंग म्हटले आहे. तिच्या मते स्त्री आणि पुरुष या भेदाचा शेवट करायचा असेल, तर स्त्री आणि पुरुष या दोघांचा मूल वाढविण्याच्या क्रियेत सहभाग असला पाहिजे. त्यामुळे स्त्री पुरुषातील भावनिक असमतोल कमी होईल. ते उभयलिंगी होतील. फ्रॉईडला वाटते तसे पुरुष त्यामुळे सभ्य होतील व भांडवलदारीला योग्य असेच गुण त्यांच्यात आहेत, असा त्यांच्यावर शिक्का बसणार नाही.

चॉडॉरॉ आणि फ्रॉईड या दोघांच्या विवेचनातून एक गोष्ट स्पष्ट होते की पितृप्रधान समाजात आई मुलगी हा संबंध अंधुक होऊ लागला आहे व तो सामासिक (मार्जिनल) बनला आहे. मात्र तिच्या विवेचनाने संपूर्ण स्त्रीवादी क्रांतीसाठी मातृप्रधानता व त्यातील मूल्यव्यवस्थेकडे जाण्याच्या कल्पनेला दुजोरा मिळू शकतो, असे म्हटल्यास ती फार मोठी उडी ठरू नये. अनेक फ्रेंच स्त्रीवादी याच दिशेने गेल्या आहेत.

- ६ -

अन्य काही स्त्रीवाद्यांची मते थोडक्यात मांडली आहेत.

१) व्हायाला क्लेन - पुरुषामध्ये असलेल्या आक्रमकतेची बीजे जैविक आहेत आणि त्याच्याशी समागम न करू इच्छिणाऱ्या व्यक्तीचा प्रतिकार मोडून काढण्यासाठी तो ती वापरतो असे फ्रॉईड म्हणतो. 'द फेमिनिन कॅरॅक्टर' मध्ये (१९४६/१९७६) व्हायोला क्लेन ही स्त्रीवादी म्हणते की यामुळे लैंगिक समागमाला बलात्कार म्हणून फ्रॉईडने वैधता प्राप्त करून दिली आहे. बुद्धिमान स्त्रीमध्ये असलेल्या पुरुषगंडाची त्याची भूमिका ही केवळ स्त्रियांना घाबरवण्यासाठी आहे. स्त्री पुरुषांची वृत्ती घडविण्यामागे त्या त्या वेळच्या समाजाचा मोठाच हातभार असतो. समाजाच्या स्त्रीकडून असलेल्या अपेक्षा जसजशा बदलत जातील, त्याप्रमाणे स्त्रीच्या वर्तनात बदल घडून येतात. औद्योगिक क्रांती, तांत्रिक विकास, दोन महायुद्धे या काळात स्त्रियांनी सामाजिक विकासात मोठे योगदान दिले आहे. त्याचप्रमाणे लोकशाही समाजव्यवस्थेने स्त्री पुरुष समानता आणली आहे.

२) करेन हॉर्नी - ही फ्रॉईडची शिष्या होती. पण तिनेही फ्रॉईडच्या विवेचनातील छिद्रे दाखवली आहेत. मानसशास्त्रीय विश्लेषण पद्धती ही पुरुषांनी तयार केली आहे व विकसित केली आहे, म्हणून स्त्रीच्या मानसशास्त्राचा विचार इथे पुरुषांच्या नजरेतून येतो. विचारांचा पुरुषी घाट सोडला तर स्त्रिया स्त्रीचं मानस अधिक चांगल्या रीतीने जाणू शकतील. लिंगहेवा ही संकल्पनाच फ्रॉईडची पूर्वग्रह दूषितता दाखवणारी आहे. यापेक्षा जास्त हेवा पुरुषाला स्त्रीच्या सर्जनशक्तीबद्दल वाटतो. फ्रॉईड ज्याला स्त्रीमधील पुरुषीगंड म्हणतो, तो जर अस्तित्वात असेल तर जन्मापासून मुलीला तिच्यातील कमतरतेबद्दल सांगितले जाते, त्यामुळे साहजिकच आपल्यापेक्षा जे परिपूर्ण/श्रेष्ठ आहे, ते तिला व्हावेसे वाटणे हा पुरुषी गंड असू शकतो व तो स्वाभाविक आहे. पुरुषश्रेष्ठत्वाच्या लैंगिक विचारसरणीमुळे फ्रॉईडने स्त्रीला नेहमी कमी लेखले आहे. आपली संस्कृती ही पूर्णपणे पुरुषप्रधान असल्याने कुठलेही उन्नयन होणे स्त्रीच्या बाबतीत अवघड आहे, कारण सर्वसामान्य व्यवसाय पुरुषांनी काबीज केले आहेत.

लिंगहेवा या कल्पनेवर टीका करताना हॉर्नीने पुरुषांनाच मूल होत नाही म्हणून गर्भहेवा (वोम्ब एन्व्ही) वाटतो, अशी नवी उपपत्ती मांडल्यावर फ्रॉईडने तिच्यावर टीका केली आहे की तिचा हा निष्कर्षही तिच्या लिंगहेव्यातूनच आलेला आहे.

३) ल्युस इरिगेरी - फ्रॉईडमध्ये स्त्रीत्वाचा स्वतंत्र विचार येत नाही, तो नेहमी पौरुषत्वाच्या संदर्भातच येतो. पुरुषाचे लिंग व स्त्रीची जननेंद्रिये यांच्या संबंधात फ्रॉईडने मांडलेल्या विचारांशी ती सहमत नाही. पुरूषांची इंद्रिये बाह्यत: दृष्य असल्याने त्यांना काही फायदे मिळतात. स्त्रीची मूल हवे असण्याची इच्छा ही आपण

पुरुष होऊ शकत नाही याला पर्याय म्हणून असते, म्हणून पुनर्उत्पत्तीपासून स्त्रीला आनंद मिळतो, हे फ्रॉईडचे स्पष्टीकरणही तिला मान्य नाही. तिच्या दृष्टीने स्त्रीची लैंगिकता ही फक्त पुनर्उत्पादनापुरती मर्यादित नाही. म्हणून तिने सामाजिक सत्तेमध्येही कमी असण्याचे कारण नाही. फ्रॉईड म्हणतो त्याप्रमाणे इडिपल अवस्थेत मुलगी आईचा तिरस्कार करते हे बरोबर नाही. आई मुलीचे नाते पुढेही टिकून राहते व तो स्त्रीच्या विकासातील शक्तीचा एक महत्त्वाचा स्रोत आहे. आई व मुलगी हे विरोधी नाते न येता साहित्यातही वास्तव म्हणून हे नाते घटनांना चालना देणारे म्हणून यायला हवे. पुरुषप्रधान संस्कृती संपुष्टात येऊन त्याजागी सुसंवादी, बंधनरहित, मुक्त व परिपूर्ण अशी समाजरचना अस्तित्वात येणे, हे या नात्यातील घनिष्टपणातूनच आकाराला येईल.

४) ज्युलियट मिशेल - पुरुष वर्चस्वाबद्दल त्या काळात पूर्वग्रह असल्याने आई आणि मुलगी यांचं नातं समजून यायला फ्रॉईडला वेळ लागला. फ्रॉईडने तत्कालीन समाजाचे निरीक्षण करून पितृप्रधान समाजरचनेचे विश्लेषण केले आहे. खाजगी आणि सार्वजनिक असे आयुष्याचे दोन भाग पडणे व कुटुंब जीवनामध्ये पुरुष केंद्रस्थानी असणे, हे भांडवलशाही समाजरचनेमुळे घडून येते.

फ्रॉईडची लिंगच्छेदाच्या गंडामागची कल्पना ही वास्तव म्हणून न स्वीकारता काल्पनिक दिवास्वप्न म्हणून स्वीकारता येईल. लिंगच्छेद हे प्रतीकात्मक आहे, खरेखुरे नव्हे. पुरुषत्व व स्त्रीत्व या व्याख्याही प्रतीकात्मक आहेत. पुरुष हा स्वत:चे स्वत: निर्णय घेणारा व स्वायत्त असतो, तर हे गुण नसलेली दुसरी (the other) म्हणजे स्त्री असते. सांस्कृतिक संरचनेत स्त्री पुरुषांमधील फरक दाखवण्यासाठी तयार केलेली काल्पनिक गोष्ट म्हणजे लिंगभाव होय.

इतर काही स्त्रीवाद्यांप्रमाणे मिशेल फ्रॉईडच्या अनेक उपपत्ती मान्य करते. इडिपलपूर्व अवस्थेत मातृप्रधान समाजात स्त्रीकडे सत्ता होती. ग्रीक संस्कृती पुरुषप्रधान व स्त्रीकडे तुच्छतेने पाहणारी होती, पण ग्रीकपूर्व मिनोअन मायसेनिअन संस्कृती मातृप्रधान होती, असे फ्रॉईड सूचित करतो. पण मिशेल याहीपुढे जाऊन इडिपलपूर्व काळातही स्त्रिया बुद्धिनिष्ठ नव्हत्या असे म्हणते. जन्मजात गुणांवर तिचा विश्वास आहे. तार्किकता, बुद्धिमत्ता, चिकित्सक विचार हे सर्व गुण पुरुषांमध्ये आहेत, म्हणून त्यांना मान होता आणि या सर्व गुणांचा स्त्रीमध्ये अभाव आहे. त्यांना संस्कृतीत शिरणे अवघड आहे कारण त्यांना बौद्धिक विचार करता येत नाही. आदिम समाजामध्येही स्त्रियांचा वापर समाज एकसंध ठेवण्यासाठी विनिमयाची वस्तू म्हणून झाला. एखाद्या संस्कृतीत तिचा विनिमय वस्तू म्हणून कितपत उपयोग आहे, यावरून स्त्रीची ओळख

ठरते. अजूनही अबोध मनामधे स्त्री ही विनिमयाची वस्तू आहे, ही वसत असलेली विचारसरणी मोडून काढली पाहिजे. दुसऱ्या कोणत्या आविष्काराने स्त्रीचे संस्कृतीत पदार्पण होऊ शकते, त्याचा शोध घेण्याची आवश्यकता आहे.

-७-

ज्या काळात स्त्रीवादी चळवळ सुरू झालेली होती, त्याच काळातील पहिल्या तीन दशकात फ्रॉईडचे कार्य प्रभावी होते. १८ व्या शतकापासूनच स्त्री चळवळी सुरू झाल्या होत्या. १७९२ मध्येच मेरी वुलस्टोन क्राफ्टचे 'स्त्रियांच्या हक्काची पायमल्ली' हे पुस्तक प्रसिद्ध झाले होते. ऑलिम्प-दि-गॉजेस हिने नॅशनल असेंब्लीपुढे १७ मागण्या सादर करून स्त्रियांना समान दर्जा देण्याची मागणी केली होती. १८६८ ते ७१ दरम्यान मराया देराम्स हिच्या नेतृत्वाखाली स्त्री हक्काची चळवळ उभी राहिली. १८९२ मध्ये फेमिनिस्ट काँग्रेसचे अधिवेशन भरले. फ्रान्सप्रमाणेच इंग्लंडमध्येही स्त्रीवादी चळवळी सुरू झालेल्या होत्या. जॉन स्टुअर्ट मिल व हॅरिएट टेलर यांनी आपल्या लिखाणातून स्त्रियांना बौद्धिक व आनंददायी शिक्षण द्यायला हवे, स्त्रियांना दुय्यमत्व देणाऱ्या पुरुषांच्या आनंदाचा विचारसुद्धा करता येणार नाही, जर स्त्रिया मानव आहेत तर त्या स्वतंत्र व समान दर्जाच्या आहेत, असे विचार हिरिरीने मांडले.

अमेरिकेत तर १८४८ मध्येच सिनेका फॉल्स इथे स्त्री स्वातंत्र्याचा पहिला जाहीरनामा प्रसिद्ध झाला होता. १० जानेवारी १९१८ ला स्त्रियांना, अथक चळवळीनंतर, सार्वत्रिक मतदानाचा हक्क मिळाला. युरोप आणि अमेरिकेत मोठ्या प्रमाणात सुरू झालेल्या स्त्री चळवळीची काहीच वार्ता फ्रॉईडला नव्हती, हे शक्य आहे का? सुप्रसिद्ध इंग्लिश कादंबरीकार व्हर्जिनिया वुल्फ हिने 'ए रूम ऑफ वन्स ओन' (१९२९) या प्रदीर्घ लेखातून पुरुषांना श्रेष्ठ ठरविण्यासाठी स्त्रियांना कसा कमीपणा दिला जातो, याचे विवेचन परखडपणे केले होते. फ्रॉईडची समकालीन मेरी क्युरी हिने रेडियमच्या संशोधनासाठी १९०३ व १९११ मध्ये दोन नोबेल पारितोषिके मिळवण्याचा विक्रम केला. १९३५ मध्ये आयरिन क्युरी या तिच्या मुलीनेही नोबेल सन्मान मिळवला. या स्त्रियांच्या अफाट बुद्धिमत्तेबाबतही फ्रॉईड साशंक होता का? ज्या काळात स्त्रियांमधील कमतरतेच्या उपपत्ती तो मांडत होता, त्या काळात आपल्या उपपत्तीचा पुनर्विचार करण्यासाठी वातावरण चांगले होते. पण स्त्रीवाद्यांच्या प्रश्नांना त्याने कधीच गंभीरपणे उत्तरे दिली नाहीत. या प्रकारच्या चळवळींना त्याचा कधीच पाठिंबा नव्हता. उलट बुद्धिमान स्त्रिया, समता स्वातंत्र्याची

मागणी करणाऱ्या स्त्रिया त्याच्या दृष्टीने मानसिक विकृत होत्या व त्यांना मानसोपचाराची गरज होती. गमतीने त्याने मान्य केले की सर्वच पुरुष पौरुषाचे मूर्तिमंत पुतळे नसतात आणि काही स्त्रियांमध्ये पौरुषगुण असतात. खरे तर स्त्री पुरुषांच्या जैविक वैशिष्ट्यावरून त्यांचे सांस्कृतिक श्रेष्ठत्व ठरवणे, हीच एक कृतक वैज्ञानिक वृत्ती आहे. स्त्रियांबद्दलच्या जुन्या मिथकांना त्यामुळे प्रतिष्ठा मिळाली हे अधिक वाईट आहे. वंचित समाजाला अशा रीतीने कमी लेखणे काही नवे नाही, पण स्त्रियांबद्दलच्या मतांमुळे फ्रॉईडला जे यश मिळाले ते मात्र दुर्मिळ आहे.

स्त्रिया निष्क्रिय असतात, त्या परिवर्तनाला विरोध करतात, मुले जन्माला घालणे हीच त्यांची मर्यादा आहे, अशा प्रकारच्या त्याच्या विधानांमुळे त्याच्याच काळात त्याच्यावर टीका झाली. त्याची नात सॉफी आणि निकटवर्ती शिष्या करेन हॉर्नी यांनीही 'त्या काळातील व्हिक्टोरिअन पुरुषांप्रमाणे तो स्वत:चे श्रेष्ठत्व मानणारा होता' असे म्हटले होते. सॉफी तर त्याला स्त्रीद्वेष्टा म्हणते आणि त्याची मते जुनाट असून त्या काळातील पुरुषांप्रमाणे स्त्रीला आधीच दुय्यम ठरवून तो आपल्या उपपत्तीची मांडणी करतो, असे तिने म्हटले आहे. स्त्री म्हणून जन्माला येणे या शोकात्म अनुभवावर त्याचे आणि त्याच्या उपपत्ती चालविणाऱ्यांचे मानसशास्त्र उभे आहे. त्याची एकेकाळची सल्लार्थी (पेशंट) पॅपेनहाईम हिने तर 'बोलून बरे' करण्याच्या त्याच्या पद्धतीची खिल्लीच उडवली आहे. ती पुढे जर्मनीतील स्त्रीवादी चळवळीत प्रभावी होती. त्याच्या नात्यातील स्त्रियांचे अनुभव व त्याच्याकडे येणाऱ्या सल्लार्थी स्त्रियांनी दिलेल्या माहितीवर त्याच्या उपपत्त्या सर्व स्त्रीजातीबद्दल निष्कर्ष काढताना दिसतात. त्याची आई ही त्याच्या वडिलांची द्वितीय पत्नी होती. फ्रॉईड हे तिचे पहिले अपत्य. अर्थातच पुढच्या सर्व अपत्यांपेक्षा तो तिचा अधिक लाडका होता. (अशी मुले स्वावलंबी, आशावादी व यशस्वी होतात असे फ्रॉईड म्हणतो) त्याची बायको मार्था ही पारंपरिक गृहिणी व अतिशय खर्चिक होती. त्याला अनेक बहिणी, तीन मुलगे व तीन मुली होत्या. त्यातील ॲनाने त्याचे काम पुढे चालवले. त्याला अनेक शिष्या व सहकारी होत्या. त्यांनी पुस्तके लिहिली व त्याच्या उपपत्तीत भर घातली.

त्याच्याकडे सल्ल्यासाठी येणाऱ्या स्त्रियांनी माहितीचे जे फॉर्म भरून दिले, त्यावरून स्त्री ही लिंगविच्छेद करूनच जन्मली आहे ही कल्पना आपण स्वीकारल्याचे तो सांगतो. पितृप्रधान समाजव्यवस्थेने तिला कनिष्ठ ठरवले हे ती स्वानुभवावरून, समाजात वावरताना, संस्कृतीचे नियम पाळताना शिकते, पण या मुद्द्यावर फ्रॉईडची चिकित्सा उभी रहात नाही. जैविक फरकावर असलेल्या बालपणीच्या अनुभवावर

त्याची उपपत्ती उभी आहे. त्याने जर वस्तुनिष्ठ भूमिका घेतली असती की, पुरुष वर्चस्वाच्या संस्कृतीत बाई म्हणून जन्माला येण्यामुळे, तिच्या दुय्यमत्वाची मूळे पार तिच्या शरीररचनेपर्यंत जातात, म्हणून तिच्या जैविक परिस्थितीवर त्याचा प्रतीकात्मक दबाव निर्माण होतो, तर ते अधिक संयुक्तिक झाले असते. आपल्या अनेक विधानांचे स्पष्टीकरण फ्रॉईड देत नाही. उदाहरणार्थ, मुलीच्या मनात आईबद्दल कडवटपणा निर्माण होतो की तिने आपल्याला मुलगा म्हणून जगात न आणता मुलगी म्हणून आणले, हे त्याचे मत खरे धरून चालले तरी असे का होते, हा प्रश्न उरतोच. लहान मुलगा व मुलगी यांची लैंगिकता जर सारखी असेल तर एखाद्या मुलीचे रूपांतर पुढे पूर्ण स्त्रीत कसे होते? कामप्रेरणा पुरुषांमध्ये जास्त का? स्त्रियांना आपले खच्चीकरण झाल्याचे का वाटते? मुलीला वडिलांकडून मूल हवेसे वाटणे हे कोणत्या कारणाने घडते? मुलीच्या मनातील हा विकास घडण्याची प्रक्रिया असमाधानकारक व अपूर्ण आहे. काही दिवसांनी हा इलेक्ट्रा गंड कसा दाबला जातो, हे ही फ्रॉईड स्पष्ट करत नाही.

मात्र स्वत:च्या शरीराविषयीची कमतरतेची स्त्रीची भावना हा अनेक वर्षे मानसशास्त्राचा फार आवडीचा विषय होता. आता या सिद्धांताला कुणी फारसे महत्त्व देत नाही. लहान भावाचे लिंग पाहूनही त्यात मुलीला फारसे काही वेगळे वाटत नाही. तो मुलगा आहे एवढेच समजते. या लिंगामुळे तो आपल्यापेक्षा श्रेष्ठ आहे वगैरे तर तिला बिल्कुल वाटत नाही. लिंगहेवा ही संकल्पना आता कालबाह्य झाली आहे. फ्रॉईड म्हणतो तसा मुलींना मुलगी असल्याबद्दलचा न्यूनगंड वाटत नाही. फारतर तिच्यावर कठोर नैतिक बंधने आली, तिला हव्या त्या संधी नाकारल्या गेल्या, तर तिला मुलग्याचा हेवा वाटू शकतो. मुलग्याला हे सर्व फायदे विनासायास मिळतात, म्हणून तो स्वत:ला श्रेष्ठ समजू लागतो. वडिलांबद्दलचे मुलीचे आकर्षण लैंगिक नसून वडिलांना घरात सर्वोच्च स्थान असते, त्यांच्या हाती घराची सत्ता असते व आई पण वडिलांना खूष ठेवते हे समजल्याने तिला पण त्यांना खूष ठेवावे असे वाटू लागते.

कदाचित् फ्रॉईडलाही स्त्रीविषयक आपल्या मतांमधील अपुरेपणा शेवटी शेवटी जाणवला असेल, असे त्याच्या काही विधानांवरून वाटते. स्त्री ही त्याला पुरुषापेक्षा अधिक गूढ व प्रश्नार्थक वाटते. 'स्त्रीला काय हवे आहे याचे उत्तर अजूनही मिळालेले नाही व माझ्या तीस वर्षांच्या संशोधनानंतरही मी ते देऊ शकलो नाही.' अशी कबुलीही त्याने दिली आहे. (केट मिलेट म्हणते की इतकी पायाभूत अनिश्चितता असूनही स्त्रीच्या मानसशास्त्राचा इतका विचार त्याने रचला, हे दुर्दैवी आहे.) १९३३ मधल्या एका लेखात तो असेही म्हणतो की 'माझे स्त्रीविषयक ज्ञान मर्यादित

व अपुरे आहे. तुम्हाला स्त्रीत्व जाणून घ्यायचे असेल, तर तुम्हीच तुमचे स्वत:चे अनुभव तपासा किंवा कवींच्या कविता वाचा किंवा विज्ञानाकडून सखोल व सुसंगत ज्ञान येईपर्यंत थांबा.' कवितेत स्त्रीच्या खोट्या प्रतिमा रंगविण्याचीच जास्त प्रवृत्ती असल्याने हे विधान त्याने बहुधा उपहासाने केले असावे. तिसऱ्या पर्यायानुसारसुद्धा विज्ञान स्त्रीत्वाची फक्त शारीरिक बाजू मांडू शकेल, मानसिक नाही. मात्र पहिल्या पर्यायावर पुढच्या काळात स्त्रीवाद्यांनी बरेच काम केले आहे. एखाद्या पुरुषाने स्त्रीच्या लैंगिक विकासाच्या टप्प्याबद्दल बोलणे व एखाद्या स्त्रीने स्त्री म्हणून असलेल्या आपल्या अनुभवांच्या प्रकाशात निष्कर्ष काढणे, यात मूलत:च फरक आहे. स्त्रिया जेव्हा मानसशास्त्राचा अभ्यास करू लागल्या, तेव्हा त्यांच्या लक्षात आले की ज्याला आपण मानसशास्त्र म्हणतो ते पुरुषांचे मानसशास्त्र आहे. कारण या मानसशास्त्राच्या सर्व उपपत्ती पुरुषांनीच विकसित केल्या आहेत. पुरुष हाच मापनदंडक धरून त्यावर तुलनेने स्त्रीचे मोजमाप करायचे व त्यावरून स्त्रीमधे असलेला फरक ही तिची कमतरता व कमकुवतपणा मानायचा, हाच व्यवहार मानसशास्त्राच्या अभ्यासात वर्षानुवर्षे रूढ होता. स्त्री पुरुषातील शारीरिक भेद, व्यक्तित्व विकास आणि जीवनाच्या विविध क्षेत्रातील कार्याचा अभ्यास करताना एक गोष्ट सतत गृहीत धरली गेली, जे जे काही पुरुषाचे आहे ते सर्वोत्कृष्ट आहे, (व्हॉटेव्हर इज मेल इज बेस्ट), जे स्त्रीचे आहे ते दुय्यम आहे. मानसिक आरोग्याची कल्पनाही यातून सुटली नाही. पौरुष हे स्त्रीत्वापेक्षा परंपरेने अधिक आरोग्यसंपन्न मानले गेले आहे.

यातूनच स्त्रीवादी मानसशास्त्राची एक स्वतंत्र शाखा विकसित झाली व तिला अनेक स्त्री अभ्यासकांनी योगदान दिले. नॅन्सी चॉडॉरॉसारखी स्त्री अभ्यासक म्हणूनच मुलीला आईचा द्वेष वाटतो, हे फ्रॉईडचे मत खोडू शकली व आई आणि मुलगी यांच्या अतिशय प्रेमाच्या नात्याची उपपत्ती तिने मांडली.

फ्रॉईड हा स्त्रीवादी नव्हता, तरी फ्रॉईड आणि स्त्रीवाद यांची चर्चा का करायची, याला काही कारणे आहेत. मार्क्सप्रमाणे स्त्रीची दडपणूक हा त्याच्या विचारांचा गाभा आहे. कुटुंबामध्ये व्यक्ती आपल्या लिंगभावाचे प्रतिनिधित्व कशी करते, स्त्रीत्व व पुरुषत्व कसे विकसित होते, लैंगिक असमानता कशी निर्माण होते, लहान मूल समाजाने घालून दिलेल्या भूमिकेमध्ये मोठे होईपर्यंत कसे बसवले जाते, याचे त्याने केलेले विवेचन स्त्रीवादी समकालीन विचारांचा पाया आहे. निसर्ग हीच संस्कृती कशी होते, स्त्री पुरुषांची सामाजिक विभागणी अबोध मनातून कशी निर्माण होते, दुसऱ्या लिंगाच्या व्यक्तीवर प्रेम करायला माणसे कशी शिकतात, हे विवेचन स्त्रीवादाला मुळापासून विचार करायला लावणारे होते. स्त्रीच्या लैंगिकतेच्या फ्रॉईडच्या

विचारांमुळे व्यक्तिगतता व लैंगिकता यातील गुतागुंत समजून घेण्याचे मनोविश्लेषण हे एक प्रभावी साधन आहे, त्यामुळे स्त्रीत्व म्हणजे काय हे समजते, ते कसे अस्तित्वात येते व आपण ते कसे आत्मसात करतो, याचे भान स्त्रीवादाला आले.

जे 'बायकी' आहे त्याचे अवमूल्यन होते. आईच मुलाला 'पुरुषी' व्हायला शिकवते. पुरुषाला सरळ सीधेपणाने वर्चस्व मिळत नाही. त्याचे वर्चस्व भीती, असमाधान, संघर्ष, असुरक्षितता यातून घडत जाते. आईशी असलेला बंध तोडताना मुलगे आपल्यातील स्त्रीपणाच्या भावना दाबून टाकतात व परिणामी आयुष्यभर संस्कृती व समाजातही तथाकथित 'बायकी' भावना नाकारल्या जातात, हे फ्रॉईडचे विवेचन मूलगामी आहे व त्याने स्त्रीवादी विचारांना दिशा दिली आहे. मुलगी व वडील आणि मुलगा व आई या दोन नात्यांच्या जवळिकीची त्याची तपशिलातील कारणे पटली नाहीत, तरी या नात्यांवर त्याने टाकलेला प्रकाश स्त्रीवादी मनोविश्लेषणाला आव्हानात्मक चालना देतो. खरे तर फ्रॉईडच्या काळात व त्यानंतरही फ्रॉईडचा प्रभाव इतका जबरदस्त होता की स्त्रीवाद्यांनी त्यावर हिरिरीने प्रतिवाद केला नसता, तर स्त्रियांची दुय्यमत्वाची स्थिती आजपर्यंत बदलली नसती. आजही समाजाच्या अबोध मनामधे पुरुष श्रेष्ठ ही भावना जागी आहे आणि ती बदलवण्यासाठी स्त्रीवाद्यांना प्रयत्न करावे लागताहेत. एका प्रकारचे फ्रॉईडचे हे नकारात्मक उपकार आहेत की त्याने जन्मावरून स्त्री पुरुषाचे श्रेष्ठत्व ठरवल्यामुळे स्त्रीवादी विचारवंतांनाही विरोध करण्यासाठी एक विचारांचा पक्का पाया लाभला. त्याच्या विविध आयामातून स्त्रीवाद्यांना नवनवे मुद्दे सापडत गेले. फ्रॉईडने केलेल्या मनोविश्लेषणामुळे स्त्रीच्या लैंगिक विकासाचा पुरुषप्रधान संस्कृतीत पुरुष कशा पद्धतीने विचार करतात, याची जाणीव स्त्रीवाद्यांना झाली. स्त्री आणि पुरुष या दोघांना निसर्गाने सारखीच शक्ती दिली आहे व पुनर्निर्मितीसाठी आपापल्या भूमिका ठरवून दिल्या आहेत. त्यात कोणाची भूमिका श्रेष्ठ, कोणाची कनिष्ठ, असा प्रश्न येत नाही. स्त्रीला दुय्यम स्थानी ठेवण्यात जैविक कारणे नसून समाज आणि संस्कृतीने जाणीवपूर्वक संधी नाकारल्या, हे महत्त्वाचे आहे. स्त्री हक्कांची पुनर्स्थापना करून स्त्री पुरुष समानतेचे नाते निर्माण करणे हा स्त्रीवादी विचारांचा पक्का पाया आहे.

फ्रॉईडचे विचार नेमके समजून घेणे हे स्त्रीवाद्यांना नेहमीच आव्हानात्मक वाटले आहे. अनेक स्त्रीवादी स्त्रियांना व करिअर हेच आपले ध्येय मानणाऱ्या स्त्रियांना त्याने प्रोत्साहनही दिले आहे. त्यातील बऱ्याचजणी अविवाहित वा विभक्त होत्या. त्याने आपल्या मनोविश्लेषण गटात त्यांचे स्वागत केले. व्यावसायिक संबंधाबरोबरच त्याचे अशा स्त्रियांशी चांगले मैत्रीसंबंध होते हे वाचले, की फ्रॉईडपण

गूढ वाटू लागतो. स्त्रियांविषयी इतके सखोल व तपशीलवार विवेचन करणारा फ्रॉईड हा एकमेव पुरुष असावा.

तळटीपा

१) इडिपस गंड - सोफोक्लिसच्या त्रिधारा नाटकातील इडिपस रेक्स या पहिल्या नाटकात इडिपसची होमरच्या इलियड अँड ओडेसीमधे आलेली कथा नाट्यरूपात आली आहे. थिब्जचा राजा लायस आणि राणी जोकास्टा यांच्या नुकत्या जन्माला आलेल्या बाळाबाबत भविष्यवाणीने, हा मुलगा वडिलांचा वध करेल व आईशी विवाह करेल, असे सांगितल्याने राजाने ते बाळ मेंढपाळांना देऊन टाकले व जंगलात टाकून द्यायला सांगितले, जिथे ते मरून जाईल. पण बाळाची दया येऊन त्या मेंढपाळांनी दुसऱ्या कळपातल्या मेंढपाळांना ते नवजात अर्भक देऊन टाकले. कॉरिन्थच्या राजाला मूल नव्हते म्हणून या कळपातील लोकांनी हे बाळ राजाला दिले. राजाने त्याचा आनंदाने स्वीकार करून त्याचे नाव इडिपस (सुजल्या पायाचा) असे ठेवले. तो मोठा होत असताना त्याने डेल्फीमध्ये भविष्यवाणी ऐकली की तो आपल्या पित्याचा खून करेल व मातेशी विवाह करेल. आपल्या हातून असे काही भयानक कृत्य होऊ नये म्हणून पुन्हा कधीही कॉरिन्थला न येण्याचे ठरवून तो पळून गेला. थिब्जच्या वाटेवर असताना एक म्हातारा माणूस आणि त्याचा नोकर रथातून जात होते. त्या म्हाताऱ्याने या तरुण मुलाला अपशब्द वापरून मारहाण केली म्हणून चिडून इडिपसने म्हाताऱ्याला आणि त्याच्या नोकराला मारून टाकले, पण तेव्हा त्याला अर्थातच ठाऊक नव्हते की हा म्हातारा त्याचा खरा बाप राजा लायस होता.

पुढे इडिपसने राक्षसी प्रवृत्तीच्या स्फिंग्जच्या कोड्यांची उत्तरे बरोबर दिल्याने लोक त्याला डोक्यावर घेतात. राजाचा खून कोणी दरोडेखोरांनी केला असे समजून इडिपसला राजा करतात. त्यावेळच्या प्रथेप्रमाणे विधवा राणी म्हणजे त्याची खरी आई पत्नी होते. त्यांना चार मुले होतात. (पुढे हे भयानक सत्य समजल्यावर आपल्या हातातील टोकदार ब्रेसलेट स्वतःच्या डोळ्यात खुपसून इडिपस अंध होतो.) नाट्यमय उपरोधाने प्रभावी असलेल्या या कथेपासून प्रेरणा घेत फ्रॉईडने आई व मुलगा यांच्यामधल्या आकर्षणासाठी इडिपस गंड ही संज्ञा वापरली आहे.

२) इलेक्ट्रा कॉम्प्लेस - फ्रॉईडने वडील व मुलगी यांच्यामधील आकर्षणासाठी फेमिनिन इडिपस ॲटिट्यूड हीच संज्ञा वापरली आहे. पण या प्रकारच्या आकर्षणासाठी त्याचा समकालीन मानसशास्त्रज्ञ कार्ल युंग याने इलेक्ट्रा कॉम्लेक्स ही संज्ञा वापरली व याला पुन्हा सोफोक्लिसच्या 'इलेक्ट्रा' या नाटकाचा संदर्भ आहे.

सोफोक्लिसच्या शेवटच्या नाटकांपैकी एक इलेक्ट्रा (ख्रिस्तपूर्व ४१०) ही शोकांतिका आहे. ट्रॉयच्या युद्धानंतर राजा अॅगॅमेमनॉन कॅसॅन्ड्रा नामक एका वेश्येशी विवाह करून परततो. त्याची प्रथम पत्नी क्लिटेमेन्स्ट्रा हिने त्यापूर्वीच तिचा पुतण्या अॅजिस्थसशी विवाह केलेला असतो. ते दोघेजण अॅगॅमेमनॉन मारून टाकतात. आपल्या वडिलांचा खून झालेला पाहून इलेक्ट्रा आपला भाऊ ओरेस्टस याच्या मदतीने आईचा व सावत्र वडिलांचा खून करते. वडिलांच्या प्रेमापोटी आईला मारणाऱ्या इलेक्ट्राचे नाव या गंडासाठी युंगने दिले आहे.

३) इडिपसपूर्वकाल - मुलगा अगर मुलगी यांचा मनोलैंगिक विकास होऊन इडिपसगंड निर्माण होण्यापूर्वीच्या काळात दोघांनाही आईबद्दल वाटणारे प्रेम.

जुन्या ग्रीक काळातील मायसेनिअन प्रदेशात मातृसत्ताक पद्धत रूढ होती. धार्मिक व राजकीय क्षेत्रात स्त्रियांचे वर्चस्व होते व राणी ही युद्धकाळातही प्रभावशाली राज्यप्रमुख होती व तिचा पती हा 'राजा' नसून 'कमांडर ऑफ द आर्मी' वा 'प्रिन्स कॉन्सॉर्ट' म्हणून ओळखला जाई. या काळात स्त्रीला कोणतेही दुय्यम स्थान नव्हते, म्हणून हा काळ स्त्रीपुरुष समतेचा समजला जातो. फ्रॉईडच्या दृष्टीने बालवयात मुलगा व मुलगी सारखे असतात म्हणून त्याने या अवस्थेला इडिपसपूर्व अवस्था म्हटले आहे.

संदर्भ ग्रंथ

मराठी

१) अश्विनी धोंगडे - स्त्रीवादी समीक्षा - स्वरूप व उपयोजन,
दिलीपराज प्रकाशन, पुणे (१९९३) प्रथम आवृत्ती

२) साधना कामत - मानसशास्त्रीय मार्गदर्शन,
पॉप्युलर प्रकाशन, मुंबई (२००९)

इंग्रजी

1) Beauvoir de Simon - The Second Sex (1949)
Vintage Books, New York, (2011) (Reprint)

2) Chodorow Nancy - The Reproduction of Mothering -
University of California Press, Berkeley (1978)

3) Donovan Joseph - Feminist Theory, The Continum
International Group, Inc. (2000) (third edition)

4) Freud Sigmond - Three Contributions to the Theory of Sex.
1930. Johnson Reprint. New York (1970)

5) Freud Sigmond - Sexuality and the Psychology of Love (1925) ed-Philip Rieff Collier, New York (1963)
6) Friedon Betty - The Feminine Mystique, Norton Publication, New York, (1963)
7) Millet Kate - Sexual Politics, Avon Books, New York (1971) (Seventh Printing)
8) Mitchell Juliet - Psychoanalysis and Feminism, Vintage Books, New York, (1975)

- ० - ० -

स्त्रीसाठी स्वतःची खोली

व्हर्जिनिया वुल्फ ही आधुनिक इंग्रजी साहित्यातील एक अतिशय महत्त्वाची लेखक आहे. 'मॉडर्निझम' या नावाने परिचित असलेल्या चळवळीची ती एक संस्थापक आहे. 'स्ट्रीम ऑफ कॉन्शसनेस' (संज्ञाप्रवाह) हा निबंध आणि अनेक कादंबऱ्या तिचे स्वतःचे समकालीन जीवनानुभव आणि विसाव्या शतकाच्या सुरवातीच्या स्त्रियांचे जीवनानुभव, तिची अलौकिक मर्मदृष्टी दाखवतात.

'मिसेस डॅलोवे' (१९२५) 'टू द लाईट हाऊस' (१९२७) 'ओरलँडो : ए बायोग्राफी' (१९२८), 'द वेव्हज' (१९३१) आणि 'अ रूम ऑफ वन्स ओन' ही तिची महत्त्वाची पुस्तके आहेत.

'अ रूम ऑफ वन्स ओन' हा तिच्या दोन भाषणांवर आधारित असा विस्तृत निबंध आहे. १९२८ मध्ये तिने आर्ट्स सोसायटी ॲट न्यूहॅम आणि 'द ओडता (odtaa) ॲट गिर्टन' इथे स्त्रियांच्या कॉलेजात 'द क्वेश्चन ऑफ वुइमेन ॲन्ड फिक्शन' या विषयावर दोन व्याख्याने दिली. या निमित्ताने स्त्रियांच्या चळवळी, स्त्रिया लेखनात शेक्सपिअरची उंची गाठू का शकत नाहीत, स्त्रियांचे परावलंबित्व इत्यादी अनेक मुद्द्यांचा सांगोपांग ऊहापोह केला आहे. अतिशय मूलगामी विचार, परखड आविष्कार आणि समतोलवादी दृष्टिकोन यामुळे आज ९० वर्षे उलटली, तरी तिने मांडलेले विचार कालबाह्य वाटत नाहीत, यातच तिच्या विचारांची अभिजातता साठवली आहे असे वाटते.

निबंधाच्या सुरुवातीला विचारार्थ तिने काही प्रश्न वाचकांपुढे ठेवले आहेत आणि पुढे याच दिशेने विवेचनाच्या ओघात त्यांची उत्तरे दिली आहेत.

१) पुरुष दारू पितात आणि बायका का पाणी पितात? पुरुष इतके भरभराटीस आलेले आणि बायका इतक्या गरीब, असे का? कलाकृती निर्माण करण्यासाठी परिस्थिती कशी असावी लागते?

२) बायकांसंबंधी किती पुस्तके लिहिली जातात, याची तुम्हाला कल्पना आहे का? पुरुषांनी लिहिलेली किती? विश्वामधे ज्यांच्याबद्दल जास्तीत जास्त चर्चा होते असा प्राणी म्हणजे बायका असाव्यात.

३) बायका पुरुषांसंबंधी पुस्तके लिहीत नाहीत, या गोष्टीचं मला फार मोकळेपणानं स्वागत करावंसं वाटतं. बायकांना पुरुषांबद्दल वाटतो, त्यापेक्षा कितीतरी अधिक पटीनं पुरुषांना बायकांबद्दल रस का वाटतो? एखाद्यानं अशा प्रकारच्या आकर्षणाचा विषय बनणं म्हणजे अप्रत्यक्षपणे स्तुती केल्यासारखं वाटतं.

४) पुरुषांकडे - ते बायका नाहीत - एवढी गोष्ट सोडली तर कुठलंही वेगळं क्वालिफिकेशन नसतं. मग बायका इतक्या गरीब का? शहाणे पुरुष, त्यांना बायकांबद्दल काय वाटतं ते कधीच बोलून दाखवत नाहीत, असं सॅम्युएल बटलर का म्हणतो?

शहाण्या पुरुषांना बायकांबद्दल जे वाटतं ते सगळ्यांच्या बाबतीत एकसारखं नसतं, ही दुर्दैवाची गोष्ट आहे. बऱ्याच बायकांना शील नसतं असं पोपला वाटतं. शिक्षण घेण्याची बायकांची लायकी नाही, असं नेपोलिअनला वाटतं. डॉक्टर जॉन्सन म्हणतो की आपल्यापेक्षा बायका अधिक सरस आहेत हे पुरुषांना माहीत असतं, म्हणून ते अडाण्यातली अडाणी बाई बायको म्हणून निवडतात. ते जर असे वागले नाहीत, तर आपल्या बरोबरीने ज्ञान असणाऱ्या बायकांची त्यांना कधीच भीती वाटली नसती.

बायकांना आत्मा असतो की नाही? काही रानटी लोकांना वाटतं की बायकांना आत्मा वगैरे काही नसतो. काहींना बायका देवाचा अंश वाटतात, म्हणून ते त्यासाठी त्यांची पूजा करतात. जुन्या काळातल्या जर्मन लोकांचा विश्वास होता की बायकांमध्ये काहीतरी दैवी आहे, म्हणून वेदीवर ते बायकांचा सल्ला विचारीत. काही शहाण्यांना वाटतं की बायका डोक्यानं उथळ आहेत. काहींना वाटतं की त्यांची सदसद्विवेक बुद्धी अधिक सखोल आहे. गटे त्यांच्याकडे आदराने पाही, तर मुसोलिनी त्यांचा तिरस्कार करी.

५) 'स्त्री जातीची नैतिक, मानसिक आणि शारीरिक कनिष्ठता' या विषयावर एक ऐतिहासिक महत्त्वाचा ग्रंथ लिहिण्यात मिस्टर क्ष हे सध्या गुंतले आहेत. स्त्रियांचा कमीपणा इतक्या ठाशीवपणे दाखवताना ह्या प्रोफेसरांचा, मला तर वाटतं की स्त्रियांची कनिष्ठता दाखवण्यापेक्षा पुरुषांचा वरिष्ठपणा दाखवणं, हाच हेतू आहे. खरं तर स्त्री पुरुष दोघांचंही जीवन कष्टमय, अवघड आणि निरंतर संघर्षानं भरलेलं आहे. ते चांगल्या प्रकारे जगण्यासाठी प्रचंड धैर्य आणि शारीरिक, मानसिक सामर्थ्याची

गरज आहे. त्यासाठी स्वत:वर विश्वास हवा आणि हे अशक्यप्राय गुण कसे निर्माण करायचे, त्यासाठी अनेक युक्त्या वापरल्या जातात. आपल्यापेक्षा इतर लोक कमी प्रतीचे आहेत असं समजायचं. आपल्यामधे एक अंगभूतच श्रेष्ठपणा आहे असं मानायचं. मग तो पैशाच्या बाबतीत असेल, सामाजिक दर्जाच्या बाबतीत असेल, अगदी सरळ नाकाबद्दलसुद्धा असेल. म्हणूनच स्वत:ला विजयी, अधिकारी आणि मोठं समजणाऱ्या पितृप्रधानतेला एवढं प्रचंड महत्त्व मिळालं. निसर्गत:च अर्धी मानवजात आपल्यापेक्षा कनिष्ठ आहे असं मानायचं. हाच सत्ता मिळवण्याचा त्यांचा प्रमुख मार्ग आहे.

६) 'पुरुष ढोंगी असतात' असं जेव्हा रिबेका वेस्ट म्हणते, तेव्हा तिला वाईट अर्थानं 'स्त्रीवादी' अशी शिवी दिली जाते. जे खरं असण्याची शक्यता आहे, असं आपल्याविरोधी विधान केलं म्हणून रिबेका वेस्टवर टीका कशासाठी? हे आपल्या अहंपणाला धक्का लागल्याचं दु:ख आहे की स्वत:च्या मोठेपणावर विश्वास ठेवण्याच्या आपल्या सामर्थ्यावर गदा आल्याची भीती आहे? गेली कित्येक शतकं बायकांनी आरसा म्हणून कामगिरी बजावली आहे. असे आरसे, ज्यांच्यामध्ये जादूची आणि आनंद देण्याची शक्ती आहे. कारण हे आरसे पुरुषांच्या नैसर्गिक आकारापेक्षा त्यांचा आकार दुपटीनं अधिक दाखवतात. या शक्तीशिवाय सगळं जग म्हणजे एक दलदलीची जमीन आणि जंगल होऊन जाईल. त्या शक्तीविना युद्धातल्या विजयाचं कौतुक झालं नसतं. सर्वशक्तिमान पुरुष आणि नशिबाचा खेळ अस्तित्वातच आला नसता. झार आणि कैसर यांनी मुकुट धारण केले नसते किंवा गमावले नसते. सभ्य सुसंस्कृत समाजामधे या आरशांचा उपयोग काही का असेना, हे आरसे हिंस्र आणि पराक्रमी कृत्यांसाठी आवश्यकच आहेत. यासाठीच नेपोलिअन आणि मुसोलिनी स्त्रियांच्या कनिष्ठपणावर एवढा भर देतात. त्या कनिष्ठ नसत्या तर हे कधीच मोठे होऊ शकले नसते. पुरुषांसाठी बायका किती गरजेच्या आहेत हे यामुळे स्पष्ट होतं. बायकांनी केलेल्या टीकेमुळे पुरुष एवढे अस्वस्थ का होतात, ते त्यामुळं कळते, त्यामुळे 'हे पुस्तक वाईट आहे,' 'हे चित्र सामान्य आहे' असं बायकांनी पुरुषांच्या बाबतीत म्हणणं अशक्यच आहे. एखादा पुरुष अशीच टीका बायकांवर करतो, त्यावेळी बायकांना जितके वाईट वाटेल किंवा राग येईल, त्यापेक्षा कितीतरी अधिक राग येणं किंवा वाईट वाटणं, बाईनं पुरुषांवर टीका केली तर पुरुषांच्या बाबतीत होतं. कारण ती ज्यावेळी सत्य सांगायला लागते, त्यावेळी त्याची आरशातली प्रतिमा आक्रसू लागते. त्याची जीवनातली लायकी कमी होऊ लागते. तो आहे त्यापेक्षा त्याला कमीतकमी दुप्पट दिसल्याशिवाय तो निर्णय कसे देणार, स्थानिक लोकांना सुसंस्कृत

कसा बनवणार, कायदे कसे करणार, लंबीचौडी भाषणबाजी कशी करणार?

७) पुढच्या १०० वर्षांत स्त्रीजात पुरुषांच्या संरक्षणाखाली राहणारी जात म्हणून राहणार नाही. तार्किकदृष्ट्या पाहता आता प्रतिबंध करण्यात आलेल्या सर्व प्रकारच्या कामांमध्ये आणि व्यायामात स्त्रिया सक्रिय भाग घेतील. स्त्रियांचे संरक्षण काढून घ्या, त्यांना सर्व कामांना सामोरे जाऊ द्या. सैनिक होऊ द्या, नाविक होऊ द्या, इंजिन ड्रायव्हर्स, गोदी कामगार, काय हवं ते होऊ द्या. त्यामुळे त्या लौकर मरतील असे वाटते का? एकदा स्त्री जात संरक्षक कवचातून बाहेर पडली की काहीही होऊ शकते.

८) प्रो. ट्रिव्हेलियनच्या 'हिस्ट्री ऑफ इंग्लंड' या पुस्तकात स्त्रियांसंबंधी खालील माहिती आलेली आहे.

'बायकोला मारहाण करणे हा पुरुषांचा सर्वमान्य हक्क होता आणि उच्च व नीच दोन्ही दर्जाच्या पुरुषांकडून तो कोणतीही लाज न वाटता बजावला जाई. वडिलांनी ठरवून दिलेल्या पुरुषाशी लग्न करायला एखाद्या मुलीने नकार दिला तर तिला कोंडून ठेवले जाई. मारहाण केली जाई. विवाहाशी व्यक्तीव्यक्तीतील प्रेमाचा काही संबंध नव्हता, तर पैशांच्या लोभाने कुटुंबे परस्परांशी संबंध जोडत. पती पत्नी दोघेही पाळण्यात झोपण्याइतके लहान असताना लग्ने जुळवली जात आणि सांभाळणाऱ्या आयांच्या हातून ती सुटी होईपर्यंत लग्ने होत. या गोष्टी चॉसरच्या काळात म्हणजे साधारणत: १४७० च्या सुमारास सर्वमान्य होत्या.

पुढचा संदर्भ यानंतर साधारण २०० वर्षानंतरचा, स्टुअटर्सच्या काळातील आहे. या काळातही फक्त उच्चवर्गीय व मध्यमवर्गीय स्त्रियाच अपवाद म्हणून आपला नवरा निवडू शकत होत्या आणि एकदा तो निश्चित केल्यावर तोच त्यांचा लॉर्ड (महाराज) किंवा मास्टर (स्वामी, धनी) असे. पण गंमत म्हणजे शेक्सपिअरच्या नाटकात किंवा त्या काळातील (१७ वे शतक) पुस्तकातून स्वत:चे ठसठशीत व्यक्तित्व असणाऱ्या आणि निर्णय घेणाऱ्या स्त्री पात्रांची वाण दिसत नाही. क्लिओपात्रा आपले आयुष्य आपण ठरवते. लेडी मॅकबेथ स्वत:च्या इच्छेनुसार वागू शकते. सुरुवातीच्या काळापासून कवींच्या कवितांमधून धोक्याची सूचना देणाऱ्या दिव्यासारख्या बायका जळल्या आहेत. नाटककारांमध्ये क्लायटेमनेस्ट्रा, ॲन्टिगनी, क्लिओपात्रा, लेडी मॅकबेथ, फीद्र, रोझॅलिंड, देस्देमोना यासारख्या स्त्रिया; तर गद्य लेखकांच्या मिलामांट, क्लॅरिसा, बेकी शार्प, ॲना कॅरेनिना, एमा, बोव्हरी या स्त्रिया साहित्यामधे अत्यंत महत्त्वाच्या भूमिकेत असतात. पराक्रमी आणि क्षुद्र, प्रभावशाली आणि कीव करावी अशा, सुंदर आणि कुरूप, पुरुषांइतक्याच समर्थ, काही वेळा पुरुषांपेक्षाही

अधिक समर्थ. पण ही बाई काल्पनिक जगातली आहे. वास्तवामधे प्रोफेसर ट्रिव्हेलिअन यांनी नमूद केल्याप्रमाणे, बायकांना जबरदस्तीनं खोलीत कोंडलं जात होतं. मारझोड केली जात होती.

कल्पनेतली बाई सर्वोच्च महत्त्वाची तर वास्तवातली पूर्णपणे बिनमहत्त्वाची, सामान्य बाई. मुखपृष्ठापासून मलपृष्ठापर्यंत कवितेचे पुस्तक बाई व्यापून टाकते. कादंबरीतली बाई राजे, महाराजे आणि जगज्जेते यांच्यावर अधिराज्य गाजवते. वास्तवामधे ज्याच्या वडिलांनी जबरदस्तीनं तिच्या बोटात अंगठी घातली अशा एखाद्या पोराचीही ती गुलाम असते. साहित्यामध्ये तिच्या ओठातून स्फूर्तिप्रद शब्द आणि गहन विचार बाहेर पडतात. वास्तवात मात्र तिला लिहिता येत नाही, वाचता येत नाही आणि ती आपल्या नवऱ्याची मालमत्ता असते.

एलिझाबेथ राणीच्या काळातील सामान्य स्त्री कशी होती, याचे तपशील किंवा नेमकी माहिती कुठेही मिळत नाही. इतिहासामध्ये क्वचितच तिची नोंद होते.

ट्रिव्हेलिअनच्या दृष्टीने इतिहास म्हणजे राजे, त्यांची कट कारस्थाने, शेती, धर्मयुद्धे, विद्यापीठे, युद्ध, सत्ता, समुद्र पर्यटन, नव्या जगांचा शोध, सैन्याची उभारणी इत्यादी - यात कुठेतरी प्रसंगानुरूप स्त्रियांचा उल्लेख येतो आणि या स्त्रिया म्हणजे एखादी एलिझाबेथ, एखादी मेरी किंवा एखादी उच्चभ्रू स्त्री. इतिहासकाराच्या दृष्टीने भूतकाळाचा वेध घेताना बुद्धी आणि चारित्र्य यांच्यावरच ज्यांचा भरंवसा आहे, अशा मध्यमवर्गीय स्त्रियांनी कुठल्याही मोठ्या चळवळीमध्ये भाग घेतला असल्याची शक्यता आहे, असे त्यांना वाटत नाही. जुन्या काळच्या घटनांच्या एकत्रित पुस्तकात कुठे बाईचा उल्लेख येत नाही. बायकांपैकी कोणी आपली चरित्रं लिहून ठेवलेली नाहीत आणि डायऱ्याही लिहून ठेवलेल्या नाहीत. बायकांनी लिहिलेली काही थोडी पत्रे अस्तित्वात आहेत. बायकांनी लिहिलेल्या कविता आणि नाटकेही नाहीत, ज्यामुळे बायकांचे परीक्षण करता आले असते. जुन्या काळाचा अभ्यास करणाऱ्या कोणी विद्वानांनी याचा कधी अभ्यास केला नाही की बायकांचं लग्न कुठल्या वर्षी व्हायचं, नियम म्हणून त्यांना किती मुलं असणं आवश्यक असायचं, तिचं घर कसं होतं, तिची स्वत:ची अशी एखादी खोली असायची का, स्वयंपाकपाणी बाई स्वत:च एकटी करायची की तिच्या मदतीला कोणी नोकर असण्याची शक्यता होती? गावामधल्या नोंदबुकात कदाचित् या गोष्टीची नोंद असेल. एलिझाबेथच्या काळातील सामान्य स्त्रियांची ही माहिती संशोधकांनी शोधली पाहिजे, प्रसिद्ध केली पाहिजे. आजच्या विद्यार्थ्यांनी इतिहासाचे पुनर्लेखन करण्याची गरज आहे.

या काळातल्या बायका कविता का लिहीत नव्हत्या? त्या सुशिक्षित होत्या

का, त्यांना लिहिता वाचता येत होतं का, त्यांच्यासाठी त्यांच्या म्हणून बैठकीच्या खोल्या होत्या का, थोडक्यात सकाळी आठपासून रात्री आठपर्यंत त्या काय काय करायच्या, याची मला कल्पना नाही. त्यांच्याकडे नक्कीच त्यांचा पैसा नव्हता. त्यांची इच्छा असो, नसो, पंधराव्या, सोळाव्या वर्षी त्यांची लग्नं होत होती.

एका बिशपनं असं म्हटलंय की शेक्सपिअरसारखी असामान्य प्रतिभा असलेली बाई भूतकाळ, वर्तमानकाळ किंवा भविष्यकाळात कधीही होऊ शकणार नाही. शेक्सपिअरच्या काळात कुणी बाई शेक्सपिअरसारखी नाटकं लिहील हे अशक्यच होतं. थोड्या काळापुरती कल्पना करू या की शेक्सपिअरला ज्युडिथ नावाची बहीण होती. ती त्याच्याइतकीच प्रतिभावान होती. असामान्य बुद्धिमत्तेची होती. त्याच्याइतकीच साहसी आणि कल्पक होती. पण बाई होती म्हणजे तिला ग्रामर स्कूलमध्ये लिहायला वाचायला शिकण्याची संधीच नव्हती. मग ती होरॅस आणि व्हर्जिल कुठून वाचणार? तिचा सगळा वेळ घरकामातच जायचा. त्यातूनही चुकूनमाकून तिनं काही खरडलं तर ती ते लपवून ठेवायची. तिच्या मनाविरुद्ध आईवडिलांनी तिचं लग्न ठरवलं, तेव्हा ती पळून लंडनला आली. नाटकाच्या थिएटरबाहेर उभं राहून सांगायला लागली की मला नाटकात काम करायचंय. लोक तिच्या तोंडावर तिला हसायचे. मॅनेजर म्हणाला, 'बायका कधी नाटकात अभिनेत्री होऊ शकत नाहीत.' मग ती रात्री अपरात्री रस्त्यावरून हिंडू शकली का? सरते शेवटी मॅनेजरला तिची दया आली आणि त्या सभ्य माणसापासून तिला मूल झाले. शेवटी हिवाळ्यातल्या एका रात्री तिनं स्वत:ला मारून घेतलं आणि तिला पुरण्यात आलं. शेक्सपिअर बाई असता, तर त्याचीही हीच गत झाली असती.

शेक्सपिअरसारख्या प्रतिभासंपन्न व्यक्ती कष्टकरी, कामगार वा सेवाचाकरी करणाऱ्या अशिक्षितांमधून निर्माण होत नाहीत, मग त्या बायकांमधे कशा जन्माला येतील ? लहानपणापासून घरकामाला जुंपलेल्या आणि सत्ता, कायदे आणि रीतीरिवाजानं त्यातच जखडून गेलेल्यांमधून शेक्सपिअर कसा जन्माला येईल? पण जसे कामगारांमधे एक प्रकारची प्रतिभा असलेले लोक असतीलच की, त्याचप्रमाणे बायकांमधेही प्रतिभावान बायका असतीलच. अधूनमधून एमिली ब्रॉन्टे आणि रॉबर्ट बर्न्स प्रतिभेच्या प्रांगणात तळपून आपलं अस्तित्व सिद्ध करत असतातच.

बिचाऱ्या बायकांना स्वत:ची खोलीसुद्धा नव्हती. मग निवांत जागा किंवा साऊंड प्रूफ खोली तर जाऊच दे. ही गोष्ट अगदी १९ व्या शतकाच्या आरंभापर्यंत अशीच होती. अगदीच तुमचे आईवडील प्रचंड श्रीमंत आणि उदारमतवादी असतील, तर तुम्हाला एखादी स्वत:ची खोली मिळण्याची शक्यता. नाहीतर सर्वसाधारणपणे

मुली वडिलांवर पूर्णपणे अवलंबून आणि खर्चासाठी मिळणारा थोडाफार पैसाही कपड्यांसाठी खर्च व्हायचा. अर्थात् अशा वाईट परिस्थितीतून कीट्स, टेनिसन, कार्लाईल अशा गरीब कवींचीही सुटका झाली नाही. पण त्यातही फरक आहे. जगानं जसं त्यांना सांगितलं की "बाबांनो, तुम्हाला हवं असलं तर लिहा त्यामुळे आम्हाला काही फरक पडत नाही." पण जगानं असं कधी बायकांना म्हटलं नाही. उलट जगानं गडगडाटी हसून बायकांना म्हटलं, 'लिहायचंय? तुमच्या लिखाणाचा काय उपयोग?'

केंब्रिजमधील एकवेळचे नामवंत प्राध्यापक ऑस्कर ब्राऊनिंग म्हणायचे की बुद्धिमत्तेच्या दृष्टीनं सगळ्यात जास्त हुशार बाई, सगळ्यात सामान्य पुरुषापेक्षा कमी असते.

स्त्रियांच्या बंधमुक्ततेला पुरुषांनी केलेला विरोध हा बंधमुक्ततेपेक्षाही अधिक इंटरेस्टिंग आहे.

स्त्रीला कधी लिहिण्यासाठी प्रोत्साहन मिळाले नाही. त्यांना नेहमी तुच्छतेनं वागवलं गेलं, फटकारलं गेलं, उपदेश केला गेला आणि बोधामृत पाजलं गेलं. लिहिणाऱ्या बाईला इतका विरोध झाला की पुस्तक लिहिणं म्हणजे दुसऱ्यांनी टर टवाळी उडवणं, हे तिनं गृहीतच धरलं. अशा एकाकी बायका होत्याच, ज्यांच्या लिखाणाला वाचक मिळाले नाहीत, ज्यांच्यावर कोणी समीक्षा लिहिली नाही. स्वत:च्या आनंदासाठीच त्या लिहीत राहिल्या. मिसेस अफ्रा बेन ही अशीच एक मध्यमवर्गीय बाई होती. तिच्याकडे विनोदवृत्ती होती. उत्साह आणि धैर्य होतं, नवऱ्याच्या मृत्यूनंतर स्वत:च्या उपजिविकेसाठी तिला लेखनाकडे वळावं लागलं. पुरुष लेखकांसाठी असलेल्या अटी मान्य करूनच तिला लेखन करावं लागलं. तिनं काय लिहिलं यापेक्षा अधिक महत्वाची गोष्ट आहे की तिनं लिहिलं. तिची 'अ थाऊजंड मार्टर्यस आय हॅव मेड' किंवा 'लव इन फॅन्टॅस्टिक ट्रायम्प सॅट' ही उत्कृष्ट निर्मिती आहे. कारण इथे मानसिक स्वातंत्र्याचा जन्म होतो किंवा काळाच्या ओघात स्त्रीचं मन तिला हवं ते लिहिण्याइतकं स्वतंत्र होईल, अशी शक्यता निर्माण होते. राजीखुशीनं आपली काही अंगभूत वैशिष्ट्ये सोडून दिली, तर लिखाण करून पैसा मिळवता येतो हे अफ्रा बेनने सिद्ध केले. लिखाण म्हणजे वेडपटपणाची कृती किंवा लक्ष विचलित झाल्याचे चिन्ह ह्या समजुती तिच्यामुळे काही अंशी कमी झाल्या आणि स्त्रीच्या लिखाणाला व्यावहारिक महत्त्व मिळाले.

१८ वे शतक पुढे सरकले तेव्हा शेकडो बायका लिखाणाने पैसा मिळवून आपल्या कुटुंबाला हातभार लावू लागल्या होत्या किंवा स्वत:चा पॉकेटमनी वाढवू

लागल्या होत्या. त्या अनुवाद करू लागल्या होत्या किंवा असंख्य वाईट कादंबऱ्या लिहू लागल्या, ज्यांची पाठ्यपुस्तकातून नोंद होणंही थांबलं आणि ज्या चारिंग क्रॉस रोडवरच्या पेट्यातून चार पेन्सला विकत मिळतात. पण यातून निदान एवढं तरी सिद्ध झालं की लिखाणातून बायका पैसे मिळवू शकतात. एरवी ज्याची फालतू, बिनमहत्त्वाचे म्हणून संभावना होते त्याला पैशामुळे प्रतिष्ठा लाभते. १८ व्या शतकाच्या शेवटाला एक मोठा बदल घडून आला. मी इतिहास लिहिणारी असते तर 'वॉर ऑफ द रोझेस' या नावानं प्रसिद्ध असणाऱ्या धर्मयुद्धापेक्षासुद्धा या गोष्टीला अधिक महत्त्व दिलं असतं. ती गोष्ट म्हणजे मध्यमवर्गीय स्त्रिया लिहू लागल्या. 'प्राईड अ‍ॅण्ड प्रेज्युडिस', 'मिडल मार्च', 'वदरिंग हाईट्स' यांना महत्त्व आहे, कारण त्यांच्या लेखिका कोणी अमीर उमराव घराण्यातल्या एकाकी बायका नव्हत्या, तर सर्वसाधारण मध्यमवर्गीय स्त्रिया होत्या. अर्थातच् आधीच्या बायकांनी लिहिलं नसतं तर जेन ऑस्टिन, ब्रॉंटे भगिनी, जॉर्ज इलियट या सुद्धा लिहू शकल्या नसत्या. जसं मार्लो झाला नसता, तर शेक्सपिअर लिहू शकला नसता आणि चॉसरविना मार्लो लिहू शकला नसता. कारण कुठल्याही असामान्य कलाकृती एकट्या आणि एकाकी जन्माला येत नाहीत. त्या वर्षानुवर्षांच्या समान विचारांतून जन्माला येतात. अनेक लोकांच्या विचारांतून जन्म घेतात. म्हणून एका माणसाच्या आवाजामागे हजारो जनसामान्यांचे अनुभव असतात. तशा सर्व स्त्रिया त्यांच्या पूर्वी लेखन करणाऱ्यांचे आणि प्रत्येक स्त्री अफ्रा बेनचे देणे लागते, कारण तिनेच त्यांना स्वत:च्या मनातले बोलण्याचा हक्क मिळवून दिला आणि तिनेच लेखन करून पैसे मिळवला.

लेखनातली मुळातली ऊर्मी कविता करण्याची असते. मग या चार मोठ्या लेखिका कादंबरी लेखनाकडे का वळल्या? त्या मध्यमवर्गीय कुटुंबात जन्माला आल्या म्हणून? १९ व्या शतकाच्या सुरुवातीपर्यंत मध्यमवर्गीय घरात एकच सिटिंग रूम असे. बाईला लिहायचे असेल तर तिला त्या एकुलत्या एक सिटिंग रूममधे बसून लिहावे लागे. कोणत्याही व्यत्ययाविना स्वत:चा असा अर्धा ताससुद्धा मिळणे बाईला शक्य नव्हते. अशा परिस्थितीत नाटक किंवा काव्य लिहिण्यापेक्षा गद्य आणि काल्पनिक लिहिणं सोपं, कारण त्या वेळी मनाची एकाग्रता थोडी कमी असली तरी चालते. जेन ऑस्टिनच्या भाच्याने आपल्या 'आठवणी'मधे असे लिहून ठेवले आहे की - 'तिच्यासाठी एखादी छोटी अभ्यासिकाही नव्हती. तिचे बहुतेक सर्व लिखाण सगळ्यांसाठी असलेल्या सिटिंग रूममध्ये झाले आणि तिथे सतत सर्वप्रकारचे व्यत्यय असत. आपल्या या लेखनाची कुणकुण नोकरांना, पाहुण्यांना अगर आपल्या कुटुंबातील लोकांव्यतिरिक्त कुणालाही लागू नये, याबद्दल ती व्यवस्थित काळजी घेत

असे. आपले हस्तलिखित ती लपवून ठेवी किंवा टिपकागदाखाली झाकून ठेवी.'

या स्त्रियांना मिळालेले लेखनाचे शिक्षण म्हणजे व्यक्तीचे बारकाईने केलेले निरीक्षण आणि भावनांचे विश्लेषण करण्याची ताकद एवढेच. कॉमन सिटिंग रूमच्या प्रभावानेच त्यांच्याकडे तरल भाव समजण्याची शक्ती आली. लोकांच्या मनातील भावभावनांनी त्यांच्यावर छाप पाडली. माणसामाणसातले नातेसंबंध त्यांच्या डोळ्यापुढे नेहमीच होते. साहजिकच ज्यावेळी मध्यमवर्गीय स्त्री लिहू लागली तेव्हा ती कादंबरीकडेच वळली. 'प्राईड ॲन्ड प्रेज्युडिस' ही एक चांगली कादंबरी आहे. तरीसुद्धा ही कादंबरी लिहिताना आपण काहीतरी बदनामकारक गोष्ट करतो आहोत अशी अपराधी भावना जेन ऑस्टिनच्या मनात होती. पाहुण्यांपासून हे हस्तलिखित लपवून ठेवणे तिला आवश्यक वाटले नसते, तर 'प्राईड ॲन्ड प्रेज्युडिस' ही अधिक चांगली कादंबरी झाली असती का, असे माझ्या मनात येते. पण परिस्थितीमुळे तिच्या कलाकृतीला थोडा तरी धक्का बसला, असे कुठेही दिसत नाही. यातला मुख्य चमत्कार हाच आहे की १८०० सालच्या सुमारास एक बाई कुणाचाही तिरस्कार न करता, कडवटपणाची भावना न ठेवता, भीती न बाळगता, कुणाचा धिःक्कार न करता आणि काही उपदेश न करता लिहीत होती.

शेक्सपिअरने असेच लिहिले. दोघांनीही मनाने सर्व अडथळे पार केले होते. आपल्याला दोघेही समजत नाहीत याचे हेच कारण आहे. आपण लिहिलेल्या प्रत्येक शब्दामागे ही दोघेही व्यापून राहतात. अतिशय मर्यादित असं जग तिच्यावर लादल्यामुळे तिच्या लेखनावर नक्कीच परिणाम झाला. बाईने एकटीने कुठे जाणे त्या काळात अशक्य होते. तिने कधी प्रवास केला नाही. लंडनमधून ती कधी फिरली नाही किंवा एकटी कधी जेवणासाठी हॉटेलमध्ये गेली नाही. कदाचित आपल्याला जे मिळत नाही, त्याची इच्छा धरणे तिच्या स्वभावातच नव्हते. तिला मिळालेली प्रतिभेची देणगी आणि तिच्या भोवतीची परिस्थिती एकमेकांना साजून आहेत. पण शार्लेट ब्रॉन्टेच्या बाबतीत मात्र हे खरं नाही. जेन आयरला काल्पनिक मनोराज्य पाहण्याची आत्यंतिक इच्छा आहे. ती तिला तिच्या मर्यादांच्या पलीकडे नेईल असे तिला वाटते. जिने त्याच्याबद्दल नेहमी ऐकले आहे, पण जे तिने कधीच पाहिले नाही, असे शहरातले धावपळीचे जग, न पाहिलेले अनेक प्रदेश, उत्साहाने थडथडणारे जीवन याची तिला नेहमीच ओढ वाटते. चांगुलपणाचे विविध उत्कट नमुने जगात अन्यत्र अस्तित्वात आहेत, यावर तिचा विश्वास आहे आणि ज्यावर तिचा विश्वास आहे, ते सर्व तिला बघावेसे वाटते.

या सगळ्या चांगल्या कादंबऱ्या जगाचा फारसा अनुभव नसताना लिहिल्या

गेल्या आहेत, हे आपण लक्षात घ्यायला हवे. सर्वांना कॉमन असलेल्या सिटिंग रूममधे बसून त्या लिहिल्या आहेत. वदरिंग हाईट्स किंवा जेन आयरसारख्या कादंबऱ्या लिहिणाऱ्या बायकांकडे कादंबरी लेखनासाठी लागणारे कागदही एकदम खरेदी करण्याएवढा पुरेसा पैसा नव्हता. अशा गरीब बायकांनी त्या लिहिल्या आहेत, हे देखील लक्षात ठेवायला हवे.

पुष्कळ प्रशंसा झाल्यावर जॉर्ज इलियट निसटली, पण ती देखील सेंट जॉनच्या जंगलातील एकाकी बंगल्यात आणि जगाच्या नाराजीच्या सावलीत तिथेच स्थिरावली; कारण जगाच्या दृष्टीनं एका विवाहित पुरुषाबरोबर राहण्याचे पाप तिने केले होते. त्यामुळे ती दिसणे किंवा भेटणेही इतरांचे पावित्र्य भंग करणारे नव्हते का?

टॉलस्टॉय किंवा त्याच्यासारखे अन्य मोठे कादंबरीकार टिकून राहतात. कारण ते जे काही सांगतात ते सत्यच आहे, अशी लोकांची श्रद्धा असते. ते आपल्याला खात्री देतात की हे असेच आहे. असेच घडते. कादंबरीकार त्या कथेत पूर्णपणे एकात्म होतो. लेखिकेचे बाई असणे हे तिच्या एकरूप होण्यात अडथळा आणते का? अशी एकरूपता की जी लेखनाचा मुख्याधार आहे. जेन आयरची मनोराज्य पाहण्याची इच्छा रंगवण्यामध्ये शार्लट ब्रॉन्टेच्या एकात्मतेत संताप मिसळला जातो. जी कथा तिची पूर्ण एकतानता मागत होती, ती सोडून देऊन आपल्या व्यक्तिगत जीवनातली गाऱ्हाणी सांगण्याचा तिला मोह होतो. तिला आवश्यक असलेला अनुभव घेण्याची संधी तिला कधी मिळाली नाही, याची तिला आठवण होते. धर्मगुरूच्या घरातले मोजे शिवण्यात ती अडकली आणि मुक्तपणे बाहेरच्या जगात वावरण्याची तिची इच्छा कधीच पूर्ण झाली नाही. तिच्या कल्पनाशक्तीत अडथळे आणून तिला विचलित करणाऱ्या अनेक गोष्टींचा परिणाम तिच्या लेखनावर झाला.

कादंबरीच्या लेखकाचा खऱ्या जगण्याशी प्रत्यक्ष संबंध असतो. कादंबरीतली मूल्ये काही मर्यादेपर्यंत प्रत्यक्ष जीवनाची संबंधित असतात. बहुतेक वेळा स्त्रियांच्या मूल्यकल्पना आणि पुरुषांच्या मूल्यकल्पना यात फरक असतो. पुरुषांना एखादे पुस्तक महत्त्वाचे वाटते, कारण ते युद्धाशी संबंधित आहे. एखादे पुस्तक बिनमहत्त्वाचे कारण ते घरातल्या बायकांच्या भावनांशी निगडित आहे. एखाद्या दुकानातल्या दृश्यापेक्षा एखाद्या रणांगणावरचे दृश्य अधिक महत्त्वाचे.

म्हणून १९ व्या शतकातल्या लेखिकांनी कादंबरीची रचनाच बदललेली दिसते. त्यांनी घरात घडणाऱ्या घटनांवरच आपले लक्ष केंद्रित केले. पण त्यामुळे अत्यंत मर्यादित अनुभवातले सामान्य लिखाण अशी त्यांच्यावर टीका झाली. ही

टीका पचवायला केवढ्या अस्सल प्रतिभेची आणि एकात्मतेची जरूर होती! आपल्याला कोणतीही गोष्ट जशी दिसते तशी ती न आक्रसता मांडणे, हे त्या काळच्या पूर्णपणे पितृप्रधान समाजात सोपे नव्हते. फक्त जेन ऑस्टिन आणि एमिली ब्रॉन्टेच हे करू शकल्या, हे त्यांच्या मुकुटावरचे आणखी एक पीस, कदाचित सर्वात सुंदर पीस म्हणावे लागेल. जशा बायका लिहितील तसे त्यांनी लिहिले. पुरुष लिहितील तसे लिहिले नाही. ज्या हजारो बायका त्या वेळी लिहीत होत्या, त्यांच्यापैकी फक्त या दोघींनी 'असे लिहा तसा विचार करा' अशा बायकांना कायम केल्या जाणाऱ्या उपदेशाकडे पूर्ण दुर्लक्ष केलं.

'लाईफ ॲन्ड लेटर्स' या १९२८ साली प्रसिद्ध झालेल्या पुस्तकात सर एडगर ब्रिजेस म्हणतात, 'कादंबरीकार स्त्रियांनी आपल्या स्त्री असण्याच्या मर्यादेची जाणीव ठेवूनच आपल्याला किती गुणवत्ता प्राप्त करून घेता येईल याचा विचार करावा.' विसाव्या शतकातसुद्धा बायकांना असे नामोहरम केले जाते. सततची टीका आणि लिखाणापासून परावृत्त करण्याचा प्रयत्न, १९ व्या शतकात सतत चालू असताना या स्त्रियांच्या मागे लिखाणाची परंपरा नव्हती किंवा असलीच तर ती इतकी लहान होती की त्याचा काही उपयोग होऊ नये. कारण आपण बाई असू तर आपण आपल्या आईमार्फत मागचा विचार करतो. मोठ्या लेखकांकडे मदतीसाठी जाण्याचाही काही उपयोग नसतो. वाचनातील आनंदासाठी तुम्ही त्यांचे लिखाण वाचू शकता. स्वातंत्र्य आणि आविष्कारातील परिपूर्णता हे कलेचे दोन अत्यंत महत्त्वाचे घटक आहेत. आपल्यामागे अशी परंपरा नसणे आणि साधनांचा अपुरेपणा असणे, हे इतके मोठे अडथळे आहेत. कारण ते अनेक शतकांच्या कडक शिस्तीतून निर्माण होतात आणि त्यांची जागा कोणी घेऊ शकत नाही. बायका पुरुषांसारख्या लिहू लागल्या तर ती एक अत्यंत कीव करण्याजोगी गोष्ट आहे किंवा पुरुषांसारख्या राहू लागल्या किंवा दिसू लागल्या तर मला त्यांची कीव वाटेल. कारण जगाचा विशालपणा आणि वैविध्य लक्षात घेतल्यावर स्त्री पुरुष या दोन जाती अपर्याप्त वाटत असतील तर आपण एकाच जातीवर कसे निभावणार आहोत? शिक्षणाने या दोहोतील साम्यापेक्षा फरक बळकट करायला हवा.

स्वयंपाक शिजतो, जेवणे होतात, ताटे, कपबशा स्वच्छ होतात, मुले शाळेला पाठवली जातात आणि मोठ्या जगात प्रवेश करतात. यातले काही एक मागे रहात नाही. हे सगळे विरून जाते. कोणतेही चरित्र अगर इतिहास याबद्दल एक शब्दही उच्चारत नाही. कादंबऱ्यासुद्धा याबद्दल तक्रार न करता अटळपणे असत्य सांगतात.

या सगळ्या धुक्यात विरलेल्या प्रचंड मोठ्या जीवनाची नोंद झाली पाहिजे.

आधुनिक लेखिकांनी हातात दिवा घट्ट धरून हे सगळे शोधून काढले पाहिजे. याहीपेक्षा अधिक महत्त्वाचे म्हणजे यातला गहनपणा आणि उथळपणा, यातला पोकळपणा आणि औदार्य याने तुमचा आत्मा उजळायला हवा आणि सौंदर्याचा तुम्हाला कळलेला अर्थ कोणता आणि मोजे, बूट अशासारख्या जगाशी आणि सतत बदलत राहणाऱ्या जगाशी तुमचे नाते काय, हे तुम्हाला सांगता आले पाहिजे. पुरुषजातीतील पोकळपणाबद्दल किंवा जातीवैशिष्ट्याबद्दल कडवटपणा न आणता त्यांची टर उडवायला शिकले पाहिजे. एका शिलिंग (नाणं) च्या आकाराचा एक डाग प्रत्येकाच्या डोक्यावर असतो, जो त्या व्यक्तीला स्वत:ला कधीच दिसत नाही. त्या डागाचे वर्णन स्त्री पुरुषांनी परस्परांना करणे हे फार चांगले काम आहे. फार पूर्वीपासून पुरुषांनी बायकांच्या डोक्यामागे असणारा हा काळा डाग किती हुशारीने आणि माणुसकीने सतत दाखवून दिला आहे, याचा विचार करा. तुम्ही धीट आणि प्रामाणिक असाल तर पुरुषांच्या मागे जाऊन तुम्हाला तिथे डोक्यावर मागच्या बाजूला काय दिसते आहे, ते सांगता यायला हवे. बाईने नाण्याच्या आकाराच्या त्या डागाचे वर्णन केल्याशिवाय पुरुषाचे पूर्ण चित्र बाईला कधीच रंगवता येणार नाही.

हेतुपूर्वक टवाळी किंवा राग मनात धरून केलेले लिखाण निष्फळ आहे, असे साहित्याने दाखवून दिले आहे. सत्य विधाने करा, त्याचे परिणामही आश्चर्यकारकपणे इंटरेस्टिंग असतील, त्यामुळे कॉमेडी अधिक सशक्त होईल आणि नवीन वास्तव सापडेल.

पुरुष काही आता विरोधी गटातले राहिलेले नाहीत. कुंपण घालून त्यांच्या विरोधात उभे राहण्यात वेळ दवडण्याचेही कारण नाही. जेन आयरप्रमाणे छतावर चढून आपले मन:स्वास्थ्य बिघडवून, प्रवास, अनुभव आणि ज्ञान मिळवण्याची इच्छा करत झुरत राहण्याची आता जरुरी नाही. भीती आणि तिरस्कार आता जवळजवळ गेला आहे. दुसऱ्या सेक्सबद्दल लिहताना जळफळाट आणि उपरोधाची गरज नाही.

बाईला आणखी शंभर वर्षे द्या, स्वत:ची खोली द्या, वर्षाला पाचशे पौंड द्या, तिला मनात असेल ते बोलू द्या, आत्तापेक्षा तिचे कष्ट निम्याने कमी होऊ द्यात आणि मग बघा ती नक्कीच चांगले पुस्तक लिहील. पुढच्या १०० वर्षांच्या काळात ती नक्कीच कवी होऊ शकेल.

बाई लिहिताना आईच्या मार्फत मागे बघते. बाईची जाणीवपूर्वकता दुभंगलेली असते. समजा एखादी स्त्री व्हाईटहॉलच्या बाहेरून चाललेली आहे, तर तिला आपण त्या संस्कृतीचे वारसदार आहोत अशी भावना येत नाही. आपण त्या बाहेरचे आहोत, परके आहोत असे वाटते आणि ती त्यावर टीका करते. तिचा लक्ष केंद्रित करण्याचा

बिंदू नेहमी बदलतो आणि ती जगाला वेगळ्या परिप्रेक्ष्यात आणते. अजाणतेपणे ती काहीतरी मागे राखून ठेवते आणि मग हळूहळू तिच्यात प्रयत्नपूर्वक दडपलेपणा येतो.

आपल्या प्रत्येकामध्ये दोन शक्ती मुख्य असतात. एक पुरुषी आणि दुसरी बायकी. (बाईची शक्ती या अर्थाने) पुरुषाच्या मेंदूमधे बायकी शक्तीपेक्षा पुरुषी शक्ती अधिक प्रबळ असते आणि बाईच्या मेंदूमध्ये बायकी शक्ती पुरुषी शक्तीपेक्षा अधिक प्रबळ असते. जेव्हा या दोन्ही शक्ती सुसंवादाने, सहकार्याने राहतात तेव्हा जीवन व्यवस्थित, सुखकारक चालते. एखादी व्यक्ती पुरुष असेल तर आपल्यातील स्त्रीबरोबर त्याचा चांगला व्यवहार हवा आणि बाईचा आपल्यातील पुरुषाबरोबर सुसंवाद हवा. मोठ्या व्यक्तींची मने उभयलिंगी (ॲन्ड्रोजिनस) असतात असे कोलरिज म्हणतो, तेव्हा त्याला हेच अभिप्रेत असावे. जेव्हा मनात या दोहोंचे एकीकरण होते, तेव्हाच मन अत्यंत सुपीक होते आणि आपल्या सर्व स्वाभाविक शक्ती पूर्णपणे वापरू शकते. जे मन पूर्णपणे फक्त पुरुषी आहे, ते निर्मिती करू शकत नाही आणि जे मन फक्त बाईचे आहे, ते देखील निर्मिती करू शकत नाही.

उभयलिंगी (ॲन्ड्रोजिनस) म्हणजे बाईबद्दल सहानुभूती असणे नव्हे. कदाचित् ॲन्ड्रोजिनस म्हणजे ज्यात निनाद घुमतो (रेसोनंट) आणि जे सच्छिद्र (पोरस) आहे असे; म्हणजे जे कोणताही अडसर न आणता भावनांचे प्रक्षेपण करू शकते असे, ते निसर्गत:च स्वाभाविकपणे निर्मितीक्षम असते. प्रदीप्त आणि अभंग असते. उदाहरणार्थ शेक्सपिअर. त्याचे मन इतके पूर्ण विकसित झालेले आहे की तो मुद्दाम किंवा स्वतंत्र असा स्त्री किंवा पुरुषाचा विचार करत नाही.

आपल्या काळाइतका कुठल्याही काळात स्त्री आणि पुरुष असा जाणीवपूर्वक वेगळा विचार झाला नसेल. पुरुषांनी स्त्रियांबद्दल लिहिलेली अगणित पुस्तके याची साक्ष देतील. मताधिकाराच्या स्त्रियांच्या चळवळींनी बहुधा आपले प्रतिपादन करण्याची असामान्य आंतरिक इच्छा पुरुषांच्या मनात निर्माण झाली असावी. पुरुष जात आणि त्याची वैशिष्ट्ये यावर एवढा भर देण्याची इच्छा त्यामुळे बळावली असेल.

बायकांनी लिहिलेली अनेक पुस्तके वाचल्यानंतर जेव्हा मिस्टर अ ची नवी कादंबरी वाचली तेव्हा पुन्हा पुरुषांनी लिहिलेले वाचणे आनंददायक वाटले. बायकांच्या लिखाणापेक्षा ते इतके थेट, इतके सरळसोट वाटले. ते इतके मानसिक स्वातंत्र्य दाखवणारे, स्वतंत्र व्यक्तिमत्त्व असणारे आणि आत्मविश्वासपूर्वक लिहिलेले होते. नीट पालनपोषण झालेल्या, चांगले शिक्षण घेतलेल्या, ज्याला कधी विरोध झाला नाही अथवा जे डावलले गेले नाही असे मुक्त मन लाभलेल्या, आपल्या आवडत्या दिशेने जन्मापासून कुठेही जाण्याचे पूर्ण स्वातंत्र्य लाभलेल्या माणसाचा सहवास

असल्याने एक स्वस्थचित्त असण्याचा अनुभव मिळाला. पण नंतर 'मी' या अक्षराजवळ जाणारी एक सावली दिसू लागली. अत्यंत आदर दाखवावा, प्रामाणिक आणि तर्कनिष्ठ असावा, चांगल्या पालनपोषणाने आणि चांगल्या शिक्षणाने अनेक शतकातून घडत आलेला असावा, असा हा 'मी' नव्हता. अशा 'मी' बद्दल मला आदर आणि कौतुक आहे. यात कोरडेपणा होता. प्रचंड बीच वृक्षाच्या सावलीमधे असावा असा. त्यातून काही उगवणार नाही. यात काही अडथळा, काही अडसर होता जो निर्मितीच्या शक्तीचे कारंजे उडण्यात बाधा आणतो. आपले श्रेष्ठत्व अधोरेखित करण्याच्या भरात तो स्त्री पुरुष समानतेला विरोध करतो. १९ व्या शतकाऐवजी स्त्रियांची चळवळ १६ व्या शतकात सुरू झाली असती, तर एलिझाबेथच्या काळातले वाङ्मय (शेक्सपिअर सोडून) फार वेगळे दिसले असते.

पुरुष आता फक्त डोक्याची पुरुषी बाजू वापरून लिहीत आहेत. स्त्रीने हे साहित्य वाचण्यात तिची चूक होते. कारण त्यात जे कधीच सापडणार नाही, ते ती शोधत राहते. त्यामधे सूचकतेची शक्ती हरवलेली असते. बाईला गॉलस्वर्दी किंवा रुडयार्ड किपलिंग वाचताना त्यात निरंतर जीवनाचा झरा कधी सापडणार नाही. पुरुषांच्या गुणांचे त्यात कौतुक असते, एवढेच नव्हे तर तेच गुण ठासून मांडले जातात. त्यांनी वर्णन केलेले जग पुरुषांचे जग आहे. या पुस्तकांमधून भिनलेली भावना बाईला समजण्याजोगी नाही. या दोघा लेखकांमध्ये 'बाईपणाची' ठिणगी नाही. म्हणून त्यांचे लेखक म्हणून असलेले गुण बायकांना अपरिपक्व आणि बटबटीत वाटतात. त्यांच्यामध्ये सूचकतेचे सामर्थ्य नाही आणि अंतर्मनात डोकावून बघण्याची शक्ती नाही.

शेक्सपिअर मात्र उभयलिंगी (ॲन्ड्रोजिनस) होता. कीट्स, स्टर्न, कूपर, कोलरिज, लँब हे देखील ॲन्ड्रोजिनस होते. शेली बहुधा (सेक्सलेस) स्त्री पुरुष भेदापलीकडे होता. मिल्टन आणि बेन जॉन्सनमधे पुरुषी मात्रा थोडी अधिक होती. त्याचप्रमाणे वर्डस्वर्थ आणि टॉलस्टॉयमधेही पुरुषी मात्रा थोडी जास्तच आहे. प्राऊस्टमधे कदाचित 'बाई' जास्त होती. नुसते शुद्ध साधे बाई किंवा पुरुष असणे ही गंभीर चूक आहे. पुरुष गुण असलेली बाई पाहिजे आणि बाई गुण असलेला पुरुष. जाणीवपूर्वक बाई म्हणून बोलणे, न्याय्य म्हणून कोणत्याही कारणाचे बाई म्हणून समर्थन करणे ही बाईची चूक आहे. जाणीवपूर्वक पूर्वग्रहदूषिततेने केलेले असे कोणतेही लिखाण लवकरच मृतप्राय होते. त्याचे सुपिकीकरण होण्याची क्रिया थांबते. ते चमकदार प्रभावी, परिणामकारक आणि स्वामित्व गाजवणारे वाटेल पण ते लौकरच सुकून जाईल. दुसऱ्यांच्या मनात ते वाढणार नाही. निर्मितीची क्रिया पूर्ण होण्याआधी

बाईच्या मनातील पुरुषाशी तिचा सहयोग घडून यायला हवा. लेखक आपला अनुभव परिपूर्णतेने मांडत आहे असे मत व्हायला हवे असेल, तर आपले संपूर्ण मन हे पूर्णपणे मोकळे असायला हवे, त्यामध्ये शांतता आणि स्वातंत्र्य हवे.

स्त्री विरुद्ध पुरुष हा नारा, श्रेष्ठत्व, कनिष्ठत्व हे सगळे सुरवातीच्या काळात ठीक आहे. लोक जेव्हा परिपक्व होतात, त्यावेळी ते कोणाचीही बाजू घेण्याचं थांबवतात. जे लिहायची तुम्हाला इच्छा आहे, ते तुम्ही जोपर्यंत लिहू शकता ते सगळ्यात महत्त्वाचे. ते किती काळ टिकेल हे कोणी सांगू शकत नाही. बौद्धिक स्वातंत्र्य हे ऐहिक सुखावर अवलंबून असते. कविता ही बौद्धिक स्वातंत्र्यावर अवलंबून असते. काळाच्या आरंभापासून बायका कायम गरीबच राहिल्या आहेत. अथेन्सच्या गुलामांपेक्षाही बायकांना बौद्धिक स्वातंत्र्य कमी होते. त्यामुळे बायका कविता लिहितील अशी सुतराम शक्यता नव्हती. म्हणूनच मी पुन्हापुन्हा पैसा आणि स्वत:ची खाजगी खोली याबद्दल सांगते आहे.

तुम्ही नवीन लेखिकांनी म्हणूनच साहित्याचे वेगवेगळे अनुबंध हाताळा. चांगली पुस्तके सगळ्यांना हवीहवीशी असतात आणि चांगले लेखक ही अजुनी चांगली माणसे आहेत.

जेव्हा मी सांगते की स्वत:साठी पैसा मिळवा आणि स्वत:साठी एक खोली असू द्या, तेव्हा मी सांगत असते की वास्तवाच्या सान्निध्यात रहा. तुम्हाला दुसऱ्यांना उत्साह देता येईल की नाही ठाऊक नाही. पण निदान उत्साहाच्या सान्निध्यात रहा. वास्तव पुस्तके जाणिवांशी मैत्री करतात आणि दृष्टी अधिक उत्कट करतात. त्यासाठी शेक्सपिअर वाचून बघा.

आपण दुसऱ्या कुणासारखे होण्यापेक्षा आपण आपल्यासारखे असणे अधिक महत्त्वाचे. लोकांवर प्रभाव टाकण्याची स्वप्ने पाहू नका. कोणतीही गोष्ट जशी आहे तशी समजावून घ्या. आपल्याकडे पैसा असेल आणि स्वत:ची खोली, तर आपल्याला जे वाटते तेच नेमकेपणाने लिहिण्याची सवय होईल आणि तसे लिहिण्याचे धाडस येईल. त्यासाठी कॉमन सिटिंग रूममधून थोडी सुटका करून घ्यावी लागेल. नेहमीच माणसांची परस्परांशी असलेली नाती पाहण्यापेक्षा, माणसांचे वास्तवाशी असलेले नाते पहाता येईल.

× × ×

व्हर्जिनिया वुल्फचा हा प्रदीर्घ निबंध अनेक दृष्टिकोनातून महत्त्वाचा आहे. स्त्रीवाद हा शब्द प्रचलित होण्यापूर्वी व त्याच्या उपपत्तीची मांडणी केली जाण्यापूर्वीच

व्हर्जिनियाने स्त्रीवादाचे अत्यंत सखोल विवेचन केले आहे. स्त्री साहित्याच्या परंपरेच्या संदर्भात इंग्रजीत स्वतंत्र विचार मांडून केलेले हे पहिलेच लिखाण आहे. भारतीय व विशेषत: मराठी साहित्याच्या संदर्भात हा निबंध आश्चर्यकारकरित्या महत्त्वाचा आहे कारण आपल्याकडील स्त्री साहित्याची उपेक्षा व पाश्चात्य देशातील स्त्री साहित्याकडे बघण्याचे दृष्टिकोन अत्यंत मिळतेजुळते आहेत. तीन चार मुद्द्यांच्या संदर्भात या निबंधाचे महत्त्व अधोरेखित करता येईल.

नेपोलिअन, सॅम्युएल बटलर इत्यादी महत्त्वाच्या व्यक्तींनी स्त्रियांना सर्वदृष्ट्या कमी लेखल्याचे उद्‌धृत करून तिने पुरुषप्रधान समाजाची स्वत:ला श्रेष्ठ समजण्याची एक क्लृप्ती सांगितली आहे की स्वत:चे श्रेष्ठत्व सिद्ध करण्याऐवजी स्त्रियांनाच कनिष्ठ समजायचे, म्हणजे विनासायास आपल्याकडे मोठेपणा येतो. याच मूळ संकल्पनेप्रमाणेच पुढे हेलन सिक्ससने स्त्री पुरुष जोडीमध्ये पुरुषाला पराक्रमी ठरवायचे असेल, तर स्त्रीला दुबळी ठेवावी लागते याचे तात्त्विक विवेचन करून आपला स्त्रीवादी सिद्धान्त मांडला आहे. व्हर्जिनियाने मांडलेली आरशाची प्रतिमा स्त्रियांच्या मनातलं पुरुषांचं स्थान दाखवते. स्त्रियांनीच पुरुषांना ते आहेत त्यापेक्षा कितीतरी मोठे, श्रेष्ठ आहेत ही प्रतिमा त्यांच्या मनामध्ये दृढ केली. त्यामुळे ते स्वत:ला खरोखरच श्रेष्ठ समजू लागले व बाईला कनिष्ठ. पुरुषांना बायकांकडून नेहमी स्तुतीचीच अपेक्षा असते, म्हणून बायकांनी केलेली टीका मात्र त्यांना सहन होत नाही.

स्त्रियांच्या क्षमतेबद्दल तिला पूर्ण विश्वास आहे. स्त्रिया नेहमी पुरुषांच्या संरक्षण छत्राखाली असतात म्हणून या क्षमतांचा विकास होत नाही. पुढच्या शंभर वर्षांत हे संरक्षण काढून घेतले गेले तर ती सैनिक, इंजिन ड्रायव्हर, नाविक काहीही होऊ शकते ही तिची भविष्यवाणी स्त्रियांनी आज खरी करून दाखवली आहे. सर्व अपारंपरिक क्षेत्रात आज स्त्रियांचा शिरकाव झाला आहे व तिथे त्या उत्तम कामगिरी करत आहेत.

इतिहासाबद्दलची व्हर्जिनियाची मते आत्यंतिक योग्य आहेत. इतिहास हा नेहमी राजेरजवाडे, युद्धे, तह, सैनिक यांच्याबद्दलचाच लिहिला जातो. सामान्य माणसाचे आयुष्य त्यातून कळत नाही. स्त्री ही तर इतिहासात अभावानेच येते. आपल्या इतिहासाबद्दल हे खरेच आहे. राजघराण्यातील काही महत्त्वाच्या स्त्रिया सोडल्या, तर सामान्य स्त्रीचे आयुष्य कसे होते हे इतिहासातून कळत नाही. १५ व्या शतकात मुलगा, मुलगी पाळण्यात झोपण्याइतके लहान असताना त्यांची लग्ने होत, हे वाचून आश्चर्य तर वाटतेच पण आपल्याकडे तर ही प्रथा पार १९ व्या

शतकापर्यंतही चालू होती. म्हणजे या घटना वैश्‍विक आहेत आणि भारतीय स्त्रीही त्याला अपवाद नव्हती. मात्र १८ व्या व १९ व्या शतकापासून स्त्रियांना जाग येऊ लागलेली दिसते. १८ वे शतक पुढे सरकताना शेकडो बायका लिखाणाने पैसा मिळवून कुटुंबाला हातभार लावू लागल्याचे तिने नमूद केले आहे. पण या लेखिकांची साहित्याच्या इतिहासात ना नोंद झाली, ना त्यांचे साहित्य पुढच्या पिढ्यांना उपलब्ध झाले. आधुनिक स्त्रीवादी अभ्यासाला सुचवलेली गेलेली ही एक दिशा आहे. काळाच्या ओघात गडप झालेल्या या लेखिकांचा शोध लावणे हे एक आव्हान आहे. मराठी साहित्यातही १८८० ते १९३० पर्यंत अनेक स्त्रिया कादंबऱ्या लिहीत होत्या. (त्याची एक यादी बहुधा मुंबई मराठी ग्रंथालयाने प्रसिद्ध केली होती.) या सर्व लेखक स्त्रियांचे साहित्य काळाच्या ओघात गडप झाले आहे. हे साहित्य फार मौल्यवान नव्हतेही, पण व्हर्जिनिया म्हणते त्याप्रमाणे बायका लिहू लागल्या होत्या, ही गोष्टच फार महत्त्वाची होती.

शेक्सपिअरच्या बहिणीची व्हर्जिनियाने रचलेली काल्पनिक कथा तर समाजाने स्त्रीवर घातलेल्या बंधनांची उत्तम शोकांतिका आहे. समाजजीवनात बाईकडे केवळ 'बाई' म्हणून बघण्याच्या उपभोगवादी वातावरणात बाईच्या प्रतिभेला कशी संधी मिळणार? मग स्त्रियांमधून शेक्सपिअर निर्माणच होऊ शकत नाही, ही फुशारकीही पोकळच ठरते. घरातल्या वर्दळीच्या खोलीत बसून आपल्या मर्यादित अनुभवातून अभिजात साहित्य निर्माण करणाऱ्या स्त्रियांची व्हर्जिनियाने दिलेली उदाहरणे कितीतरी गोष्टींवर प्रकाश टाकतात. स्त्रीला लिखाणासाठी खाजगी खोली नसणे वा कागदांसाठीही स्वत:चा पैसा नसणे ही गोष्ट कितीतरी भारतीय स्त्री लेखक आजही अनुभवत आहेत. लेखकाचे बाई असणे लिखाणाशी एकरूप होण्यात अडथळा आणते का? हा प्रश्न आजही कालबाह्य झालेला नाही. (स्त्रियांची अभिव्यक्ती किती स्वतंत्र किती परतंत्र या लेखात हा मुद्दा अधिक विस्ताराने आलेला आहे.) स्वातंत्र्य आणि आविष्कारातील परिपूर्णता हे कलेचे दोन महत्त्वाचे घटक आहेत. परंपरा नसणे, पुरुषांनी स्त्रियांच्या लिखाणाची टर उडवणे आणि साधनांचा अपुरेपणा यातून मार्ग काढत लिखाणावरच्या विश्‍वासाने लिहिणाऱ्या स्त्रियांना तिने एक मौलिक सल्ला दिला आहे की स्त्रियांसारखे लिहा. स्त्री म्हणून असलेल्या आपल्या जीवनदृष्टीने लिखाण करणे या मुद्द्याचा खूपच विस्तार पुढे स्त्रीवादी साहित्याच्या संदर्भात झाला आहे. स्त्रीने लिहिणे आणि स्त्री म्हणून लिहिणे यातील नेमक्या फरकाची चर्चा अनेक स्त्री विचारवंतांनी आधुनिक काळात केली आहे.

पुरुषांबद्दल कडवटपणा न धरता स्त्रियांनी लेखन केले पाहिजे, पण त्यांच्यामागे

असलेला काळा डागही तितक्याच स्पष्टपणे बाईला दाखवता आला पाहिजे. बाईचा स्वत:तील पुरुषाबरोबर संवाद हवा व पुरुषाचा स्वत:तील स्त्री बरोबर! बौद्धिक स्वातंत्र्य असलेला कोणीही स्त्री अगर पुरुष लेखक काळाच्या चाळणीतूनही शिल्लक राहतो. हे विचार तिची समतोल बुद्धी आणि द्रष्टेपणा दाखवणारे आहेत. एकूणच या निबंधातील प्रत्येक मुद्द्याने पुढच्या अनेक स्त्रीवादी लेखकांना वैचारिक दिशा दाखवली आहे. व्हर्जिनिया वुल्फ ही काळावर आपला ठसा उमटवणारी एक सर्जनशील कादंबरी लेखक व विचारवंत आहे. तिच्या काळात कधीही चर्चेत न आलेले मुद्दे तिच्या संवेदनशील जीवनदृष्टीतून आणि प्रतिभा सामर्थ्यातून या निबंधात प्रभावाने आलेले आहेत. म्हणून हा निबंध वैचारिकतेला पायाभूत ठरतो.

-०-०-

लैंगिक राजकारण

■

सुप्रसिद्ध स्त्रीवादी लेखक केट मिलेट हिचा ६ सप्टेंबर२०१७ रोजी पॅरिसमध्ये हृदयविकाराच्या झटक्याने मृत्यू झाला. या बातमीने जगातील तिच्या हजारो चाहत्यांना स्त्रीवादी विचारांचा भक्कम चिरा निखळल्याचे दुःख वाटले. मृत्युसमयी ती ८२ वर्षांची होती. दरवर्षी तिच्या वाढदिवसाला ती पॅरिसमधे येत असे. स्त्रीवादी कार्यकर्त्यांना भेटून चर्चा करण्यासाठी ती आत्तापर्यंत चाळीस वेळा पॅरिसला आली होती.

केट मिलेट म्हणजे सेक्स्युअल पॉलिटिक्स हे समीकरण तिच्या नावाला घट्ट चिकटलेले आहे. प्रसिद्धीनंतर या पुस्तकाच्या हजारो प्रती जगभर विकल्या गेल्या. रेकॉर्ड ब्रेक करणारे बेस्ट सेलर म्हणून त्याचे नाव झळकले. 'हे पुस्तक लौकरच स्त्रीमुक्तीचे बायबल ठरणार' असे भाकीत न्यूयॉर्क टाईम्सने त्याच वेळी केले आणि ते खरे ठरले. टाईम मासिकाच्या मुखपृष्ठावर तिची छबी झळकली आणि एका रात्रीत एका विद्यार्थिनीचे रूपांतर एका स्त्रीवादी सेलिब्रिटीत झाले. हे सर्व यश, कीर्ती, पैसा केटला अनपेक्षित होते. कोलंबिया विद्यापीठाला तिने सादर केलेल्या प्रबंधाचे 'सेक्स्युअल पॉलिटिक्स' (लैंगिक राजकारण) हे पुस्तक होते. (१९७०) आणि एका रात्रीत या पुस्तकाने तिला दुसऱ्या जहाल स्त्रीवादी लाटेचे नेतेपद दिले होते. या पुस्तकाचे जितके मोठे स्वागत झाले, तितकीच जहरी टीकाही तिच्यावर झाली आणि काही काळ ती आपले मन:स्वास्थ्य हरवून बसली.

स्त्रीवादी चळवळींना अमेरिकेमध्ये सतराव्या शतकाच्या मध्यापासूनच सुरूवात झाली. मात्र हा लढा प्रामुख्याने स्त्रियांना मतदानाचा हक्क मिळावा यासाठी होता. जवळजवळ दीडशे वर्षांच्या अथक परिश्रमानंतर १९१८ ला स्त्रियांना मतदानाचा हक्क मिळाल्यावर ही स्त्रीवादाची पहिली लाट ओसरली. 'स्त्रीवादाच्या अखंड प्रवासातील मोटारीचे एक टायरच फ्लॅट झाल्याने खूप काळ, श्रम, दुरुस्तीसाठी खर्च झाला आणि हा प्रवासच थांबला की काय असे वाटू लागले.' असे या काळाचे वर्णन

केट मिलेटने गमतीने केले आहे. पण या नंतर सत्तरच्या दशकात स्त्रीवादाच्या दुसऱ्या लाटेने जोर धरला आणि बेटी फ्रिडन, केट मिलेट, स्टाईनेम, जर्मेन ग्रिअर यांनी स्त्रीवादाची नव्याने प्रभावी मांडणी करण्यास सुरुवात केली. यात केट मिलेटचे विचार अत्यंत प्रभावी होते. तिचे पुस्तक हा स्त्रीवादी क्रांतीचा जाहीरनामाच होता आणि ही क्रांती अजून पूर्ण झाली नाही, हीच आजही सगळ्या स्त्रीवाद्यांची भावना आहे. सिमॉन द बुवाच्या 'द सेकंड सेक्स' (१९४९) या पुस्तकानंतरचे १९७० मधे प्रसिद्ध झालेले 'सेक्स्युअल पॉलिटिक्स' हे पुस्तक स्त्रीवादाच्या इतिहासातील दुसरा महत्त्वाचा टप्पा आहे. कारण या पुस्तकाने पुरुषप्रधान व्यवस्थेतील छुप्या राजकारणावर कडाडून हल्ला केला आणि दुसरे म्हणजे पुरुषांच्या साहित्याचे स्त्रीवादी विचारांच्या दृष्टिकोनातून प्रथम विश्लेषण केले. या दोन्ही गोष्टी अत्यंत धाडसाच्या होत्या, कारण त्या हजारो वर्षे चालत आलेल्या पुरुष प्रधानतेला आणि मूल्य व्यवस्थेला धक्का देणाऱ्या होत्या.

राजकारण हा शब्द इथे शासन, पक्ष, त्यांच्यातील कुरघोड्या या मर्यादित अर्थाने वापरलेला नाही. राजकारण म्हणजे सत्तेचे व्यवस्थापन, जिथे एक मानवसमूह दुसऱ्या मानवसमूहावर नियंत्रण मिळवतो. जगात अर्धी लोकसंख्या असलेले पुरुष, अर्धी लोकसंख्या असलेल्या स्त्रियांवर वर्चस्व गाजवतात. इतिहास आणि परंपरा सांगते की पुरुष म्हणून जन्माला आल्यानेच स्त्रीवर वर्चस्व गाजविण्याचा हक्क पुरुषाला मिळतो. यातून अंतर्गत वसाहतवाद प्रस्थापित होतो. आपल्या संस्कृतीत सर्वत्र, सर्वकाळ रुजलेली ही विचारसरणी आहे. त्या मागचे मूळ कारण सत्ता हे आहे. समाजातील सर्व सत्तास्थाने लष्कर, उद्योग, तंत्रज्ञान, विज्ञान, विद्यापीठे, पोलिसी व्यवस्था, शासन व अर्थकारण ही पुरुषांच्या हातात आहेत. दैवते, तत्त्वज्ञान, नीतिमत्ता, मूल्यव्यवस्था ही सर्व पुरुषी उत्पादने आहेत व ती पुरुष केंद्रस्थानी धरून निर्माण झाली आहेत.

लैंगिक राजकारणात स्त्री व पुरुषांचे सामाजिकीकरण वृत्ती, भूमिका आणि दर्जा या तीन माध्यमातून केले जाते. दर्जाच्या बाबतीत पुरुष श्रेष्ठत्वाला मान्यता असते. साहजिकच स्त्रीकडे कनिष्ठ दर्जा येतो. आक्रमकता, शक्ती, बुद्धी, वर्चस्व वृत्ती हे पुरुषांचे गुण तर निष्क्रियता, अज्ञान, नेभळटपणा, प्रभावहीनता या स्त्रियांच्या वृत्ती समजल्या जातात. लैंगिक भूमिकांच्या बाबतीत घरकाम, मुलांचा सांभाळ हे स्त्रीकडे तर मानवी विकास, प्रगती, महत्त्वाकांक्षा, संशोधन इत्यादी भूमिका पुरुषांकडे येतात. स्त्रीने प्राणी पातळीवर निर्बुद्ध जगण्याच्या या लैंगिक राजकारणामागील ढोंगाचा बुरखा फाडून टाकण्याचे मिलेटने आवाहन केले. स्त्रीचे म्हणून समजले

जाणारे गुण हे जन्मजात नसून संस्कृतीने तिच्यावर लादलेले आहेत, म्हणून त्या मागची वृत्ती संपवली पाहिजे असे प्रतिपादन केले.

मानवी शरीरानुसार पितृप्रधानता ही सामाजिक जीवनात अटळ आहे, असे मानले जाते. पण काही मानववंशशास्त्रज्ञांच्या मते पितृप्रधानता ही काही आदिम काळापासून आलेली समाजरचना नाही. आदिम काळात मुलाला जन्म देणे हा स्त्रीच्या सर्जनात्मक शक्तीचा पुरावा होता. हा काहीतरी चमत्कार होता आणि तो निसर्गाच्या बीजापासून वृक्ष निर्माण करण्याच्या शक्तीशी साम्याने जोडला गेला होता. निर्मितीमधील पुरुषाचा सहभाग लक्षात आल्यावर पुरातन समाजातील एका टप्प्यावर सुपीकतेचे श्रेय पितृत्वाकडे वळले व त्याने स्त्रीच्या उत्पादन कर्तृत्वाचे अवमूल्यन केले आणि एकट्या पुरूषाकडे जीवन निर्माण करण्याची शक्ती दिली. पूर्वीच्या काळातील स्त्री देवतांचे महत्त्व संपवून त्याऐवजी पुरुष देवांची प्रतिष्ठापना झाली. पुरुष श्रेष्ठत्व या उपपत्तीच्या मुळाशी आहे. पण केट मिलेटला ही उपपत्ती सध्याच्या पितृप्रधानतेशी विसंगत वाटते. कारण जेव्हा लैंगिक राजकारणाचे वास्तव आपल्या लक्षात येते, त्यावेळी स्त्री पुरुषातील भेदाचा पाया जैविक नसून सांस्कृतिक आहे, हे समजते. वर्चस्व गाजविण्याची पुरुषांची वृत्ती जन्मजात आहे, असे सिद्ध करण्याचे काही प्रयत्न झाले, पण ते अयशस्वी ठरले. सर्जनातील अवयवांपेक्षा वेगळे भेद स्त्री पुरुषात नसतात. जैव-मानसशास्त्राचा अभ्यास करणाऱ्यांना स्त्री-पुरुषात मानसिक व भावनिक फरक असणारे कोणतेही पुरावे सापडले नाहीत. दोघांमध्ये जर काही 'खरे' फरक असतील, तर ते दोघांना समान वागणूक दिल्याने दिसू शकतील, पण तसे तर आताही होत नाही.

सध्या जो लिंग व लिंगभाव यात फरक केला जातो, त्याची चर्चा स्टोलरच्या 'कोअर जेंडर आयडेंटिटी'च्या संकल्पनेने केटने प्रथम केली. लिंग (sex) हा शब्द जैविक फरक दाखवतो, जसे की स्त्रीलिंग, पुल्लिंग. यात अर्थातच वर्तन, भावना, विचार, कल्पना, जे लिंगाशी जोडले जातात, त्याचा संबंध येत नाही. या मानसिक वृत्तींसाठी लिंगभाव (gender) हा शब्द वापरता येईल. लिंग आणि लिंगभाव आपापल्या पद्धतीने जाऊ शकतात. लिंग हे जन्मजात ठरते, तर लिंगभाव मानसिक-म्हणजे संस्कृतीतून जन्माला आला आहे. केटने इथे एक भाष्य केले आहे की पुरुषाने आपले लिंग बदलून घेण्याचे ऑपरेशन करून घेतले, तर ते एकवेळ सोपे आहे, पण पुरुष म्हणून त्याच्यावर झालेले श्रेष्ठत्वाचे संस्कार पुसणे फार कठीण आहे.

मनोलैंगिकदृष्ट्या स्त्रीत्व, पुरुषत्व असे भेद जन्माच्या वेळी नसतात. असे भेद जन्मानंतरच्या शिकवणुकीतून तयार होतात. साधारणत: जन्मानंतरच्या अठरा

महिन्यांत मातृभाषा येऊ लागते, पण बोलायला येण्यापूर्वी मुलगे व मुली यांना कसे वागवले जाते, कसा स्पर्श केला जातो, त्यांच्याबद्दल काय व कसे बोलले जाते हे त्यांच्या लैंगिक ओळखीवर अवलंबून असते. उदाहरणार्थ मुलगी सुंदर असेल, तर तिचे सारखे कौतुक करणे, तिला जवळ घेऊन पापे घेणे, या सगळ्याचा बालकाचा 'स्व' विकसित होण्याशी फार जवळचा संबंध आहे. या सामाजिक परिस्थितीत स्त्री व पुरुष या दोन भिन्न संस्कृती आहेत आणि त्यांचे जीवनानुभव परस्परांपासून फार वेगळे आहेत. प्रत्येक लिंगभावाचा विकास पालक, सवंगडी आणि सांस्कृतिक पर्यावरण यावरून ठरत असतो. जन्माला आल्यापासून मुलग्याने व मुलीने कसे वागावे, बोलावे, कपडे करावे याबाबतीत त्या त्या कुटुंबाचे व समाजाचे काही नियम असतात व व्यक्ती त्या नियमात बसवली जाते. सामाजिकीकरणाचा रेटा जबरदस्त असतो व त्याच्याच अपेक्षेनुसार व्यक्ती घडवली जाते. उदाहरणार्थ, पुरुषाने आक्रमक असावे अशी अपेक्षा असते. त्याने आक्रमक होण्यामध्ये संस्कृती त्याला उत्तेजन देते. आक्रमक वृत्तीचे कौतुक झाल्याने अनाक्रमक असणे त्याला चुकीचे वाटू लागते. पुरुषाच्या शारीरिक रचनेमुळे व त्याच्या शरीरातील काही संप्रेरकांमुळे त्याच्यात आक्रमक वृत्ती निर्माण होते, यावर विश्वास ठेवायला संस्कृतीची परवानगी असते. आक्रमकता म्हणजे पुरुष असेल तर, निष्क्रियता म्हणजे स्त्री असते. श्रेष्ठ समजला जाणारा समाज जर आज्ञाकारक असेल, तर खालच्या समाजाने आज्ञाधारकच असायला हवे. पितृप्रधानतेचे समर्थन करताना, नैसर्गिक म्हणून अशा वृत्तीभेदावर अवलंबून राहता येते. कुठल्याही मोजमापासाठी पुरुष हाच मापनदंड धरला जातो, तसे नसते तर स्त्रीचे वर्तन सक्रिय (active) व पुरूषाचे अतिसक्रिय (hyperactive) म्हणता आले असते. जन्मजात श्रेष्ठत्वाचे समर्थन करताना, पुरुषांना सर्वांना एकत्रित धरून ठेवण्याची वृत्ती असते, असा आणखी एक मुद्दा सांगितला जातो. त्यामुळेच ते मानवी समाजावर राजकीय व सामाजिक ताबा ठेवू शकतात. पण असे म्हणण्याला काही अनुवांशिक (genetic) पुरावा नाही. स्त्री पुरुषांमध्ये एकमेकांपासून वेगळ्या, विसंगत आणि परस्परविरोधी वृत्ती आहेत, असे समजण्याने काही गंभीर प्रश्न निर्माण होतात असे नाही. मानवी क्षमता प्रत्येक व्यक्तीकडे कमीजास्त प्रमाणात असतेच. प्रत्येकजण आपल्या सत्ता किंवा दर्जाच्या फरकाचे प्रतिनिधित्व करतो. पितृप्रधानतेने दुसरी कुठलीही पर्यायी व्यवस्था निर्माण होऊ दिली नाही. आपल्या प्रजेवर तिने घट्ट ताबा ठेवल्याने ती टिकून आहे एवढेच.

कुटुंबसंस्था हे पितृप्रधानतेचे मूळ स्थान आहे. एक प्रकारे कुटुंब हा मोठ्या समाजाचाच एक लहान आरसा आहे. कुटुंबसंस्थेत बायकांवर पुरुषाचा पूर्ण ताबा

असतो. समाजातील राजकीय पितृप्रधानतेशी बायकांचा थेट संबंध फार कमी येतो. कुटुंबात वडील हे कुटुंबप्रमुख व कर्ता पुरुष असतात. शिरगणतीतही त्यांचेच नाव कुटुंबप्रमुख म्हणून येते. घराची मालकी, करपद्धती, टेलिफोन, पासपोर्ट, शाळेचे दाखले इत्यादींवर त्यांचेच नाव कुटुंबप्रमुख म्हणून येते. जेथे स्त्रीचे नाव कुटुंबप्रमुख म्हणून येते, ते घर दुर्दैवी समजले जाते. राजा आणि प्रजा हे नाते वडील व बायको, मुले यांच्याशी समांतर आहे. कुटुंब पुरुषामुळे सुरू होते, म्हणून तो मालक व कुटुंब ही त्याची मालमत्ता असते. त्याची बायको, मुलांवर सत्ता असते. म्हणून तो मारहाण वगैरे अत्याचार करतो व त्यांच्या संबंधीचे निर्णय स्वत: घेतो. घटस्फोटाला परवानगी, नागरिकत्व व स्वत:च्या संपत्तीवर अधिकार यामुळे आता स्त्रियांना कुटुंबाबाहेर पडण्याचा मार्ग मोकळा झाला आहे. आर्थिक आधाराच्या बदल्यात स्त्रीशी लैंगिक संबंध ठेवणे व स्त्रीने घरकाम करणे हे कायदेशीरपणे येतात.

ज्या समाजात व्यक्तीचा दर्जा हा आर्थिक, सामाजिक परिस्थितीवरून वा जात, वंश यावरून ठरतो, तिथे काही स्त्रियांचा दर्जा काही पुरुषांपेक्षा वरचा वाटतो, पण जवळून निरीक्षण केल्यावर तसा तो नसतो हे कळते. उदाहरणार्थ काळा डॉक्टर किंवा वकील यांना एखाद्या गरीब गोऱ्या शेतकऱ्यापेक्षा वरचा दर्जा असतो, पण वंश हा ही एक जातीभेद आहे, जो गरीब गोऱ्याला उच्च स्थानावर बसवतो. त्याचप्रमाणे एखादा ट्रक ड्रायव्हर वा खाटिक यांना त्यांचे केवळ पुरुष असणे वरचढ ठरविते. हा त्यांचा पोकळपणा फोडला तर असे लोक हिंस्र होतात. साहित्यात व सिनेमात अशी माणसे श्रीमंत वा सुशिक्षित स्त्रीवर वरचढपणा करताना दिसतात. बलात्कार, शिव्या, अश्लील बोलणे व हावभाव, छेडछाड, विनयभंग वगैरे वर्तन, वरचढपणा करणाऱ्या स्त्रियांना 'शिक्षा' म्हणून केले जाते. कनिष्ठ समाजात स्त्रिया आर्थिकदृष्ट्या परावलंबी नसतात, त्यामुळे घरातली सत्ता दोघांत वाटली जाते, पण मध्यम व उच्च वर्गात पुरुषांच्याच हाती सत्ता असते, त्यामुळे त्यांना पितृप्रधानता गाजविण्यासाठी प्रयत्न करावे लागत नाहीत.

पश्चिमी समाजात प्रियाराधन व प्रणयरम्य स्वच्छंदीवृत्ती यांच्यामुळे पितृप्रधानता सौम्य असते, अशी लोकांची कल्पना असते, हे काही मर्यादेपर्यंत खरे आहे. मध्ययुगीन सरदारांचे सौजन्य, सन्मान, उदारपणाचे प्रदर्शन हे सगळे दिखाऊ असते. स्त्रियांवर अशक्य अशा गुणांची इतकी खैरात होते की त्यामुळे त्यांचे विश्व अतिमर्यादित व्हावे. प्रेम ही पुरुषाची अशी एक भावनिक चलाखी आहे, जिच्यामुळे तो तिचे शोषण करायला मोकळा असतो.

फक्त लैंगिक संबंधापुरतीच स्त्रीला क्षमा मान्य होती. रोमँटिक प्रेमात स्त्रीच्या

दर्जाबाबतची वास्तवता आणि आर्थिक परावलंबित्व दोन्ही धूसरच होते.

पितृप्रधानतेचा मुख्य परिणाम म्हणजे एक स्त्री दुसऱ्या स्त्रीच्या विरोधात उभी ठाकते. घरात सासू-सुना, जावा-जावा, नोकरीत सहकारी बायका एकमेकींचा द्वेष करतात. यामध्ये सुरक्षितता, प्रतिष्ठा, पुरुषाची मर्जी राखून स्वत:चे स्थान पक्के करणे असे हेतू तयार होतात. या दुहेरी नीतीचा फायदा घेऊन पुरुष दोन्हीकडे असतो. कौटुंबिक, सामाजिक व आर्थिक श्रेष्ठत्वाचा फायदा घेऊन तो बायकांना प्रतिस्पर्धी म्हणून उभ्या करतो. वय, सौंदर्य, वर्ग यावरूनही बायकांत वर्गवारी होत असते. स्त्री कुठल्याही वर्गात जन्माला येवो, तिचे कितीही शिक्षण होवो, पुरुषाचे जसे आपल्या वर्गाशी घट्ट नाते असते, तसे स्त्रीचे नसते. आर्थिक परावलंबनामुळे तिचे वर्गाशी जोडले जाणे परिघावरचे, अप्रत्यक्ष आणि तात्पुरते असते.

ॲरिस्टॉटल म्हणतो की सामान्य पुरुषसुद्धा ज्याला गुलाम बनवू शकतो, ती त्याची बायको असते. घरकामाच्या बिनपगारी कामाने तिने दिलेली सेवा यामुळे त्याला वरच्या वर्गाला मिळणारा मानसिक ऐषाराम मिळतो. आपल्याच मिळकतीतून फार थोड्या स्त्रिया कष्टकरी वर्गातून वर येऊन प्रतिष्ठा व आर्थिक सत्ता मिळवू शकतात. एक गट म्हणून पुरुषांना आपल्या वर्गाचे जे फायदे मिळतात, ते स्त्रियांना भोगता येत नाहीत. वर्गीय समाजात स्त्रियांची गुंतवणूक नसते. कोणत्याही गटात स्त्रीचे अस्तित्व परजीवी असते. त्यांच्या सामासिक जगण्याने त्या स्थितीप्रिय होतात. त्यांना जो खाऊ घालतो, त्याच्या आर्थिक परिस्थितीतील चढउतारावर गुलामाप्रमाणे त्यांचे जगणे अवलंबून आहे, हे त्या ओळखून असतात. त्याबाबतची जाणीव जागृती होईपर्यंत त्यावर उपाय सापडण्याच्या शक्यता फार दूर आहेत.

लैंगिक राजकारणाचा वांशिक पदर फार प्रभावी असतो. गोरा पुरुष परंपरेने आपल्या वंशातील गोरी स्त्री, म्हणून काळ्या पुरुषापेक्षा तिला वरचा दर्जा देतो. पण जेव्हा गोऱ्या वांशिक विचारसरणीचे पितळ उघडे पडले व ती संपुष्टात येऊ लागली, तेव्हा गोऱ्या स्त्रीचे संरक्षण करणारा दृष्टिकोनसुद्धा बदलू लागला आणि गोऱ्या वंशाच्या स्त्रीपुरुष श्रेष्ठत्वापेक्षा गोऱ्या पुरुषांच्याच श्रेष्ठत्वाचे पारडे जड झाले.

विकसित देशात १/३ स्त्रिया कमावत्या आहेत. स्त्रियांना आता आर्थिक बाबतीत काही कायदेशीर हक्क प्राप्त झाले आहेत. देशात २/३ टक्के स्त्रिया बायकांचे म्हणून पारंपारिक समजले जाणारे घरकाम करतात, पण त्यासाठी त्यांना पैसा मिळत नाही. स्वयंपूर्णता आणि प्रतिष्ठा ही पैशावर अवलंबून असतात, म्हणून स्त्रियांचा दर्जा त्यांच्या पुरुषांवरून ठरतो. पैशाशी त्यांचे नाते अप्रत्यक्ष व परीघावरचे असते. ज्या १/३ बायका कमावतात, त्यांचे पगार सर्वसामान्य पुरुषांच्या पगाराच्या

निम्मे असतात. काही अपवाद सोडले, तर या नोकऱ्या शारीरिक कष्टाच्या, कमी पगाराच्या व दर्जाहीन असतात. युद्धकाळात पुरुष युद्धावर गेल्यामुळे त्यांच्या रिकाम्या जागेवर स्त्रियांना नोकऱ्या मिळतात, मात्र शांततेच्या व मंदीच्या काळात त्यांना डच्चू मिळतो. कित्येक क्षेत्रात मध्यमवर्गीय, विशेषत: मुले असलेल्या स्त्रीला नोकरी नाकारली जाते.

कारखान्यात कमी दर्जाच्या व कारकुनी कामासाठी स्वस्त मजूर म्हणून त्यांचा वापर होतो. आर्थिक वा मानसिकदृष्ट्या वरचढ म्हणून स्त्रिया पितृसत्ताकाविरुद्ध उभ्या राहू शकत नाहीत. घरसंसार, मुले वाढवणे व नोकरी करून पैसा मिळवणे अशी दुहेरी जबाबदारी त्यांच्यावर असते. याबाबतीत कुठल्याच क्षेत्रात स्त्री-पुरुष असे भेद करू नयेत, असे कायदा सांगतो, तरी प्रत्यक्षात तो पाळला जात नाही. अधिक विकसित तंत्रज्ञानापासून त्यांना दूर ठेवले जाते. उदाहरणार्थ मोठ्या प्रमाणात इमारतीचे बांधकाम, संगणकाचा विकास, अंतराळ मोहिमेतील तंत्रज्ञान वगैरे. ज्ञान ही सत्ता आहे व सत्ता हे देखील ज्ञान आहे. अशा तऱ्हेने पद्धतशीरपणे पितृसत्ताकात स्त्रियांना दुय्यम स्थानावर ठेवले जाते. बायकांना मानव्य व सामाजिक शास्त्रे शिकवण्याऱ्या महाविद्यालयात घालण्याचा कल असतो, तर पुरुष तंत्रविज्ञान, विज्ञान वा व्यावसायिक क्षेत्राची निवड करतात.

पुरुषाचे अमानुष व पाशवी वागणे स्त्रीच्या मनात भीती व दहशत निर्माण करते. शारीरिक व भावनिक या दोन्ही पातळ्यांवर स्त्रीला स्व-संरक्षण करणे अवघड असते. लैंगिक अत्याचार वा बलात्काराची ती त्यामुळे पटकन शिकार होते.

पूर्वीच्या काळी एखाद्या पुरुषाचा अपमान त्याच्या स्त्रीवर बलात्कार करून केला जाई. गोऱ्या जमीनदारांनी काळ्या गुलामांच्या बायकांवर बलात्कार, अत्याचार करणे; त्यांचा तिरस्कार करून लैंगिक छळ करणे इत्यादी गोष्टी लैंगिक राजकारणाचे रूप दाखवतात. पितृप्रधानतेत भावना व क्रौर्य यांचा संबंध लैंगिकतेशी जोडला जातो. परपीडनात सुख वाटणारे पुरुष बायकोला मारहाण करतात वा अन्य मार्गाने तिचा मानसिक छळ करतात. मजा म्हणून सैनिकांनी शत्रू सैन्यातील पुरुषांच्या स्त्रियांवर बलात्कार करणे, ही गोष्ट तर पिढ्यान्पिढ्या चालत आलेली आहे. स्त्रियांना एकतर खालच्या दर्जाच्या किंवा 'त्या माणूस आहेत' असेही न समजण्याच्या वृत्तीमुळे स्त्रियांच्या बाबतीत काही रानटी प्रथा राबवल्या गेल्या. उदहरणार्थ भारतातील सतीप्रथा, बाईचे पाय लहानपणापासून बांधून ठेवण्याची चीनमधील प्रथा, इस्लाममधील बुरखा प्रथा, कब्जा करून छळ, शिश्निकेचे छेदन, गुलाम म्हणून विक्री, स्त्रियांचा व्यापार व वेशाव्यवसाय, मनाविरुद्ध वा लहानपणी विवाह, राजकीय धोरणासाठी व

राज्य वाचवण्यासाठी स्त्रीची देवाणघेवाण इत्यादींचे पितृप्रधान व्यवस्थेत समर्थन होते.

ज्या खोट्या पायावर सामाजिक संस्था उभी आहे, तिच्या मुळाशी घाव घालायला हवा. आपण अशी जहाल भूमिका घेऊन उभे राहिलो नाही, तर या राजकारणाचा पिंजरा आपल्याला कायमचा बंदिस्त करील. समाजाची लैंगिक भूमिकाच स्त्रीवरच्या अत्याचाराच्या केंद्रस्थानी आहे म्हणून लैंगिक राजकारणाच्या मुळाशी जा, म्हणजे तिथला हिंसाचार आणि सत्तेचा उन्माद तुम्हाला दिसेल.

विचारांची ही भूमिका बैठक म्हणून पक्की केल्यावर इंग्रजी साहित्यातील गाजलेले कादंबरीकार नॉर्मन मेलर, हेन्री मिलर, डी.एच. लॉरेन्स, जीन जेनेट यांच्या लिखाणातील स्त्री पुरुष शरीर संबंधातील अनेक उतारे उद्धृत करून केटने त्यांचे स्त्रीवादी विश्लेषण केले आहे व हे लिखाण, स्त्री म्हणून होणारे स्त्रीचित्रण किती हीन पातळीवरचे आहे याचे दाखले दिले आहेत. त्याचप्रमाणे सिगमंड फ्रॉईड, जॉर्ज मेरेडिथ, जॉन रस्कीन, जे.एस. मिल यांच्या लिखाणातील स्त्री संबंधीच्या दृष्टिकोनावर तिने बौद्धिक टीका केली आहे. या पुस्तकामुळे देशस्तरावर पुरुषांचा प्रखर राग तर तिने ओढवून घेतलाच, पण लॉरेन्स, मिलर, मेलर या सर्वांनी तिच्यावर जीवघेणा शाब्दिक प्रतिहल्ला केला. इतकेच नव्हे तर तत्कालीन स्त्रीवाद्यांनीही, तिला स्त्रीवादी चळवळीचे नेतृत्व हवे आहे, ती समलैंगिक आहे वगैरे हल्ले करून तिला मन:स्ताप दिला. या सगळ्या ज्वालातून बचावून तिचे विचार आजतागायत आणि इथून पुढेही झळाळत राहतील. स्टाईनेमने म्हटल्याप्रमाणे सारे जग झोपेत होते. तिने जगाला उठवले व ती जगाला कायम जागृत ठेवेल.

केट मिलेटच्या विचारांची चर्चा करताना हे पुस्तक १९७० मध्ये म्हणजे ४८ वर्षांपूर्वी प्रसिद्ध झाले आहे, याचे भान ठेवायला हवे.

इतक्या वर्षांत पुलाखालून पुष्कळच पाणी वाहून गेले आहे. त्यामुळे तिचे काही विचार आजच्या संदर्भात जुने वाटू शकतात, पण तिच्या काळाचा आणि त्या वेळच्या अमेरिकेतील सामाजिक पर्यावरणाचा विचार केला, तर हे मुद्दे त्यावेळी पूर्ण नवे आणि क्रांतिकारक होते. केट मिलेटचे हे यश आहे की तिने निर्माण केलेली परिभाषा कालौघात स्त्रीवादाच्या विचारव्युहात पुरेशी रुजली आहे. राजकारण या शब्दामध्ये खोलात अंतर्भूत असलेले सत्ताकारण- आपले वर्चस्व प्रस्थापित करण्यासाठी इतरांचे केलेले खच्चीकरण- तिने स्त्री-पुरुषांच्या संदर्भात समांतरपणे वापरून लैंगिक राजकारण ही नवी संकल्पना दिली. स्त्रीवादाच्या व्याख्येतच आता पितृप्रधान व्यवस्थेतील राजकारणाचा बुरखा फाडणे, ही संकल्पना दृढ झालेली आहे.

मातृदेवतांची पीछेहाट व पुरुष दैवतांची स्थापना, यासाठी दिली जाणारी उपपत्ती तिने नाकारली आहे. स्त्री-पुरुष भेदाचा पाया जैविक नसून सांस्कृतिक आहे, यावर ती ठाम आहे. अनेक युक्तिवादाचे मुद्दे स्पष्ट करून तिने फ्रॉईडच्या जैविक श्रेष्ठतेच्या उपपत्तीवर कडाडून हल्ला केला आहे. याचाच स्पष्टीकरणात्मक भाग म्हणून तिने स्त्री-पुरुषातील फरकात्मक तत्त्वज्ञान नाकारले आहे. 'वुई आर् इक्वल' या घोषणेमध्ये अनुस्यूत असलेले स्त्री-पुरुष समानतेचे तत्त्व तिने शारीरिक, मानसिक पातळीवरही अंगीकारलेले आहे. सर्जनशील अवयवांचे काही भेद सोडले, तर स्त्री पुरुषांची क्षमता सारखीच आहे. असे असताना पुरुषांना जे श्रेष्ठत्व व स्त्रियांना कनिष्ठत्व मिळते, ते त्यांना ज्या प्रकारची वागणूक दिली जाते, त्या सांस्कृतिक घटकातून निर्माण होते, अन्यथा कोणी श्रेष्ठ वा कनिष्ठ नाही. केट मिलेटचा हा दृष्टिकोन आज काळानेच मान्य केला आहे. स्त्रीला कोणत्याही क्षेत्रात पुरुषाप्रमाणेच संधी मिळाली, तर ती पुरुषाइतकीच समर्थपणे ते काम करू शकते, हे स्त्रियांनीच आता उदाहरणाने सिद्ध केले आहे. तरीही स्त्रीकडे कनिष्ठ म्हणून पाहण्याची पिढ्यान्‌पिढ्या रक्तात रुजलेली वृत्ती जात नाही, हे दुर्दैव आहे.

जात, वर्ग, धर्म, वंश यांच्या उतरंडीतही वरच्या वर्गातील पुरुषाचे स्थान, त्याच्या बायकोलाही मिळत नाही. स्त्रीचे स्थान नेहमीच कसे खाली असते, हे केटने अनेक उदाहरणे देऊन दाखवले आहे. स्त्री हीच स्त्रीची शत्रू असते, हे आता स्त्रीवादी सहजपणे बोलतात, पण केट मिलेटने हा मुद्दा नव्याने प्रथम मांडला आहे. पुरुषप्रधान व्यवस्थेत पुरुषाने धोरणीपणाने खेळलेली ही एक खेळी आहे आणि ते समजून न घेता बायका एकमेकींशी वैर करतात व त्यातून पुरुषाचा दुहेरी फायदा होतो. ही गोष्ट बायकांच्या आता आता लक्षात आल्यामुळे जगातील सर्व स्त्रियांची एकजूट व भगिनीभाव या संकल्पना पृष्ठभागावर आल्या.

स्त्रीच्या व्युत्पत्तीची बायबलमधील कथा की, तिचा जन्म पुरुषाच्या बरगडीपासून झाला, म्हणजे ॲडमचा जन्म आधी झाला व इव्हचा नंतर, या कल्पनेचाही तिने चांगला समाचार घेतला आहे. तसेच इडन गार्डन, सर्प, मोहाचे फळ तोडणे या मानवाच्या मूळ ॲडॅम इव्ह कथेपासूनच स्त्रीच्या दुय्यमपणाला कशी सुरुवात झाली याचेही विवेचन तिने केले आहे.

या पुस्तकाप्रमाणेच तिने फ्लाईंग, सिता, गोईंग टू इरान, द पॉलिटिक्स ऑफ क्रुएल्टी, मदर मिलेट वगैरे अनेक पुस्तके लिहिली. १९७९ मध्ये इराणमध्ये पहिल्या आंतरराष्ट्रीय महिला दिनाला तिची साथी सॉफी किर हिच्याबरोबर उपस्थित रहायला गेल्यावर तिला इराणमधून हाकलून देण्यात आले. काही छोट्या फिल्म्सची

निर्मिती तिने केली. ती उत्तम शिल्पकार व कलावंत होती. जपानी शिल्पकार फ्युमिओ योशीमुराशी याच्याबरोबर विवाह करून ती १९६५ ते ८५ पर्यंत एकत्र राहिली. आयुष्यात शेवटी शेवटी तिने ख्रिसमस ट्री विकले. विमेन्स आर्ट कॉलनी फार्म काढले. मृत्यूपूर्वी काही वर्षे तिने सॉफी किर या फोटो वार्ताहर स्त्रीशी विवाहही केला होता.

न्यूयॉर्कमधील नॅशनल विमेन्स हॉल ऑफ फेममध्ये स्थान देऊन तिला २०१३ मधे गौरवण्यात आले. तिच्या मृत्यूने स्त्रीवादी विचारांची मशाल आयुष्यभर पेटवत ठेवणारी एक बुद्धिमती स्त्री काळाच्या पडद्याआड गेली आहे.

-०-०-

स्त्रीवादी साहित्य निर्मितीमागील प्रेरणा पाश्चात्त्य व भारतीय संदर्भात

■

१९७५ सालापासून पुढे मराठी साहित्यात स्त्रीवादी साहित्याचा एक नवा प्रवाह सुरू झाला. कथा, कादंबरी, कविता, आत्मचरित्र, समीक्षा, वैचारिक साहित्य इत्यादी साहित्य प्रकारात तो चांगला रुजला आणि आशय व अभिव्यक्तीच्या काही विशेष गुणवैशिष्ट्यांमुळे समकालीन मुख्य प्रवाहात त्याची एक वेगळी धारा निर्माण झाली. साधारणत: गेल्या ४५ वर्षांमध्ये प्रसिद्ध झालेले स्त्रीवादी साहित्य लक्षात घेता हा प्रवाह असा अचानक कुठून उद्‌भवला? त्याचे मूलस्रोत झिरपत झिरपत आतून कुठून आले आहेत? म्हणजेच असे स्त्रीवादी साहित्य लिहिण्याची प्रेरणा लेखकांना कशी झाली? याचा खोलात जाऊन विचार करताना काही गोष्टी प्रथम विचारांच्या बैठकीसाठी निश्चित कराव्या लागतील. टी.एस. इलियट या सुप्रसिद्ध इंग्लिश समीक्षकाने 'ट्रॅडिशन अँड इंडिव्हिज्युअल टॅलेंट' या आपल्या निबंधात काही मौलिक विचार प्रकट केले आहेत. 'नव्याने लिहिणाऱ्या प्रत्येक साहित्यिकाला आपल्या सांस्कृतिक व साहित्यिक परंपरेची जाण असावी लागते. कोणाही कलाकृतीला एकटेपणाने अर्थ प्राप्त होत नाही. विरोध वा तुलनेसाठीही तिला गतकालिकांशी जोडावे लागते. वर्तमान साहित्याने गतकालीन साहित्य नव्याने मूल्यमापित होते व गतकालीन साहित्याने वर्तमानाला मार्गदर्शन होते.' वाङ्मयीन परंपरा ही अशी एकसंध असते, म्हणून साहित्यातील कुठलाही नवा प्रवाह निरंकुश व स्वयंजीवी नसतो. त्याच्या निर्मितीच्या प्रेरणा त्याच्या परंपरेत रुजलेल्या असतात. पुढचे प्रत्येक साहित्य मागच्या साहित्याचा हात धरूनच पुढे जात असते. स्त्रीवादी साहित्य हा देखील कालौघातील नवा प्रवाह आहे तरी त्याचे लागेबांधे त्यापूर्वीच्या साहित्य संस्कृतीशी आहेतच. त्यातील काही ठळक प्रेरणांचा इथे विचार करता येईल. दुसरी महत्त्वाची गोष्ट म्हणजे प्रत्येक स्त्रीवादी साहित्यिकाला या प्रेरणास्रोताचे जाणीवपूर्वक भान असेलच असे नाही. काही गोष्टींचा वारसा आपण जन्मत: घेऊन येतो; काहींचे

भान शिक्षण, अनुभव व अंत:प्ररणेने येते; काही प्रेरणा रक्तात असतात; काही अबोध मनात.

भौगोलिकदृष्ट्या पाश्चात्त्य स्त्रीवादी विचार आपल्यापासून दूर असला तरी त्यामध्ये सर्व स्त्रीजातीचा विचार आल्याने आपण मनाने त्याच्यापासून खूप जवळ आहोत. पाश्चात्त्य साहित्यावर मराठी साहित्य पोसले जाण्याची परंपरा तशी जुनी आहे. आधुनिक स्त्रीवादी संकल्पना, भारतीय स्त्रीवादी साहित्यातही मूलत: पाश्चात्त्यांकडून आल्याने पाश्चात्त्य प्रेरणांचा अभ्यास आपल्याकडील साहित्य निर्मितीच्या संदर्भात करणेही आवश्यक आहे.

वैचारिक विश्लेषणाच्या सुलभीकरणासाठी प्रथमत: दूरान्वयी प्रेरणा व समकालीन प्रेरणा असे दोन भाग कल्पिले आहेत. दूरान्वयी प्रेरणेमध्ये पाश्चात्त्य प्रेरणा व भारतीय प्रेरणा असे दोन उपविभाग आहेत.

पाश्चात्त्य प्रेरणांचा विचार स्त्रीवादी चळवळी, मानसशास्त्रीय व सांस्कृतिक परिवर्तने आणि स्त्रीवादी विचारसरणीचे तीन टप्पे या तीन स्त्रोतांमध्ये केला आहे.

अ) स्त्रीवादी चळवळी -

१) समान हक्क, समान दर्जा आणि स्वातंत्र्य या स्त्रीवादाच्या मूळ कल्पना सरंजामी युरोपला धक्का देणाऱ्या फ्रेंच राज्यक्रान्तीचे उद्गाते तत्त्ववेत्ते लॉक, रूसो, बेंथम यांच्या विचारसरणीतून उगम पावल्या आहेत. प्रत्येकाला मत देण्याचा हक्क असणे म्हणजे नवीन समाजव्यवस्थेच्या रचनेत सहभाग असणे होय. त्यामुळे अर्थातच स्त्रीवादी चळवळींची प्राथमिक पायरी मतदानाचा हक्क असणे ही होती. संपत्तीत सहभाग, विवाहविषयक कायद्यातील सुधारणा, लैंगिक स्वातंत्र्य हे विषय याच काळात प्रथम चर्चेला आले. फ्रेंच राज्यक्रान्तीत प्रत्यक्ष सहभाग घेऊनही स्त्रियांच्या वाट्याला स्वातंत्र्य आले नाही. कुटुंबात ज्या वेळी वादंग माजते, त्यावेळी अंतिम निर्णय शक्तिशाली पुरुषाचाच असतो. समाजात पुरुषच सत्तास्थानावर असतात. घर हेच स्त्रीचे कार्यक्षेत्र असून तिथेही पुरुषाच्या न्याय्य दृष्टीने स्त्रीचे स्थान दुय्यम असते. परमेश्वराने इव्हला दिलेल्या शिक्षेतच स्त्रीचे भवितव्य ठरले आहे, अशा प्रकारची लॉकची विचारसरणी स्त्रीवादाला मारक होती. पुरुष हा घरातील नैसर्गिक कर्ता आहे. विनम्रता, योनीशुचिता ही नैतिक मूल्ये स्त्रियांसाठी आहेत, पुरुषांसाठी नाहीत, अशी विधाने स्वातंत्र्याचा पुरस्कार करणारा डेव्हिड ह्यूमही करतो. स्त्रिया पुरुषांपेक्षा कमजोर असतात. स्त्रीची शरीररचना निर्मितीसाठीच केली आहे. पुरुषाची कामेच्छा जागृत करणे, त्याला खूष ठेवणे, खोटेनाटे वागणे, अन्याय निमूट सहन करणे, पोकळपणा, थोडेफार कलाकौशल्य हे स्त्रीचे गुणधर्म व अशा चंचल, लहरी

स्त्रीवादी साहित्यामागील पाश्चात्य व पौर्वात्य प्रेरणा

- दूरान्वयी प्रेरणा
  - पाश्चात्य प्रेरणा
    - स्त्रीवादी चळवळी
    - मानसशास्त्रीय, सांस्कृतिक परिवर्तनें
    - वैचारिक बैठक
  - पौर्वात्य (भारतीय) प्रेरणा
    - स्त्री चळवळी
    - वैचारिक व ललित साहित्य
    - जगण्यातील परिवर्तनें
- निकटवर्ती प्रेरणा
  - पर्यावरणीय प्रेरणा
    - साठोत्तरी साहित्य
    - दलित साहित्य
    - परिवर्तनाच्या सीमेवरील स्त्री साहित्य
  - व्यक्तीगत प्रेरणा
    - जीवनानुभव

स्त्रीवर नियंत्रण हे काम पुरुषाचे, असा फरक रूसोने केला. म्हणजेच स्वातंत्र्य, समतेच्या तात्त्विक विचारांपलीकडे फ्रेंच राज्यक्रांतीकडून स्त्रियांना काही मिळाले नाही. मादाम द स्टेल हिने फ्रेंच राज्यक्रान्तीचे विश्लेषण करताना स्त्रीपुरुष तुलना केली आहे. स्त्री जेव्हा राजकारणात हस्तक्षेप करते, तेव्हा ती तरुण असेल तर आगाऊ समजली जाते, म्हातारी असेल तर उपेक्षित ठरते. 'व्हिंडिकेशन ऑफ द राईट्स ऑफ विमेन' अर्थात 'स्त्रियांच्या हक्काची पायमल्ली' या पुस्तकात मेरी वुलस्टोन क्राफ्टने फ्रेंच राज्यक्रान्तीचा विचार करून राज्यक्रान्तीच्या तत्त्वांचा वापर स्त्रियांसाठीही व्हायला पाहिजे, अशी मागणी केली. १७८९ मधे फ्रान्सच्या असेंब्लीत संमत झालेले मानवी हक्काचे बिल व अमेरिकेतील बिल ऑफ राईट्स प्रमाणे सर्व मानवांना समान हक्क आहेत. मग स्त्री मानव नाही का? पुरुषाची नीतिमत्ता व स्त्रीची नीतिमत्ता एकच का नाही? स्त्रिया प्राणी नसतील तर त्या मनुष्य असल्या पाहिजेत, म्हणून त्यांना त्यांचे हक्क मिळाले पाहिजेत अशी जोरदार मागणी तिने केली.

ब) इंग्लंडमध्ये १९ व्या शतकाच्या मध्यावर घडणाऱ्या लोकशाहीवादी सुधारणांच्या प्रवाहाचा परिणाम काही विचारवंतांवर झालेला दिसतो. बेंथमचा उपयोगितेचा सिद्धान्त व रूसोची स्वातंत्र्यविषयक मते, या दोन्हीचा मेळ घालून जॉन स्टुअर्ट मिल व हॅरिएट टेलर यांनी ज्या समाजामध्ये प्रत्येक माणसाच्या हिताचा विचार केला जाईल आणि त्याचबरोबर त्याचे व्यक्तिगत अधिकारही राखले जातील, अशा समाजाचा विचार स्त्रीवादी क्रान्तीच्या संदर्भात केला. स्त्रियांना मताचा व सार्वजनिक कार्यात भाग घेण्याचा अधिकार मिळालाच पाहिजे, लग्न की व्यवसाय हा पर्याय खुला असायला हवा, शिक्षण घेण्याचे स्वातंत्र्य हवे, यातून हळूहळू स्त्रीपुरुष समानता निर्माण होईल असे मत त्यांनी मांडले. 'द एन्फ्रान्चिसमेंट ऑफ विमेन' या ग्रंथात टेलरने व 'द सब्जेक्शन ऑफ विमेन' या ग्रंथात मिलने स्त्रियांना समान संधी द्यायला हवी असा पुरस्कार केला. 'ऑन लिबर्टी' या दोघांनी मिळून लिहिलेल्या ग्रंथात स्त्रियांच्या लैंगिक स्वातंत्र्याची मागणी केली. एकदा मतस्वातंत्र्य मिळाल्यावर फरकात्मक राजकारण कमी करता येईल, अशी त्यांची अपेक्षा होती. पण प्रत्यक्षात मात्र वरच्या जागेवर पुरुष व खालच्या जागेवर स्त्री अशी कुटुंबातली पितृसत्ताच समाजात प्रतिबिंबित झाली.

क) अमेरिकेमध्ये १६७४ मध्ये मार्गरिट बेंटनने प्रथम मेरिलँड विधानसभेत स्त्रियांना स्थान व मताचा हक्क मिळण्याची मागणी केली. ती अर्थातच फेटाळण्यात आली. १६९१ ते १७८० या काळात संपत्तीची मालकी असणाऱ्या स्त्रियांना मॅसॅच्युसेट्समध्ये मताधिकार मिळाले. १८४८ मध्ये एलिझाबेथ स्टॅन्टन, मार्था

राईट इत्यादींनी न्यूयॉर्क राज्यातील सिनेका फॉल्समध्ये स्त्रियांचे पहिले अधिवेशन भरवून स्त्री स्वातंत्र्याचा जाहीरनामा प्रसिद्ध केला. सर्व स्त्री पुरुष जन्माने समान आहेत. मनुष्यजातीच्या इतिहासाने पुरुष, स्त्रिया हे उच्चनीच भेद घडवून आणून स्त्रियांवर अन्याय केला आहे. स्त्रियांचा शिक्षणात सहभाग, धर्मगुरू होण्याचा, शिकवण्याचा, पैसा मिळवण्याचा, निवडणूकीत मतदान करण्याचा व निवडणूक लढवण्याचा हक्क यांची मागणी केली. १८६९ मध्ये 'अमेरिकन वुमन सफ्रेज' असोसिअेशनची स्थापना झाली व घटना दुरुस्तीची मागणी करण्यात आली. १८९० पासून पुढे काही राज्यांमधून स्त्रियांना मतदानाचे हक्क मिळाले. पाच लाख स्त्रियांनी सह्यांची मोहीम काढूनही घटनेत बदल झाला नाही. पहिल्या महायुद्धातील स्त्रियांच्या मोठ्या सहभागामुळे हे चित्र बदलले. १० जानेवारी १९१८ मध्ये स्त्रियांना मतदानाचा हक्क मिळाला. स्त्री हक्काच्या या चळवळींमधून स्त्रियांना मतदान हक्क, समान संधी व सर्व क्षेत्रात संचार यांची मागणी झाली. या टप्प्याला स्त्रीवादाचा पहिला टप्पा मानण्यात येतो.

२) मानसशास्त्रीय व सांस्कृतिक परिवर्तने

अ) कोणतीही स्त्री एकीसारखी दुसरी नसते, पण या भिन्नतेतही सर्व स्त्रियांमध्ये एक साम्य असते, ते म्हणजे स्त्री पुरुषप्रधान संस्कृतीत राहते व स्त्रीकडे लोक कसे पाहतात, यात लैंगिक भाग महत्त्वाचा असतो. जीवनाचे काही अनुभव हे मानवी अनुभव असतात. काही अनुभव हे फक्त स्त्रीचे व काही फक्त पुरुषांचे असतात. स्त्री हे एक न उकलणारे गूढ आहे अशा प्रकारचे वलय तिच्याभोवती उभे केले जाते. फ्रॉईडलाही स्त्री ही पुरुषापेक्षा अधिक गूढ व प्रश्नार्थक वाटते. 'स्त्रीला काय हवे आहे याचे उत्तर माझ्या तीस वर्षांच्या संशोधनानेही मी देऊ शकलो नाही', याची कबुली त्याने दिली आहे. अशा प्रकारचे स्त्रियांच्या वर्तणुकीचे अस्पष्टीकरणात्मक वर्णन अनेक दृष्टीने पुरुषांच्या फायद्याचे आहे, असे सिमॉन द बुवाला वाटते. स्त्री स्वभाव कळला तर पुरुषाचा तिच्याबद्दल असलेला भ्रमनिरास होईल व वास्तव कळून येईल की स्त्री एकटी आहे, तसा तिच्याबरोबर तोही एकटा आहे. या गूढाचे कारण स्त्रीचे आर्थिक व सामाजिक परावलंबन, हेही असू शकते. परावलंबी लोक जसे आपल्या मालकापासून काही ना काही लपवून ठेवतात, त्याप्रमाणे परावलंबी स्त्री पुरुषापासून स्वत:ला लपवते. तिला समजून घेणे म्हणजे आपली दडपशाही मान्य करणे आणि ही फारच मोठी किंमत असल्याने पुरुष स्त्रीभोवतीचे गूढ कायम ठेवतो. लैंगिक बाबतीतील पुरुषांचे दुटप्पी वर्तन, सिनेमातील लैंगिक हिंसाचाराचे आकर्षण, बलात्कार व वेश्या व्यवसायाचे समर्थन, बाईपणा व पुरुषीपणा याबाबतच्या सांकेतिक कल्पना, यामध्ये स्त्री पुरुष यांच्यामध्ये खूप मोठा फरक आहे, अशी वैचारिक बैठक

आहे. एकाच समान परिस्थितीत स्त्री व पुरुषांच्या प्रतिक्रिया सारख्याच असतात. त्यात लिंगसापेक्ष फरक पडत नाही, असे मानसशास्त्राला वाटते. स्त्री पुरुषांमधील लैंगिक व निर्मितीशी संबंधित बाबी भिन्न असल्या, तरी बाकी सर्व क्षमता सारख्याच असतात असे जीवशास्त्र सांगते. स्त्री पुरुषांमधील भेद, परंपरा, संस्कृती, समाजाच्या अपेक्षा, मुलांना वाढविण्याची स्त्रीची जबाबदारी यातून आला असावा. यातील महत्त्वाचा सामाजिक घटक म्हणजे सत्ता. सत्तेमुळे पुरुषांना पैसा, श्रेष्ठत्व, पुढारीपण, स्वामित्व हक्क, वर्चस्व व अधिकार मिळतो. या सर्व बाबतीत पुरुष सत्ताधीश आहे आणि बाईकडे काहीही नाही. स्त्रियांच्या चळवळींनी लिंगभेदामुळे होणाऱ्या फरकांचा पुनश्च अभ्यास केला, तेव्हा त्यांच्या लक्षात आले की मानसशास्त्रज्ञ हेही पुरुष आहेत, त्यामुळे त्यांनी पुरुष हाच मापकाचा दंडक धरून पुरुषांशी असलेल्या तिच्या फरकाला तिची कमतरता व कमकुवतपणा मानला. जे जे पुरुषाचे आहे ते सर्वोत्तम आहे (Whatever is male is best). जे स्त्रीचे आहे ते दुय्यम आहे. म्हणून स्त्रीत्वापेक्षा पौरुषत्व अधिक सामर्थ्यवान मानले गेले. यातून स्त्रीच्या नव्या मानसशास्त्राची गरज निर्माण झाली. स्त्रियांचे म्हणून कोणते खास अनुभव असतात? स्त्री ते कसे अनुभवते? समाजाबरोबर स्त्रीचे मन कसे बदलत गेले? इत्यादी अंगांनी होणारा अभ्यास स्त्रीवादी अभ्यास होय. पुरुषाच्या परंपरागत मानसिकतेत स्त्रीची प्रतिमा इतकी विकृतपणे घट्ट बसली आहे की प्रत्यक्ष खऱ्या स्त्रीशी तिचा संबंध नाही. पुढे नॅन्सी चॉडॉरॉने आपल्या 'रिप्रॉडक्शन ऑफ मदरिंग' या पुस्तकात फ्रॉईडचा 'स्त्रियांना पुरुषासारखा स्वतंत्र लिंगावयव नसल्याने त्यांच्यात अभावात्मक व कमीपणाची जाणीव निर्माण होते.' हा सिद्धान्त खोडला व छोट्या मुलीला ज्या वयात आपण स्त्री आहोत ही लैंगिक जाणीव निर्माण होते, तेव्हापासून ती स्वत:ची तुलना आईशी करत असते. आईशी असलेल्या आपल्या साम्यामुळे, निरंतरतेमुळे व तद्‌भावामुळे तिच्या मनात भावात्मक (Positive) लैंगिक जाणीव निर्माण होते, अभावात्मक नाही, असे तिने प्रतिपादन केले. स्त्रीवादी विचारसरणीसाठी ही सुफळ बैठक आहे.

ब) सामाजिक परिवर्तनाच्या चळवळीत स्त्रीवाद्यांची निर्भर्त्सना झाली. पुरुषांच्या मत्सरातून जन्माला आलेल्या विकृतीचे बळी, लैंगिक सुख न मिळालेल्या असंतुष्ट बायकांच्या वैफल्य जाणिवेतून निर्माण झालेली चळवळ, असे सत्याला विकृत वळण देण्यात आले. स्त्री म्हणून समागमात निष्क्रिय राहणे, पुरुषांचे वर्चस्व मान्य करणे, आई म्हणून मुलांना जन्म देऊन त्यांचे पालनपोषण करणे, हेच स्त्रीचे नैसर्गिक कार्यक्षेत्र आहे, या समाजाच्या ठाम विश्वासाविरोधात स्त्रीला प्रथम लढावे लागले. शरीर हेच प्राणिमात्रांप्रमाणे स्त्रियांचे एकमेव कार्यक्षेत्र राहिले व मानवाचे

व्यवच्छेदक लक्षण, जे मन व बुद्धी, त्याचा विकास फक्त पुरुषापुरताच सीमित राहिला. स्त्रीला माणूस म्हणून अधिकार मिळवून देण्याच्या चळवळीत अनेक स्त्री कार्यकर्त्यांनी तुरुंगवास व हौतात्म्य पत्करले. सुरुवातीच्या काळात स्त्रीवाद्यांच्या मनामध्ये पुरुषांसारखे होण्यासाठी स्वातंत्र्य हवे की माणूस म्हणून जगण्यासाठी स्वातंत्र्य हवे, यात थोडा गोंधळ उडालेला दिसतो. स्त्रीच्या परंपरागत भूमिकांना चिकटून राहणाऱ्या सनातन्यांप्रमाणे स्त्रियांच्या दुय्यमत्वाचे दाखले देणाऱ्या पोथीनिष्ठ धर्मगुरूंविरुद्धही स्त्रियांना लढावे लागले. 'द हेड ऑफ एव्हरी वुमन इज मॅन' किंवा 'ॲडॅम वॉज बॉर्न फर्स्ट देन इव्ह' अशा प्रकारच्या धार्मिक बुरख्याखाली चाललेल्या अप्रप्रचारांनाही स्त्रीला सामोरे जावे लागले. नवऱ्याच्या दबावाखाली असणाऱ्या व स्वातंत्र्य या कल्पनेलाच घाबरून घर नामक तुरुंगात सुरक्षित राहू इच्छिणाऱ्या सामान्य स्त्रियांचाच विरोध या चळवळीला झाला.

अमेरिकेच्या स्त्रीजीवनातील १९४५ ते ६० हा कालखंड प्रचंड विसंगतीने भरलेला होता. स्त्रियांना पुरुषांपेक्षा कमी लेखणारी परिस्थिती, त्यांचे परावलंबन, निष्क्रियता हे संपल्यानंतरची, विचार करणाऱ्या व निर्णय घेणाऱ्या नव्या स्त्रीची प्रतिमा कशी असेल, त्याचे चित्र त्यांना रेखाटता आले नाही. एका बाजूला प्रेमजीवन नसलेल्या एकाकी जगणाऱ्या स्त्रीवादी तर दुसऱ्या बाजूला आई, बायको, गृहिणी या भूमिकेतील स्त्रिया, या दोन टोकांच्या भूमिकांमध्ये प्रचंड फारकत निर्माण झाल्याने स्त्रीच्या भूमिकेचा नेमका अर्थ काय, याचे सोपे उत्तर लैंगिक समाधान असे मानणाऱ्या सुशिक्षित स्त्रियाही स्वत:ची ओळखच विसरल्या व स्त्रीत्वाचा गौरव करणाऱ्या जुन्या प्रतिमेत अडकल्या. दुसऱ्या महायुद्धोत्तराच्या या काळात कुटुंबसंस्थेला पुन्हा एकदा महत्त्व आले. माध्यमांनी आणि जुन्या अनुभवी माणसांनी बाईच्या जीवनाची इतिश्री बायको आणि आई होण्यातच आहे, हे बायकांच्या मनावर पुन्हा बिंबवले. करिअर सोडूनही अनेक स्त्रियांनी त्यावेळी आदर्श गृहिणी होण्यासाठी आपले बाईपण पणाला लावले. श्रीमंत नवरा, भरपूर मुलेबाळे, शॉपिंग, पार्ट्या, फॅशन्स, टापटीप घर, सौंदर्याची जोपासना, उत्तम पाककृती यावर बाईचे लक्ष केंद्रित झाले. घर संसार हेच आयुष्य मानण्याच्या या गोंडस कल्पनेला बेटी फ्रिडनने 'फेमिनिन मिस्टिक' (स्त्रीत्वाचे गूढ) असे नाव दिले आहे. काही वर्षे या मोहिनीच्या सुखसमाधानात राहिल्यावर स्त्रिया स्वत:ला प्रश्न करू लागल्या की मी कोण? घर संसार हाच माझ्या जीवनाचा अर्थ आहे का? या भूमिका करताना पोकळी वाटते, अपूर्णता वाटते, म्हणजे मी स्वत:ला फसवते आहे का? या समस्यांमुळे आपणच निर्माण केलेल्या आदर्शाच्या प्रतिमेच्या पिंजऱ्यात आपण अडकलो आहोत, ह्याचा साक्षात्कार झाला. यातूनच

पुरुषाइतकी स्त्रीलाही स्वतःची ओळख पटणे, स्व-विकास, स्व-तंत्रता याची जरुरी भासू लागली. घरापुरती क्षमता खर्च करणे म्हणजे स्वची आत्महत्या आहे. शरीरापलीकडचे मानवी कार्य, भिंतीपलीकडे असलेले जग, भविष्याला आकार देण्यात असलेला क्रियाशील सहभाग नसेल तर आयुष्य 'नाझी कॉन्सेंट्रेशन कँप' होईल. 'मी कोण?' या भयानक प्रश्नाकडून अमेरिकन स्त्रीचा प्रवास मला काय हवे, ते मी होऊ शकते? या सक्षमतेकडे सुरू झाला. दोन डगरींवरच्या या अंतरातील उडी खूपच अवघड होती. स्वतःच्या दुय्यमत्वाची जाणीव होणे, त्यामुळे असमाधान निर्माण होणे, स्वतःला न पटलेल्या गोष्टींना नकार देणे, विवाहातील वास्तवता समजून घेणे, लैंगिक समाधान म्हणजेच सारे आयुष्य नाही हे समजणे, आईपणाच्या भूमिकेला जन्मभर चिकटून न बसणे, आपली आदर्शांची खोटी भूमिका पुसून टाकणे, स्वतःच्या क्षमतेला न्याय देणारे काम निवडणे, स्वतःच्या सामर्थ्यावर विश्वास असणे, स्वतःला सिद्ध करण्यात येणारे अडथळे दूर करणे व स्वतःला एक व्यक्ती म्हणून सिद्ध करणे, हा प्रवास म्हणजेच स्त्रीवादी होणे होय.

क) कोणतीही चळवळ भक्कम वैचारिक पायावर उभी असेल, तर ती जास्त घट्टपणे रुजू शकते. मार्क्सवादाला व्यवहारात आणण्यापूर्वी त्यामागे मार्क्सची पक्की विचारसरणी उपलब्ध होती. स्त्रिया चळवळीबरोबर आपली वैचारिक उपपत्ती बनवत गेल्या. सुदैवाने स्त्रीवादी चळवळीला विसाव्या शतकाच्या पूर्वार्धापासूनच वैचारिक लिखाणाची जोड मिळाल्याने तिचा पाया पक्का झाला आणि तिला वेगवेगळे आयाम लाभले. १९२९ मध्ये व्हर्जिनिया वुल्फ या संज्ञाप्रवाहाधिष्ठित कादंबरी लिहिणाऱ्या लेखिकेने 'अ रूम ऑफ वन्स ओन' मधून 'इंग्रजीमध्ये थोर लेखिकांची संख्या इतकी कमी का?' या प्रश्नाचा मुळापर्यंत जाऊन विचार केला. स्त्रियांजवळ ना पैसा, ना लिखाणासाठी स्वतंत्र जागा, प्रतिभावान स्त्रियासुद्धा दुःखी, स्वतःशी झगडणाऱ्या, जगाच्या उपेक्षेबरोबर जगाकडून शत्रूत्व सुद्धा वाट्याला आलेल्या होत्या. शेक्सपिअरला त्याच्यासारखीच प्रतिभावान बहीण असती, तर ती शेक्सपिअरसारखे आयुष्य जगू शकली असती का? बाई म्हणून शेवटी तिच्या वाट्याला शोषण आणि अवहेलनाच आली असती. पुढील १०० वर्षांत स्त्री ही 'संरक्षित जात' म्हणून ओळखली जाणार नाही. सैनिक, इंजिनिअर, ड्रायव्हर, डॉक लेबर इत्यादी कोणत्याही कामात तिचा सहभाग असेल, अशी आशा ती करते. तिचे महत्त्व म्हणजे समानता आणि न्याय यांची ती मागणी करते. स्वतःच्या परिपूर्णतेच्या नव्या शक्यता अजमावण्यासाठी ती स्त्रियांना जागे करते. स्त्री किंवा पुरुष कोणीही असो, प्रामाणिकपणे आपल्याला काय वाटते ते त्यांना लिहिता आले पाहिजे. आपल्याला कसा विचार करायला शिकवले

आहे, कोणती मध्यमवर्गीय मूल्ये पढवली आहेत, त्याप्रमाणे नाही.

ज्याला 'फेमिनिस्ट बायबल' म्हटलं जातं ते सिमॉन द बुवाचं 'द सेकंड सेक्स' हे पुस्तक १९४९ मध्ये फ्रेंचमध्ये आणि १९५३ मध्ये इंग्रजीत प्रसिद्ध झाले. कुणीही बाई म्हणून जन्माला येत नाही. पण नंतर ती बाई बनवली जाते. (No one is born a woman one becomes one) पुरुष हा सत्त्वाचा केंद्रबिंदू असतो. (The one) स्त्रीला परिघावरचे स्थान असते. (The other) पुरुषांच्या लेखी ती वस्तूमात्र असते. तिला व्यक्ती म्हणून अस्तित्व नसते. परंपरा आणि संस्कृतीच्या दंडकानुसार बायकी आणि पुरुषी या दोन विशेषणांना शरीरभेदाव्यतिरिक्त सांस्कृतिक अर्थ चिकटलेले असतात, असा महत्त्वाचा विचार तिने मांडला. त्याच्या पायावरच पुढची स्त्रीवादी विचारसरणी विकसित झालेली दिसते.

१९६० ते ७० हा स्त्रीवादी विचारसरणीच्या दुसऱ्या लाटेतील पहिला टप्पा होय. युद्धोत्तर समाज, कृष्णवर्णीय चळवळी आणि समलिंगी चळवळी यांच्याशी जोडलेला हा प्रामुख्याने जहाल स्त्रीवाद आहे. १९६८, ६९ मध्ये अमेरिकेत झालेल्या जागतिक सौंदर्य स्पर्धांना यावेळी प्रचंड विरोध झाला. शेळीला सौंदर्यवतीचा मुकुट घालून मिरवत नेण्यात आले. व्हाईट हाऊससमोरच्या निदर्शनात गर्डल्स, ब्रा, खोट्या पापण्या, उंच टाचाच्या चप्पल्स वार्ताहरांसमोर कचरा पेटीत टाकण्यात आल्या. तिकिटे काढून कार्यकर्त्या कार्यक्रमात घुसल्या. Freedam for women, No more miss America, The Personal is Political अशा घोषणा देण्यात आल्या. पितृप्रधान समाजात स्त्रिया व्यापारी आणि शोषक संस्कृतीच्या बळी आहेत, हे यावेळी अधोरेखित करण्यात आले. स्त्रीवादाचे तत्त्वज्ञान या काळातील लिखाणातून आकार घेत गेले. लिंगवैशिष्ट्यामुळे व्यक्तीवर बाईपणाच्या कल्पना लादल्या जातात. बाई शारीरिकदृष्ट्या दुर्बल असते. स्वभावाने चंचल, भित्री, गोड, नम्र, दयाशील, चारित्र्यवान, विनयशील असते. तिचे शरीर सौंदर्याचे प्रतीक असते आणि पुरुषांना भुरळ घालण्यासाठी ते मुद्दाम बनवले आहे. पुरुष शरीराने समर्थ, पराक्रमी, बुद्धिमान, धीट, रांगडा, धसमुसळा, अहंकारी असतो असे बायकी व पुरुषी कल्पनांचे साचे बनवले जातात व लिंगानुसार व्यक्ती त्या त्या साच्यात बसवली जाते. ती तशी नसल्यास विकृत समजली जाते. म्हणजेच लिंग व लिंगभाव किंवा स्त्रीत्व (femininty) व बायकीपणा (femaleness) यात हेतुत: घोटाळा केला जातो. स्त्रीवादी हा गोंधळ पूर्णपणे तोडू इच्छितात. सर्व स्त्रिया या बायका असल्या, तरी बायकी असतातच असे नाही. या सर्वांचा परिणाम म्हणून स्त्री-पुरुष, बायकी-पुरुषी अशा प्रकारच्या विरोधी जोड्या रूढ होतात. हेलन सिक्ससने असे दाखवले आहे की

हे विरोध समपातळीवरचे नसून उतरंडीचे आहेत. कारण स्त्रीची बाजू प्रत्येकवेळी नकारार्थी, दुर्बळ, अपात्र अशीच दाखवली गेली आहे. संस्कृतीच्या इतिहासात हे शब्द लिंगवाचक न राहता त्यांना लैंगिक राजकारणाचा संदर्भ प्राप्त झाला आहे. कारण या प्रकारच्या तुलनेत होकारात्मक व नकारात्मक मूल्यमापन अंत:स्तरावर अनुस्यूत आहे. अशा प्रकारच्या विचारसरणीत एका गोष्टीला अर्थ प्राप्त करून देण्यासाठी दुसऱ्या गोष्टीचा अंत करावा लागतो. पुरुषाला पराक्रमी दाखवायचे असेल, तर स्त्रीला दुबळी ठरवावे लागते. विजय म्हणजे क्रियाशीलता व पराजय म्हणजे क्रियाशून्यता असाच या युद्धाचा शेवट असतो. स्त्रीच्या क्रियाशीलतेला कुठलाच अवकाश न सोडण्याच्या या वृत्तीचा सिक्सस धि:कार करते. अशा प्रकारच्या विचारसरणीत स्त्री एकतर निष्क्रिय असते किंवा नसतेच (either woman is passive or does not exist) म्हणून स्त्रीवादाला जीवन, सत्ता आणि उत्साह यांचा स्त्रोत म्हणून स्त्रीची प्रतिमा उजळवणे, पितृसताकातील दुहेरी नीती मोडकळीला आणणे आणि स्त्रीच्या म्हणून असलेल्या नव्या भाषेचा पुरस्कार करणे ही विचारसरणी म्हणजे सिक्ससचे योगदान आहे. पितृप्रधान अध्यात्मवादाचे विघटन हे तिच्या लेखनाचे सार आहे.

सुप्रसिद्ध भाषावैज्ञानिक व मानसशास्त्रीय चिकित्सक ज्युलिया क्रिस्तीव स्त्रीत्वाची व्याख्या न करता स्त्रीत्वाला एक स्थिती (Position) म्हणून बघते. व्याख्याच करायची झाल्यास, पितृप्रधान प्रतीकात्मक व्यवस्थेत जे बाजूला टाकले जाते (that wnich is marginalized) ते, एवढीच करता येईल. स्त्रियांना मुख्य प्रवाहापासून बाजूला सरकवण्याच्या क्रियेने स्त्रियांवरील दडपशाही स्थित्यात्मक दाखवली आहे. यामुळे पुरुषांना स्त्री ही टोकाच्या दोन भूमिकांमध्ये पाहता येते. एकतर ती अंधार, अराजक म्हणजे राक्षसीण, वेश्या, कुलटा, पापिणी, कुमारी माता किंवा दुसऱ्या टोकाला एकदम तिचे उत्थापन करून ती देवी माता, पतिव्रता वगैरे रूपात दिसते. सद्‌गुणी, सदाचारी, प्रामाणिक, एकनिष्ठ, आदर्श पत्नी, प्रेमळ आई, सुग्रण, गृहिणी, धर्मव्रताचे पालन करणारी नीतिमान स्त्री या रूपातच तिला पहायला समाजाला आवडते. स्त्रीबद्दलच्या सत्याचा या दोन्ही रूपांशी काही संबंध नाही. कारण समाज स्त्रीच्या पुरुषाशी असलेल्या संबंधावरून तिची जागा ठरवतो. व्यक्ती अगर माणूस म्हणून तिचे स्थान नाकारतो. म्हणून लिंगभेदाचे विघटन करून स्वातंत्र्य, समता आणि रचनात्मक पद्धतीत समान दर्जा आणि फरकावर उभ्या राहणाऱ्या व पुरुषांनी निर्माण केलेल्या स्त्रीपणा या कल्पनेचे उच्चाटन याची स्त्रीवाद मागणी करतो. साहित्याचा विचार करता लेखक स्त्री आहे म्हणून ती स्त्रीवादी होत नाही. स्त्रियांनी

स्त्रियांवर लिहिले म्हणजे ते साहित्य स्त्रीवादी होत नाही. पुरुषप्रधान संस्कृतीने निर्माण केलेल्या भाषिक व वाङ्मयीन ढाच्यातच बऱ्याच स्त्रिया लेखन करतात. त्यामुळे स्त्री साहित्याची वाङ्मयीन परंपरा स्त्रीवादी म्हणता येत नाही. स्त्रीचा म्हणून खास अनुभव वर्णन करणे म्हणजे स्त्रीवादी साहित्य, हेही तितकेसे बरोबर नाही. पण स्त्रियांनी साहित्यातून आपले अनुभव व्यक्त करणे हा पितृप्रधान व्यवस्थेविरुद्धचाच एक डावपेच आहे. जाणीवजागृती हा स्त्री चळवळीचा मुख्य आधार असल्याने असे 'खास' अनुभव आविष्कृत करणारे अनुभव स्त्रीवादी मानले जाऊ लागले. पण पितृसत्ताक व लिंगवाद याविरुद्ध राजकीय भूमिका घेणाऱ्या साहित्याला स्त्रीवाद ही संज्ञा वापरली गेली आहे. दुसऱ्या लाटेतल्या या पहिल्या भागात जर्मेन ग्रिअर (द फिमेल युनुक), मेरी फर्ग्युसन (इमेजेस ऑफ वुमेन इन लिटरेचर), ॲलिशिया ओस्ट्रायकर (रायटिंग लाईक अ वुमन), एलेन शॉवॉल्टर (फेमिनिस्ट क्रिटिसिझम इन द वाइल्डरनेस), रॉबिन लॅकॉफ इत्यादी अनेकींनी महत्त्वाच्या विचारांची भर टाकली.

१९८० पासून २००० पर्यंत दुसऱ्या लाटेतील दुसऱ्या टप्प्यात स्त्रीवादी संकल्पना या फक्त गोऱ्या मध्यमवर्गीय वर्गापुरत्या मर्यादित राहिल्या नाहीत. एकाच वेळी लिंगवाद व वंशवाद याविरुद्ध संघर्ष करणाऱ्या गौरवर्णीय स्त्रियांना कृष्णवर्णीय पुरुषांबरोबर समानता अभिप्रेत असते, हा गर्भित वंशवाद लक्षात घेऊन कृष्णवर्णीय स्त्रियांनी आपल्या स्वतंत्र स्त्रीवादाची मांडणी केली. स्त्रियांचे जगणे हे त्यांच्या कातडीचा रंग, वर्गीय स्थान, वांशिक गट यांनी नियंत्रित होते. त्यांच्या दृष्टीने गुलाम म्हणून गौरवर्णीयांच्या शोषणापासून मुक्त होणे आणि स्त्रिया म्हणून कृष्णवर्णीय पुरुषापासून मुक्ती मिळवणे, असा हा दुहेरी शोषणाविरुद्धचा लढा आहे. याच काळात मार्क्सवादी स्त्रीवाद, पर्यावरणवादी स्त्रीवाद, समलिंगी स्त्रीवाद वगैरे अनेक विचारप्रवाह या धारेला मिळाले. घराबाहेर व घरात स्त्रीवर असणाऱ्या बोजावर टीका झाली. समान काम, समान दाम, शिक्षण आणि श्रमविभागणीतला लैंगिक भेदभाव मोडणे, यावर मार्क्सवादाने भर दिला. या काळात समानतेपेक्षा फरक मान्य करून 'We are equal yet we are different', आम्ही पुरुषांपेक्षा भिन्न असलो तरी समान आहोत हे तत्त्व मांडले गेले. भगिनीभाव निर्माण करण्याचा प्रयत्न झाला. स्त्रिया एकत्र आल्या तर त्या शक्तिशाली दबावगट निर्माण करू शकतात, हा विश्वास मिळाला. We are not inherently passive or peaceful, we are inherently anything but human या वचनात रॉबिन मॉर्गनने स्त्रियांच्या माणूसपणाकडे प्रथम लक्ष वेधले व पुढील काळात स्त्रीची व्यक्ती म्हणून पुनर्स्थापना करणे आणि मानवाच्या प्रवासात माणूस म्हणून तिचे योगदान असणे, यावर भर दिला गेला. त्याचप्रमाणे वाङ्मयापलीकडे

अन्य सामाजिक, राजकीय, आर्थिक व्यवस्था आणि ललित कला, विज्ञान तंत्रज्ञान या क्षेत्रात स्त्रीवादाची व्याप्ती वाढत गेली.

ड) १९९०-२००० नंतर गेल्या दोन दशकातील स्त्रीच्या स्थित्यंतराला स्त्रीवादाची तिसरी लाट म्हणतात. उत्तर वसाहतवादी, उत्तर समाजवादी, नवउदारमतवादी काळात तरुण झालेली नवी पिढी माहिती तंत्रज्ञानाच्या विस्फोटातून आणि जागतिकीकरणाच्या राजकारणातून आपले विचार विकसित करताना दिसते. स्त्री पुरुष समता, फरकाचे तत्त्वज्ञान, उत्क्रांती वगैरे प्रश्न तिने निकालात काढले आहेत. पहिल्या दोन पिढ्यांशी तुलना करता या पिढीतील स्त्री अधिक सक्षम (Strong), आग्रही आणि आत्मविश्वास असलेली आहे. त्यांना जास्त संधी उपलब्ध आहेत. स्त्री म्हणून त्या कोणत्याही क्षेत्रात मागे नाहीत. स्त्रीपेक्षा गर्लऽऽ (gir ऽऽऽ) हा शब्द त्यांना अधिक जवळचा वाटतो. त्यात १८ पेक्षा वय कमी असा भाव नसून मनाने तरुण, उत्साही, सायबर क्षेत्राशी जवळीक असलेली, असा भाव आहे. 'कोणावरही अवलंबून राहू नका, तुम्ही स्वत:च कोणतीही गोष्ट करा, (Do It Yourself) आणि वर्ल्ड वाईड बेब (www) मधून जगातल्या स्त्रियांशी जोडल्या जा' असा या चळवळीचा नारा आहे. स्त्रियांसंबधीची अश्लील भाषा, तिला कमीपणा आणणाऱ्या शिव्या या शब्दांचा धिक्कार करून त्यांनी स्त्रीची प्रतिष्ठा वाढवणारे नवे शब्द तयार केले आहेत.

To Be Real : Telling The Truth And Changing the Face of Fcminism (1995) या पुस्तकात रिबेका वॉकरने स्त्रियास्त्रियांमधले आम्ही (स्त्रिया) आणि त्या (स्त्रीवादी बायका) असे फरक पुसले. तरुण मुलींना स्त्रीवाद म्हणजे काय हे माहीत नाही म्हणून नव्हे, पण माध्यमांनी नेहमीच 'स्त्रीवाद्यांचे' भयंकर चित्र रंगवले. तरुण स्त्रीवादी जुन्या स्त्रीवाद्यांचा आदर करतात पण आपल्या आयुष्यात अनुभवाला येणारी विसंगती बुजवण्याचा प्रयत्न करताना दिसतात. युरोपमधील ही 'नवी' लाट (new feminism) स्त्रियांवरचे अत्याचार, स्त्रियांचा व्यापार, सौंदर्य शस्त्रक्रिया, योनीभग्नता (mutilation) आणि माध्यमांतील अश्लील दर्शन याविरोधात विशेष आवाज उठवणारी आहे. स्लट, बिच या जुन्या शिव्यांना नवी प्रतिष्ठा देऊन पुरुष वर्चस्व असलेल्या क्षेत्रात सत्तास्थाने काबीज करण्याकडे वाटचाल आहे. जागतिकीकरणाच्या वातावरणात जगताना विविध वंश, धर्म, संस्कृती यांच्या पलीकडे जाऊन व्यक्ती म्हणून जगण्याचा प्रयत्न होतोय. कोणत्याही प्रश्नाभोवती वा मुद्द्याभोवती केंद्रित न होता समाजात वेळोवेळी येणाऱ्या प्रश्नांना भिडण्याची मानसिकता या लाटेमुळे तयार होत आहे. त्यामुळे देशकालपरिस्थितीनुसार स्त्रीविषयक व कुटुंबविषयक

प्रश्नांचे गुंतागुंतीचे रूप पुढे येते आहे.

स्त्री पुरुष मैत्री, समालिंगी विवाह, विवाहाविना सहजीवन व त्यांची संतती हे तनामनाशी जोडलेले संबंध पुढे येऊ लागले आहेत. व्यक्तिवादामुळे प्रत्येक व्यक्तीच्या अधिकारांचा मुद्दा पुढे येतोय. स्त्री पुरुष हा व्यावसायिक भेद लुप्त होऊन लिंग भावापलीकडे तुमचा पर्फॉर्मन्स कसा आहे याला अधिक महत्त्व येते आहे. माणूस आणि माणसेतर (human and non-human) यांच्यातील देवघेव (interaction) वाढल्याने, माणूस, प्राणी आणि मशीन यातील फरक कमी होऊ लागल्याने उदयाला येऊ लागलेल्या सायबोर्ग (Cyborg) संस्कृतीची चाहूल डोना हॅरॅवेने आपल्या सायबोर्ग या पुस्तकात व्यक्त केली आहे. स्त्रीवाद इथे एका नव्या वळणावर येऊन ठेपला आहे.

× × ×

दूरान्वयी भारतीय प्रेरणा

दूरान्वयी प्रेरणेच्या दुसऱ्या भागात भारतीय स्त्रीवादामागील दूरान्वयी प्रेरणा पाहण्याचा प्रयत्न आहे. दूर शब्दामागे इथे फक्त कालातील दूरत्व अभिप्रेत आहे. पाश्चात्त्य प्रेरणांपेक्षा या देशी प्रेरणा साहित्याला निश्चितच अधिक जवळच्या आहेत. साधारणत: १९ व्या शतकाच्या मध्यापासून विसाव्या शतकाच्या पहिल्या सहा दशकांपर्यंतचा कालखंड इथे अभिप्रेत आहे. (१९६० पर्यंत) इथे मुख्यत: भारतातील स्त्रियांच्या चळवळी, वैचारिक व ललित साहित्य आणि स्त्रियांच्या जगण्यातील बदलांचा विचार केला आहे.

अ) साहित्य आणि समाज यांचा परस्परसंबंध निकटचा आहे. कोणत्याही साहित्यकृतीवर त्या त्या कालखंडातील समाज आणि संस्कृतीची छाप स्पष्टपणे पडलेली दिसते. त्याचप्रमाणे एखादा वाद (ism) तयार होण्यासही त्याच्या निर्मितीला परिपोषक अशी सामाजिक बैठक तयार होत आलेली असते. कोणताही वाद हा सुरुवातीच्या काळात बंडखोर वाटला, तरी त्याची पाळेमुळे संस्कृतीत खोलवर रुजलेली असतील, तर त्या साहित्याच्या परिपोषाला परंपरेतील काही जाणिवांकडून प्रेरणा मिळते. स्त्रीवादी साहित्याचा अभ्यासही समाजनिरपेक्ष व परंपरानिरपेक्ष चौकटीत करता येणार नाही. १९७५ साल हे आंतरराष्ट्रीय स्त्रीवर्ष व पुढे स्त्रीदशक घोषित झाल्यावर भारतामध्ये स्त्री चळवळींच्या माध्यमातून अनेक प्रश्न पृष्ठस्तरावर येऊ लागले. स्त्रीमुक्ती, स्त्रीस्वातंत्र्य, स्त्रीवाद हे शब्द आपल्याकडे नंतर रूढ झाले.

स्त्रीवाद ही प्रामुख्याने पाश्चात्त्य विचारधारा असल्याने व आपल्याकडील समाज व कुटुंबरचना पाश्चात्त्यांपेक्षा वेगळी असल्याने हा स्त्रीवाद आपण जसाच्या तसा स्वीकारला नाही. स्त्रियांवरील अन्याय आणि जुलूम दोन्ही संस्कृतीत समान असले, तरी भारतीय परिप्रेक्ष्यातून त्याचा विचार करता भारतीय स्त्रीच्या जडणघडणीतील सांस्कृतिक व ऐतिहासिक संदर्भ लक्षात घ्यावे लागतात. जुलमी समजल्या गेलेल्या कालखंडात सामान्य स्त्रीचे जीवन कोंडलेले, दबलेले होते, तरी तुरळक असामान्य स्त्रिया आढळतात, ज्या काळाच्या मर्यादांचे उल्लंघन करून आत्मसन्मान टिकवून होत्या. वैदिक काळातील भरसभेतील एका विद्वान ऋषीच्या बुद्धिमत्तेला आव्हान देणारी बुद्धिवादी स्त्री गार्गी, दुसरी ज्ञानाची आस असणारी पण ज्ञानप्राप्तीसाठी नवऱ्यासमोर नम्रता धारण करून त्याच्या मदतीनेच आपला उत्कर्ष साधता येईल हे ओळखून असणारी विनम्र पत्नी मैत्रेयी व तिसरी घरात ऐहिक सुखात रमणारी एक सामान्य पारंपरिक गृहिणी कात्यायनी या तीनही ढोबळ मानाने भारतीय स्त्रीच्या तीन गटांच्या प्रतिनिधी आहेत.

'स्त्रीजन्म म्हणवुनी न व्हावे उदास' हे जनाबाईंचे उद्‌गार किंवा 'देहावरी तुझी आहे सत्ता जाण। मनावरी माझे किंचित नाही' असे म्हणणारी विठाबाई यांच्या रचनांतून तर स्त्रीमुक्तीचा आत्मस्वर उमटू लागला होता. आपल्या समाजाची एकंदर जडणघडण अशी आहे की त्यात स्त्रीला 'माणूस' म्हणून स्थान नाही. पुरुषप्रधान संस्कृती घेऊन आर्य भारतात आले. त्यानंतर बालविवाह, बहुपत्नीकत्व, सतीची चाल, भोगदासी म्हणून स्त्रियांचा वापर इत्यादी अमानुष चालीरीती रूढ झाल्या आणि त्यांना धर्माची भीती दाखवण्यात आली. धर्माने स्त्रीला कोणत्याही रितीरिवाजात क्रियाशील भूमिका दिली नाही. उलट व्रतवैकल्यांचे ओझे पापपुण्याशी जोडून शारीरिक कष्ट, उपासतापास तिच्यावर लादले. मध्ययुगीन कालापासून स्त्री ही मोक्षमार्गावरील धोंड समजली गेली. स्त्री निसर्गतः दुबळी मानून तिच्या संरक्षणाची जबाबदारी पुरुषावर आली. साहजिकच उंबरठ्याआडचे जीवन हेच तिच्या आयुष्याचे विधिलिखित ठरले. पतीसेवा, मुलांचे संगोपन, घरकाम, सासूसासऱ्यांची व अन्य नातेवाईकांची सेवा यापुरत्याच तिच्या कर्तृत्वाच्या रेषा सीमित करण्यात आल्या.

भारतावर इंग्रजांचे आक्रमण झाल्यावर इथली मूल्यव्यवस्था बुद्धीच्या, तर्काच्या, आधुनिकतेच्या निकषांवर तपासण्याची आवश्यकता आपल्या परतंत्र समाजाला जाणवू लागली. विविध गटांना, जातींना आपले दास्य, आपल्यावरील अन्याय यांची जाणीव होऊ लागली. १९ व्या शतकाच्या उत्तरार्धात निर्माण झालेल्या प्रबोधन युगाने परंपरेवरची सनातनी पुटे खरवडण्यास सुरुवात केल्यावर स्त्री उद्धाराचा विचार

व कृती पृष्ठभागावर आली. राजा राममोहन राय, स्वामी दयानंद इत्यादींच्या पुढाकाराने सतीबंदीचा कायदा १८२९ साली झाला. विधवाविवाहाला मान्यता, स्त्री शिक्षण, विधवांसाठी आश्रम अशा अनेक चळवळी एकोणिसाव्या शतकाच्या मध्यापासून पुढे जवळजवळ शंभर वर्षे होत राहिल्या. १८५६ मध्ये विधवाविवाहाला मान्यता देणारा कायदा मंजूर झाला. पंडिता रमाबाईंनी १८८९ मध्ये विधवा व कुमारिकांसाठी 'शारदासदन' ही शाळा सुरू केली. महर्षी धोंडो केशव कर्वे यांनी विधवांसाठी आश्रम, नंतर शाळा व १९१६ मध्ये स्वतंत्र विद्यापीठ सुरू केले. पण याही आधी १८४८ मध्ये पुण्यातील भिडे वाड्यात मुलींची पहिली शाळा महात्मा ज्योतीरावांनी काढली. लोकमताची पर्वा न करता, लोकांच्या छळाला न जुमानता सावित्रीबाई तिथे शिकवण्याचे काम करू लागल्या. सावित्रीबाई या भारतातील पहिल्या शिक्षिका, स्त्रीमुक्ती चळवळीच्या पहिल्या नेत्या, पददलित स्त्रियांच्या कैवारी आणि प्रौढ शिक्षणाच्या पुरस्कर्त्या! विचाराने आणि आचाराने काळाच्या कितीतरी पुढे असलेल्या या स्त्रीने 'शिक्षणाने बाईला मनुष्यत्व येते आणि पशुत्व हटते' ही स्त्री मुक्तीची संकल्पना कितीतरी आधी सांगून टाकली.

शैक्षणिक चळवळीची फलश्रुती म्हणून पुढे डॉ. आनंदीबाई जोशी, रमाबाई रानडे, पंडिता रमाबाई अशा कितीतरी कर्तबगार स्त्रिया महाराष्ट्रात जन्माला आल्या. भारतीय स्तरावर सरोजिनी नायडू, ॲनी बेझंट यांनी राष्ट्रीय परिषद व होमरूल चळवळ यात प्रत्यक्ष भाग घेतला. गांधीजींनी चार भिंतीत अडकून न पडता समाज परिवर्तनाच्या, राजकारणाच्या मोठ्या रिंगणात येण्याचे स्त्रियांना आवाहन केले. धैर्य दिले. तिची अस्मिता केवळ पुरुषांच्या संदर्भात मर्यादित नाही, तिचे स्वातंत्र्य समाजघडणीसाठी आवश्यक आहे, हे भान गांधीजींनी दिले. १९३० चा मिठाचा सत्याग्रह, दांडीमार्च, १९३२ ची सविनय कायदेभंग चळवळ यात प्रथमच स्त्रिया सामील झाल्या. मोर्चे, लाठीमार, तुरुंगवास, हालअपेष्टा यांना तोंड देण्याचे सामर्थ्य स्त्रीमध्ये शिक्षणामुळे आले. १९०९ व १९१९ च्या राजकीय सुधारणा कायद्यात स्त्रियांना मर्यादित मतदानाचा अधिकार मिळाला. बालविवाहावर बंदी आली. संमतीवयाची मर्यादा १४ वर्षांपर्यंत वाढली. पहिल्या महायुद्धापासून आर्थिक परिस्थिती खालावल्याने स्त्रियांना नोकरी करण्यात अडसर राहिला नाही. यामुळेही स्त्री शिक्षणाला चालना मिळाली व नोकरी मिळेपर्यंत मुलींची लग्ने लांबणीवर पडू लागली. १९३७ मधील प्रांतिक स्वायत्तता, १९४७ मधील स्वातंत्र्यप्राप्ती, १९५० मधे सार्वभौम प्रजासत्ताकाची स्थापना, या तीन घटनांनी स्त्रियांच्या सर्वांगीण विकासाला चालना मिळाली.

१५५० पर्यंतच्या कालखंडाचा विचार करता एकूणच स्त्रीचे आयुष्य हे

शोषितांचे होते. स्त्री शिक्षणाला गती मिळूनही सामान्य स्त्री, स्त्रीवरच्या अन्यायाने पेटून उठली नाही; अथवा तिने छळ करणाऱ्या पुरुषाविरुद्ध बंड पुकारले नाही. पाश्चात्य स्त्रीप्रमाणे पुरुषप्रधान संस्कृतीविरुद्ध पहिले पाऊल उचलले नाही. या स्थितीत सुधारणावादी पुरुषांची एक खंबीर परंपरा स्त्री चळवळींना लाभली. त्यामुळे पुरुषांविषयीची कृतज्ञता हा स्त्री सुधारणांचा एक महत्त्वाचा भावनिक भाग बनला.

ब) वैचारिक प्रेरणा -

स्त्री सुधारणा व त्यासाठी स्त्री शिक्षण हे १९ व्या शतकातील प्रबोधनाचे मुख्य अंग होय. स्त्रियांविषयीच्या दयेने, अनुकंपेने, करुणेने भारावून जाऊन, शिकल्याने तिचे काही प्रश्न सुटू शकतील या भावनेने, हे वैचारिक लिखाण सुस्त समाजाला काही प्रमाणात हलवण्यासाठी कारणीभूत झाले. लोकहितवादींच्या शतपत्रामुळे स्त्रियांचे प्रश्न पहिल्यांदा निदान लेखांमधून चर्चेला आले. 'सत्सार २'मध्ये महात्मा फुल्यांनी 'पुरुष कधी सती गेला का? पुरुषावर पत्नीव्रताचे बंधन का नाही?' हा दुटप्पीपणा उघड करून 'धर्मग्रंथ हे हेकट पुरुषांनी लिहिले आहेत' असा घणाघाती हल्ला केला. 'स्त्रियांना शिक्षणाचा हक्क हा मानवी हक्क आहे. स्वत:चे शोषण होणारे शूद्रातिशूद्र स्त्रियांचे मात्र स्वत: शोषण करतात.' सत्यशोधक विवाहपद्धत आणून त्यांनी स्त्री पुरुषांसाठी नवी आचारसूत्रे निर्माण केली. महात्मा फुले हे कृतिशील सुधारक असल्याने त्यांच्या विचारांना प्रामाणिकपणाची धार आहे.

स्त्री पुरुष समानतेची मांडणी प्राचार्य गोपाळ गणेश आगरकरांनी केली. स्त्रियांना पुरुषांप्रमाणेच उच्च शिक्षण दिले पाहिजे. स्त्रीपुरुषांनी एकत्रित शिक्षण घ्यावे. स्त्रियांनी हवी ती विद्या संपादावी, हवा तो धंदा करावा. पाहिजे तेव्हाच लग्न करावे. किती मुले व केव्हा हवीत हे ठरविणे हा स्त्रीचा अधिकार आहे. घरकामे स्त्रियांनीच करावीत असा काही नियम नाही. स्त्रियांनी झंपरवर सुटसुटीत असे जॅकेट वापरावे, असे कित्येक काळाच्या पुढे असलेले विचार आगरकरांनी १०० वर्षांपूर्वी मांडले, ते सर्व आजही लोकांच्या पचनी पडत नाहीत.

म. गांधींनी कृतीबरोबरच वैचारिक पातळीवरही स्त्रीशक्तीची कल्पना मांडली. त्यांनी सीतेला स्वदेशीचे प्रतीक मानून साम्राज्यवादाविरुद्ध उभी राहणारी, खादीधारी निर्भय स्त्री समाजापुढे उभी केली. संमती वयाला, विधवा पुनर्विवाहाला, घटस्फोटाच्या हक्काला गांधींची मान्यता होती. हुंड्याच्या प्रथेमुळे होणारी अप्रतिष्ठा टाळण्यासाठी प्रसंगी स्त्रियांनी कुमारिका रहावे, परस्पर संमतीने प्रेमविवाह व्हावेत, चरख्याचा अवलंब करून स्वावलंबी व्हावे, बहिणीची भूमिका घेऊन सार्वजनिक जीवनात स्त्री उद्धाराचे काम करावे. वेश्यांना त्यांच्या व्यवसायापासून परावृत्त करण्यासाठी पुढाकार

घ्यावा, असे गांधीजींचे प्रतिपादन आहे.

डॉ. आंबेडकरांनी प्रतिगाम्यांना खोडून काढत 'हिंदू कोड बिल' मांडले. स्त्रियांना संपत्तीचा, वारशाचा व घटस्फोट घेण्याचा अधिकार प्राप्त करून दिला. स्त्रियांचे प्रश्न शक्य तितक्या सहानुभूतीने समजावून घेणे, त्यांच्यावर होणारे अन्याय व दडपणूक कमी करणे, त्यासाठी प्रस्थापित समाजरचनेत बदल घडवून आणणे, असे त्यांच्या प्रयत्नाचे स्वरूप आहे.

आचार्य विनोबा भावे व दादा धर्माधिकारी यांनीही स्त्रियांच्या सामर्थ्याची त्यांना ओळख करून देणारे विपुल लेखन केले आहे.

या सर्व विचारवंतांच्या पूर्वी आपल्या लखलखीत विचारांनी सडेतोड लिखाण करणारी तेजस्वी स्त्री म्हणजे ताराबाई शिंदे. 'स्त्री पुरुष तुलना' हा निबंध म्हणजे स्त्रीवादी विचारांचा पहिला जाहीरनामा आहे आणि तो १९ व्या शतकाच्या उत्तरार्धात लिहिला गेला. एवढे प्रत्यक्ष घणाघाती लिखाण जगाच्या इहितासातच सापडणे कठीण आहे. वस्तुत: पुरुष साहसी, धाडसी, दगाबाज व कपटी आहेत. पण ते स्त्रियांवरच सर्व दोषाची गोणी लादतात हे पाहून त्यांचे अंत:करण अगदी खळबळून, तळतळून गेले आणि पुरुषांची हजेरी घेणारा हा निबंध जन्माला आला. स्त्री-पुरुष समानता आणि सर्वांना समान न्याय याची त्याकाळी मागणी करणारे हे लिखाण जर तेव्हाच प्रसिद्धीस आले असते, तर भारतीय स्त्रीवादाला एक वेगळे परिमाण लाभले असते. विसाव्या शतकाच्या पूर्वार्धात गृहिणी, आई व मिळवती स्त्री या तीन भूमिकांची दडपणे व त्यातून होणारी फरफट यामुळे कुटुंबसंस्थेला जे हादरे बसू लागले व नवे नैतिक प्रश्न निर्माण होऊ लागले, त्यांची चाहूल मालतीबाई बेडेकर (घराला मुकलेल्या स्त्रिया) व कृष्णाबाई मोटे (काळाची पाऊले) या दोघींच्या लिखाणातून लागते. या समस्या नव्या वास्तवाशी नाते जोडणाऱ्या आहेत. प्रौढ कुमारिकांचे प्रश्न, पतितांचे व परित्यक्तांचे प्रश्न, त्यातून होणारे गर्भपात व बालहत्या ह्या प्रश्नांपैकी कोणत्याही समस्येचे स्वरूप एकेरी व एकजिनसी नाही, याची जाणीव त्या दोघींनाही आहे. मालतीबाईंनी तत्कालीन सुशिक्षित स्त्रीच्या आयुष्यातले हे नवे प्रश्न आपल्या कथा कादंबऱ्यांतूनही मांडल्यामुळे त्यांना भावनिक परिमाण लाभले व ते जास्त लोकांपर्यंत पोचले. बंडखोर म्हणून त्यांची संभावना झाली, तरी त्यांच्या लिखाणाचा धागा मधली साठ, सत्तर वर्षे पार करून आजच्या स्त्रीवादी लिखाणाशी जुळतो. त्यांचे साहित्य ही फार मोठी प्रेरणाशक्ती आजच्या स्त्रीवादी साहित्याला आहे.

× × ×

निकटवर्ती प्रेरणा

स्त्रीवादी साहित्यामागील प्रेरणांचा विचार करताना दूरान्वयी प्रेरणा या अप्रत्यक्षपणे तर समकालीन किंवा निकटवर्ती प्रेरणा थेट असल्याने अधिक प्रभावी असू शकतात. याचा विचार दोन प्रमुख भागांमध्ये करता येईल. पर्यावरणीय प्रेरणा आणि व्यक्तिगत प्रेरणा. व्यक्तिगत प्रेरणेमध्ये लेखिकांचे व्यक्तित्व, शिक्षण, कौटुंबिक, आर्थिक परिस्थिती, स्वातंत्र्याच्या कल्पना, लैंगिक आयुष्य, व्यावसायिक जीवन, समाजातले स्थान इत्यादी गोष्टी कारणीभूत होतात. त्यांचा विचार व्यक्तिगत पातळीवर विशिष्ट लेखिकांच्या संदर्भात अंतर्भूत असल्याने तो प्रस्तुत निबंधात केलेला नाही. पर्यावरणीय प्रेरणांमध्ये बदलते स्त्रीजीवन, बदलती नैतिक मूल्ये आणि साठोत्तरी साहित्य यांचा विचार प्रस्तुत आहे. या तीनही घटकांचा मोठा प्रभाव स्त्रीवादी लिखाणाच्या निर्मितीमागे आहे.

अ) १९५० नंतर भारतीय संविधानानुसार स्त्रियांना पुरुषांप्रमाणेच समान नागरिक दर्जा व संधीच्या समानतेची ग्वाही मिळाली. त्यानंतर गेल्या ६० वर्षांत स्त्रियांसाठी अनेक विधायक कायदे झाले. द्विभार्या प्रतिबंधक कायदा, हुंडाबंदी, अश्लील चित्रण बंदी, स्त्रीधनाचा कायदा, वडिलोपार्जित संपत्तीत समान हिस्सा, कौटुंबिक अत्याचारविरोधी कायदा इत्यादींमुळे स्त्री जीवनाची प्रत सुधारण्यास मदत झाली. कुटुंब न्यायालये, महिला संघटना व चळवळी, महिला आयोगाची स्थापना, स्थानिक स्वराज्यसंस्थेत ५० टक्के आरक्षण इत्यादी तरतुदींमुळे महिलांवरील अन्यायाला दाद मिळाली व त्यांच्यासाठी राजकीय क्षेत्र खुले झाले. स्त्री शिक्षणाच्या सार्वत्रिक प्रसारामुळे, शिक्षणामुळे उघडणारी सर्व कार्यक्षेत्रे स्त्रियासाठी खुली झाली. १९७२ साली 'समानतेच्या दिशेने' हा अहवाल प्रसिद्ध झाला. त्यानुसार पारंपरिक पुरुषप्रधान व्यवस्थेमध्ये शिक्षण, आरोग्य, राजकारण, रोजगार इत्यादी क्षेत्रात प्रत्यक्षपणे स्त्रियांची पीछेहाट होत आहे, हे लक्षात आले.

स्त्री पुरुष समानता व स्त्रियांचा विकास घडवून आणण्यासाठी १९७५ हे वर्ष संयुक्त राष्ट्रसंघाने आंतरराष्ट्रीय महिला वर्ष म्हणून घोषित केले. नव्या दृष्टिकोनातून चळवळींची सुरुवात यापूर्वीपासूनच झाली होती. डाव्या पक्षांशी संबंधित स्त्रियांच्या गटाने महागाईविरोधी आंदोलन उभे केले. १९७५ साली स्त्री मुक्ती संघर्ष परिषद भरली. पुरोगामी महिला संघटना, नारी समता मंच, स्त्री अन्याय विरोधी मंच, महिला दक्षता समिती, समाजवादी महिला सभा इत्यादी स्त्री संघटनांनी स्त्रियांवरचे अन्याय अत्याचार, हुंडाबळी, स्त्री गर्भाची हत्या, एकतर्फी प्रेम, स्त्रियांचे अश्लील चित्रीकरण,

बलात्कार इत्यादी प्रश्नांवर आवाज उठवला. आंदोलन केले. पथनाट्ये, निदर्शने, मोर्चे काढले. भाषणे, संमेलने, चर्चासत्रे, स्त्री विषयक अभ्यासकेंद्रे यांच्यामार्फत स्त्री प्रश्नांवर खुल्या चर्चा झडू लागल्या. जशा तळागाळातल्या जातीजमातींना आपल्याला दिल्या जाणाऱ्या दुजाभावाची पोटतिडिकेने जाणीव झाली आणि त्यांनी त्याविरुद्ध आवाज उठवला; त्याचप्रमाणे कौटुंबिक, राजकीय व सामाजिक स्तरांवर दलित स्त्रियांवर होणारे अन्याय, अत्याचार, दडपलेपणा याविरुद्ध आवाज उठवला जाऊ लागला. मात्र अनेक कारणांनी स्त्रियांच्या चळवळी इथे मर्यादित गटापुरत्यात सीमित राहिल्या.

ब) विसाव्या शतकाच्या उत्तरार्धात स्त्रीच्या जीवनात खूप मोठे परिवर्तन झाले. दुसऱ्या महायुद्धानंतर झालेली शहरांची प्रचंड वाढ, एकत्र कुटुंबाकडून विभक्त कुटुंबाकडे वाटचाल, महागाईमुळे स्त्रियांना नोकरी करण्याची निर्माण झालेली गरज, यामुळे स्त्रीला निदान नवऱ्याच्या खालोखालचे महत्त्वाचे स्थान मिळाले. कुटुंब नियोजनाच्या साधनांमुळे मुलांच्या संख्येवर नियंत्रण ठेवता आले. नोकरीमुळे आर्थिक स्वातंत्र्य, स्थैर्य व थोडी सत्ता आणि स्वत:चा आवाज मिळाला. तंत्रज्ञानातील प्रगतीमुळे स्वयंपाकाचा वेळ व श्रम वाचवणारी साधने उपलब्ध झाली. समाजात वावरल्याने धीटपणा, स्वत:चे मत मांडण्याची ताकद आली. कामातील परपुरुषांचा सहभाग आणि सहवास, एकटीने करावा लागणारा प्रवास, कपड्यांच्या निवडीचे स्वातंत्र्य, स्पर्धेमधील व चर्चांमधील सहभाग, वाहन चालवणे, मुलांची सोय पाळणाघरात करणे, लहान मोठे निर्णय स्वत:च्या हिमतीवर घेणे, घरापासून दूर राहणे, स्वत:चे वाचन व छंद जोपासणे यामधून स्त्रीला स्वत:चे व्यक्तित्त्व सापडत गेले. स्त्रिया आपले हक्क व आपल्या अधिकारांबाबत अधिक जागरूक झाल्या. मी कोण? अशा आंतरिक प्रश्नार्थक गोंधळाकडून 'मी मला हवे ते होऊ शकते' अशा आत्मविश्वासाकडे स्त्रिया प्रवास करू लागल्या. या बदलांमुळे समाज ढवळून निघाला व त्यातून अनेक संघर्ष, समस्या निर्माण झाल्या. त्याचे चित्रण ऐंशीच्या दशकातील कथा कादंबऱ्यांमध्ये आले. नवरा हा देव नसून आपल्यासारखाच हाडामासाचा माणूस आहे. पातिव्रत्य वगैरे कल्पना स्त्रियांना बांधून ठेवणाऱ्या आहेत. स्त्रीलाही पुरुषाइतकीच लैंगिक भूक आहे. लग्न हे तकलादू पायावर उभे असेल, तर ते मोडणे चांगले. एकटी स्त्रीसुद्धा स्वावलंबी जीवन जगू शकते. सक्षम स्त्री हा समाजाचा महत्त्वाचा घटक आहे, या साक्षात्कारामुळे पुरुषांच्या अस्मितेचे अवमूल्यन होऊन अनेक प्रश्न पृष्ठस्तरावर आले व त्यांनी सर्जनशील लेखिकांच्या निर्मितीला आव्हान दिले.

२१ व्या शतकातील गेल्या १८ वर्षांत तर स्त्री जीवनात क्रान्तिकारी बदल

झाले. तंत्रज्ञानाच्या रेट्याने स्त्री पुरुष हा भेद कमी झाला. दोघेही संगणकाशी आणि बाह्य जगाशी इतके जोडले गेले की माणसांचेच संगणकीकरण होऊ लागले. एखादे मूल किंवा मूल नकोच ही वृत्ती निर्माण झाली. आत्यंतिक व्यक्तिवादामुळे कुटुंब संस्कृती टिकणार की नाही, अशी भीती निर्माण झाली. हाती पैसा असल्याने चैनीचे आयुष्य, दागदागिने, कपडेलत्ते यांची चंगळ, मनसोक्त खरेदी, विवाहपूर्व संभोग, सौंदर्यप्रसाधने व देहाच्या सुखोपभोगासाठी वैद्यकीय उपचार हे करण्यात स्त्रियांना संकोच राहिला नाही. जाहिराती, मालिका, मॉडेलिंग, जाहीर कार्यक्रम यातून देहप्रदर्शन करणे हा प्रसिद्धी, पैसा, प्रतिष्ठा मिळविण्याचा राजमार्ग ठरला. दिल्लीत काढण्यात आलेला 'स्लट' (बेशरमी) मोर्चा हे आत्यंतिक व्यक्तिस्वातंत्र्याचेच उदाहरण आहे. स्त्रीदेहाचे वस्तूकरण नको म्हणणारी कालची स्त्री आज स्वत:च वस्तूकरणाच्या जाळ्यात ओढली गेली. सरोगेट मदरहूड, स्पर्म बँकेकडून अपत्य निर्मिती, विवाहाविना अपत्य, पतीशिवाय अन्य मित्रांशी लैंगिक संबंध, विवाहाविना सहजीवन, समलिंगी कुटुंब यातून स्त्रीवादी चळवळ आता एका नवीन वळणावर गेली आहे. हे वळण पूरक की मारक, हा निर्णय आत्ताच करता येणार नाही. पण जागतिकीकरणाच्या लोंढ्यात ही लाट धाडकन अंगावर कोसळली आहे. त्याचे प्रतिबिंब काही नवीन लेखनात हळूहळू घडू लागले आहे.

क) गेल्या साठ वर्षांच्या स्त्री जीवनातील काळी बाजूही अधिक गहिरी व गंभीर समस्या बनत चालली आहे. पुरुषांच्या व स्त्रियांच्या मानसिकतेतही बदल न झाल्याने हुंडाबळी, बलात्कार, एकतर्फी प्रेमातून हत्या, तंत्रज्ञानाने केलेले स्त्रीगर्भाचे प्रायोगीकरण, स्त्रियांचा व्यापार, सौंदर्य स्पर्धांनी व माध्यमांनी केलेले स्त्रियांचे सार्वजनिक वस्त्रहरण, धर्म व अंधश्रद्धांचा स्त्रियांवर असलेला पगडा, वाढता वेश्याव्यवसाय, एड्सची प्रचंड लागण, स्त्री भ्रूण हत्येमुळे घटत जाणारे स्त्रियांचे चिंताजनक प्रमाण, यामुळे, एका टोकाला स्त्रीचे जीवन मोकळे झाले असले तरी दुसऱ्या टोकाला ते असुरक्षित, शोषित, दडपणाखालचे व दुय्यम स्तरावरचे राहिलेले आहे. आयुष्यालाच आलेल्या एकंदर बकालपणात स्त्रीचा बळी मोठ्या प्रमाणात जातो आहे. हे सांस्कृतिक संचित स्त्रीच्या आयुष्याची कशी होरपळ करेल, ते येणारा काळच ठरवेल. स्त्रीवादी मराठी साहित्यात याचे प्रभावी चित्रण आलेले अजून दिसत नाही.

अ) १९७५ नंतर आलेल्या स्त्रीवादी साहित्याच्या निकटच्या प्रेरणांचा विचार करताना एकोणिसशे साठनंतर आलेले पुरुषांचे व स्त्रियांचे साहित्य आणि दलित साहित्याचा प्रामुख्याने विचार करावा लागेल. साहित्य, सामाजिक द्रव्यातून आपले आशयद्रव्य वेचते. १९२० ते १९६० या काळात हा सांधा तुटल्यासारखा

वाटतो. स्वांत:सुखाय व आत्मकेंद्रित साहित्याची लाट या काळात दिसते. साहित्य हे करमणुकीचे, विशेषत: मध्यमवर्गीयांच्या रंजनाचे साधन झाले होते. त्यांना स्वत:च्या वर्गापलीकडे कोट्यवधी माणसे विविध दु:खांनी गांजलेली आहेत, याचे भान नव्हते. साठोत्तरी साहित्यामध्ये गावकुसाबाहेरचा दलित, आदिवासी, शेतकरी, शेतमजूर आणि कामधंद्यासाठी बाहेर पडणारी स्त्री यांचे वास्तव चित्रण दिसू लागले. कारण हे साहित्य लिहिणारे कोणी पांढरपेशे सुशिक्षित नव्हते, तर या वर्गातून आलेले शोषणाचे, वर्णभेदाच्या राजकारणाचे चटके बसलेले तरुण सुशिक्षित लोक होते. या लेखनातील विषय, भाषा, मांडणी, एकूण वळण हे पारंपरिकतेला छेद देऊन स्वत:च्या जगण्यातील प्रामाणिकपणातून जन्माला आलेले होते. त्यामुळे त्याला मातीचा वास होता आणि अस्सलपणाची चव होती. ''मराठी साहित्यक्षेत्रातील ही केवळ वैचारिक स्थित्यंतराची किंवा मन्वन्तराची सुरुवात नव्हती, तर कलाकृतीच्या पातळीवरही स्वत:तील शक्तिशाली संवेदनांना, विविध रूपाने आकार देत व आपल्या भोवतालच्या समाज घटकातील कल्लोळांना, संवेदनांना स्पर्श करीत त्यांना शब्दांकित करण्याचा हा प्रयत्न होता. इतिहासानेच पुन्हा फेरमांडणीला सुरुवात केली असे म्हटले, तर ते वावगे ठरू नये,'' असे या काळाचे वर्णन या काळात कामगाराची तळपती तलवर आपल्या लेखणीने गाजवणाऱ्या श्री नारायण सुर्वे यांनी केले आहे.

बदलत्या काळात उठणारे लोकमानसातील सादपडसाद, त्यांच्यात येणारे नवे आत्मभान किंवा नवे राजकीय व सांस्कृतिक बदल याविषयीचे भान आणि जागृत व शिक्षित झालेल्या सर्व थरातील लोकांची अस्मिता, सर्जनशीलपणे व्यक्त होण्याची त्यांनी मिळवलेली क्षमता यामुळे साहित्यात जे अनेक नवनवीन प्रवाह आले, त्यापासून स्त्रीवादी साहित्याला नक्कीच ऊर्जा मिळाली. स्वातंत्र्यप्राप्तीमुळे बहुजन समाजाची नवी पिढी शिकू लागली होती. त्यामुळे पाश्चिमात्य विचार, कृष्णवर्णीय चळवळी, विज्ञान व तंत्रज्ञान यांचा परिचय यामुळे कामगार, दलित, आदिवासी, ग्रामीण, मुस्लीम, ख्रिस्ती यांना संस्कृतीचे व साहित्याचे भान आले. चळवळीचा वारसा त्यांना होताच. मौखिक परंपराही होती. जगातील सर्व प्रागतिक व मानव मुक्तीसाठी होणाऱ्या लढ्यातील मानवकेंद्रित दृष्टी, त्यांचे साहित्य, समाजवादी चळवळी यातून एकूण शोषणातून मुक्त करतील असे विचार साहित्यातून व्यक्त होऊ लागले. साहित्य हे आनंद आणि मनोरंजनासाठी नाही, त्याने प्रश्नांचे मोहोळ उठवले पाहिजे, विचाराला चालना दिली पाहिजे, समाजातील छुप्या पण प्रखर वास्तवाचे यथार्थ दर्शन घडवले पाहिजे, शोषितांच्या दु:खाविरुद्ध दंड थोपटले

पाहिजेत, भांबावलेल्या आणि विचित्र कोंडीत सापडलेल्या, अस्तित्वहीन जिणे जगणारांची अस्मिता जागवली पाहिजे, अशा नव्या अपेक्षा साहित्याकडून व्यक्त होऊ लागल्या. अनियतकालिकांच्या रूपाने त्याला वाङ्मयीन चळवळीचे रूप मिळाले.

ब) पण या बंडखोरीची जोरदार धडक दलित साहित्याची होती. त्याची नाळ थेटपणे स्त्रीवादी साहित्याशी जुळते. महात्मा ज्योतीराव फुले, डॉ. बाबासाहेब आंबेडकर आणि मार्क्सवादी व पुरोगामी साहित्याचा वारसा सांगत या साहित्याने सर्व समाज हादरून जाईल, असे दाहक वास्तवाचे चित्रण केले. एका बाजूने कार्यकर्ते व लेखक अशा दुहेरी नात्याने त्यांनी चातुर्वर्ण्य समाजातील अंधारात राहणाऱ्या लोकांचे जिणे वेशीवर टांगले. झोपडपट्टीतले भणंग आयुष्य, दारिद्र्य, वेश्याव्यवसाय, संस्कृतीची दुटप्पी नीती, ढोंगीपणा, स्त्रीच्या शरीराचे पुरुषी वासनेला पडलेले बळी, दलित साहित्यात हे नग्न सत्य कलात्मकतेचे खोटे मुखवटे फाडून, उघड्यावाघड्या शब्दात खणखणीतपणे व्यक्त झाले, मल्लिका अमरशेखचे 'मला उद्ध्वस्त व्हायचंय' हे आत्मचरित्र, 'वाळूचा प्रियकर' हा कविता संग्रह, ऊर्मिला पवारांचे 'आयदान' हे आत्मचरित्र आणि अन्य कथासंग्रह, ज्योती लांजेवार, हिरा बनसोडे वगैरे अन्य दलित कवींच्या मागे हीच प्रेरक शक्ती आहे. पण अन्य पांढरपेशा स्त्री लेखकांनीही वैचारिक बंडखोरी, ढोंगीपणाचा पंचनामा, दुहेरी नीतीचा बीमोड आणि सत्य सांगण्याचा धीटपणा दलित साहित्याकडूनच उचललेला आहे. तिसरा प्रवाह हा रूप बदलू लागलेल्या स्त्री साहित्याच्या परंपरेचा आहे. लोकप्रिय कादंबऱ्या लिहिणाऱ्या बहुप्रसवा स्त्री लेखिकांबाबत चिंता व्यक्त झाली आणि साहित्यिक निकषांवर हे लेखन उणे पडले, तरी विवाह, वैवाहिक जीवनातील फोलपणा, ढोंग, एकटेपणा हे विषय या साहित्यातून येऊ लागले होते. विशेषत: ज्योत्स्ना देवधर व निर्मला देशपांडे या परिवर्तनाच्या काठावरील लेखिकांना स्त्रीच्या जगण्यातला पेच जाणवू लागला होता. विवाहापलीकडील स्त्री पुरुष मैत्रीची गरज समजू लागली होती. त्याचा स्पष्ट, स्वच्छ परिपाक पुढील स्त्रीवादी साहित्यातून दिसतो. कवितेतही 'आता मला माझा जीव' अशी स्व-अस्तित्वाची जाणीव फार पूर्वीच बहिणाबाईंना झाली होती. आयुष्यभर रोमँटिक प्रेमकविता लिहिणाऱ्या इंदिराबाई मी म्हणजे केरवारा, स्वयंपाकपाणी इथपर्यंत पोचू लागल्या होत्या. तर 'प्रीतिपथावर' कायम राहणाऱ्या पद्मा गोळे, 'कसं झुगारू वस्तूपण? कळवळते, तळमळते, कातडीला चिकटलेलं फाडून टाकायला तडफडते.' हे स्त्रीचं भागधेय समजू लागल्या होत्या. पुढे येणाऱ्या स्त्रीवादी कवितेची ही नांदीच होती.

याच काळात लिहू लागलेल्या छाया दातार, विद्या बाळ, आ. ह. साळुंखे

यांचं साहित्य, डॉ. सीमा साखरे, डॉ. रूपा कुळकर्णी, नीलम गोऱ्हे यांच्या स्त्री प्रश्नांवरच्या चळवळी या देखील स्त्रीवाद्यांना प्रेरणा देणाऱ्याच आहेत. स्त्रीवादाची निर्मिती ही अशा अनेक आयामातून घडत गेली आहे, घडत आहे. तिला परिपक्व करणाऱ्या या घटकांचे भान तिने ठेवणे आवश्यक आहे.

संदर्भ

इंग्रजी

१) Anne Scott Sorensen, Charlotte Krolokke. Gender commu nication : Theories and Analysis (2006)

२) Betty Friedan - The Feminine Mystique (1963)

३) Patritia Ticineto Clough - Feminist Thought (1994)

मराठी

१) चौघुले वि. शं., इनामदार साने रेखा. स्त्रीमुक्तीच्या दिशेने (१९९१)

२) जाधव रा. ग. (संपादक), मराठी वाङ्मयाचा इतिहास, खंड ७ वा, भाग १. १९५० ते २००० (२००९)

३) धोंगडे अश्विनी - स्त्रीवादी समीक्षा - स्वरूप आणि उपयोजन (१९९३)

४) लांडे सुमती-तांबे श्रुती (संपादक), स्त्रीवाद (२००७)

५) सुर्वे नारायण - अ. भा. साहित्य संमेलन अध्यक्षीय भाषण (१९९५)

-०-०-

स्त्रीवादी समीक्षेचे नवे प्रारूप

गेल्या ४० वर्षांमध्ये स्त्रीवादी साहित्याचा एक सकस व स्वतंत्र प्रवाह मराठी साहित्यात निर्माण झाला आहे. स्त्रीवादी चळवळींशी या साहित्याचा निकटचा संबंध असल्याने स्त्रीवाद म्हणजे काय याचा सारांश पुढीलप्रमाणे मांडता येईल. पुरुषप्रधान समाजव्यवस्थेत स्त्रियांना दुय्यम तिय्यम दर्जाचे स्थान दिल्याने आणि रूढ समाजव्यवस्थेत धार्मिक, आर्थिक, सांस्कृतिक, भाषिक, बौद्धिक इत्यादी सर्व व्यवस्था स्त्रियांचे शोषण करतात याची जाणीव झाल्याने, या व्यवस्थेविरुद्ध बंड करण्याच्या उद्देशाने स्त्रीमुक्ती चळवळ अस्तित्वात आली. स्त्रीच्या दमनाच्या सर्व प्रकारांना नकार देणे, एक व्यक्ती म्हणून समाजात प्रत्येक नागरिकाला असणाऱ्या हक्क व अधिकाराची मागणी करणे, स्त्री आणि पुरुष यांच्यामधील उतरंडीचे नाते खोडून स्त्री आणि पुरुष यांच्यामध्ये समता निर्माण करणे, जात धर्म लिंग यावर आधारित पुरुषसत्ताक व्यवस्था उलथवून परिवर्तन घडवून आणणे आणि स्त्री पुरुषांना समान सामाजिक न्याय देणारी नवी व्यवस्था घडवणे ही स्त्रीवादाची प्रमुख विचारसरणी आहे. स्त्रीवादासाठी एकच एक तात्त्विक उपपत्ती नाही. स्वत:च्या दुय्यमत्वाचे भान व स्वत:च्या क्षमतांची ओळख पटल्यावर स्त्रिया स्त्रीवादी होत गेल्या. स्त्रीवाद हा अनुभवजन्य आहे आणि अनुभूतीतूनच तात्त्विकता जन्माला येते. स्त्रीवाद ही एक प्रवाही संकल्पना आहे आणि काळानुरूप त्याला नवनवे आयाम लाभत तो सामर्थ्यवान होतो, हे त्याचे वैशिष्ट्य आहे.

स्त्रीवादी साहित्य हे स्त्रीवादी संकल्पनांचे अपरिहार्य अपत्य आहे. पण म्हणून ते स्त्रीवाद सांगण्याचे साधन नाही. ते प्रचारकी थाटाचे नाही, ते चळवळीचे माध्यम नाही, त्यातील साहित्यत्वाचा गाभा स्त्रीवादी आहे. ते करमणुकीसाठी नाही आणि नीतीकथेसारखे ते सारांशाने स्त्रीवादाचा बोधही करत नाही. लेखकाचा दृष्टिकोन आणि लिहिण्याचा रोख (पॉईंट ऑफ व्ह्यू) त्या लिखाणाला स्त्रीवादी संकल्पनांकडे नेऊ शकतो. एकच घटना पारंपरिक सामाजिक संकेतानुसार चित्रित होऊ शकते

आणि तीच घटना संकेत धुडकावून बंडखोरीही दाखवू शकते. म्हणजेच साहित्याचे आशयद्रव्य जरी कोणत्याही प्रकारच्या लिखाणात तेच असले, तरी लेखकांची मांडणी त्याचे वैचारिक मूल्यभान निश्चित करत असते. लेखकाची वैचारिक जडणघडण त्याचे शिक्षण, कुटुंब, समाज, अनुभव इत्यादी अनेक घटकांच्या व्यामिश्र गुंतागुंतीतून होत असते. म्हणून संहितेचा अभ्यास लेखकाला डावलून करणे उचित नाही.

स्त्रीवादी लेखन करणाऱ्या स्त्री लेखकांचा विचार म्हणून अपरिहार्य ठरतो. लेखक स्त्री आहे म्हणून ती स्त्रीवादी असतेच असे नाही. स्त्रियांनी स्त्रियांबद्दल लिहिले म्हणजे त्यात पुरुषप्रधानतेला आव्हान असतेच असे नाही. उलट पुरुषप्रधान संस्कृतीने निर्माण केलेल्या भाषिक व वाङ्मयीन ढाच्यातच बऱ्याच स्त्रिया लेखन करतात; त्यामुळे स्त्री साहित्याची वाङ्मयीन परंपरा स्त्रीवादी म्हणता येत नाही. स्त्रीकेंद्री साहित्याचा स्त्री प्रधानतेशी संबंध असतोच असे नाही. स्त्रीचा म्हणून खास अनुभव असलेले साहित्य ही स्त्रीवादाकडे जाणारी एक पायरी आहे. कारण पितृप्रधान व्यवस्थेने स्त्रियांच्या अनुभवांना कायम दाबून टाकलेले आहे. म्हणून साहित्यातून आपले अनुभव व्यक्त करणे हा पितृप्रधान व्यवस्थेविरुद्धचाच एक डावपेच आहे. जाणीव जागृती हा चळवळीचा उद्देश असल्याने असे साहित्य स्त्रीवादी मानले जाऊ लागले. स्त्रीवादी साहित्य पुरुषप्रधान समाजाने निर्माण केलेल्या लैंगिक राजकारणाला आव्हान देते. लिंगाधारित समाजाने निर्माण केलेली पुरुष श्रेष्ठत्वाची आणि स्त्रियांच्या कनिष्ठपणाची व्यवस्था ही स्त्रीच्या शोषणाची राजकीय व्यवस्था आहे. म्हणून ही व्यवस्था उलथवून स्त्री पुरुष समता प्रस्थापित करणे ही स्त्रीवादी साहित्यामागची ध्वनित अर्थव्यवस्था असते.

स्त्रीवादी स्त्री लेखकाला लिखाणासाठी मुद्दामहून स्त्रीवादी भूमिका घ्यावी लागत नाही. अशी भूमिका घेतली, तर लेखन तकलादू पायावर उभे राहते. स्वानुभव, निरीक्षण यातून लेखकाचा दृष्टिकोन तयार होत असतो. स्व-भावाची ऊर्मीच लेखनाला प्रेरणा देते व लेखनाची दिशा ठरवते. लेखकाच्या व्यक्तित्वातच स्त्रीवादी विचारसरणी रुजली असेल, तर त्याच्या लेखनातूनही आपोआप स्त्रीवादी लिखाण होते. लेखकाच्या स्वभावाप्रमाणे अर्थातच त्याच्या त्याच्या अभिव्यक्तीत फरक होतो. मेघना पेठे, अरुणा सबाने, कविता महाजन, गौरी देशपांडे यांची स्त्रीवादी अभिव्यक्ती आक्रमक, थेट, बंडखोर, घणाघाती आणि वैचारिक धक्के देत पुढे जाणारी आहे, तर सानिया, रोहिणी कुलकर्णी, आशा बगे वगैरे लेखक संयत सूर लावताना दिसतात. त्या जहाल स्त्रीमुक्तीवादी नाहीत, बंडाची भाषा बोलत नाहीत, त्यांच्या नायिका बोलभांड नाहीत, पण तरीही पुरुषप्रधान व्यवस्थेला निरुत्तर

करेल असा त्यांचा आत्मस्वर आपल्याला ऐकू येतो. स्त्रीवादी साहित्यामध्ये नेहमीच स्त्री केंद्रस्थानी असते असे नाही. मानवी नातेसंबंधांचे चित्रण करतानाही सशक्त मनाच्या स्त्रीचे दर्शन घडू शकते. (मोनिका गजेंद्रगडकर यांच्या कथा) सातत्याने पुरुषांच्या निषेधाचाच सूर लावणेही अन्यायकारक होऊ शकते. स्त्रीपुरुषांमध्ये चांगला संवाद दाखवणारी प्रेमकथाही स्त्रीवादी दृष्टिकोनातून लिहिता येते. स्त्रीवादी साहित्य स्त्रियांसाठी न्यायाची अपेक्षा करते, म्हणून सर्व पुरुषजातच आपला शत्रू आहे, अशी टोकाची भूमिका घेत नाही. स्त्री विरुद्ध पुरुष अशी लढाई नव्हे, कारण लढाईत एकाची हार व दुसऱ्याची जीत असते. इथे दोघांचे हितसंबंध एकच आहेत. कुटुंबातील सदस्यत्व व मुले यांच्या संबंधाने दोघांची कर्तव्ये सारखीच आहेत. शांततापूर्ण सहअस्तित्व व सामंजस्य महत्त्वाचे आहे, याचीही दखल स्त्रीवादी साहित्यात घेतलेली दिसते.

स्त्रीवादी विचारधारा साहित्यात सूक्ष्मपणे तरीही सुसंगतपणे दिसते. लेखकांच्या आविष्कारात व विचारात मुक्तता दिसते. ठोकळेबाजपणाकडून सूक्ष्म अर्थच्छटेकडे, परंपरेच्या बंधनातून मोकळेपणाकडे, पारंपरिक प्रतिमांकडून नव्या बंडखोर प्रतिमांकडे, अलंकारिक भाषेकडून स्वच्छ बोलीभाषेकडे, ठराविक वाङ्मयीन घाटांकडून मुक्त आविष्काराकडे अशा वेगवेगळ्या स्तरावर स्त्रीवादी साहित्याची वाटचाल सुरू झालेला दिसते.

स्त्रीवादी लेखन पुरुष करू शकतात का? असा प्रश्न नेहमी विचारला जातो. खरेतर त्याचे उत्तर नकारार्थी आहे. कारण स्त्रीवादी लिखाण करताना त्यांचे पुरुष असणे आणि पुरुषप्रधान समाजव्यवस्थेचा हिस्सा असणे, या दोन्ही गोष्टी त्यांच्या स्त्रीवादी दृष्टिकोनाच्या आड येऊ शकतात. त्याचप्रमाणे स्त्रीने लिहिणे व स्त्री म्हणून लिहिणे यात दुसरी भूमिका स्त्रीवादी लिखाणाला जास्त अनुकूल आहे.

दलित साहित्याचा आणि स्त्रीवादी साहित्याचा निकटचा संबंध आहे. दलित आणि स्त्रिया दोघेही शोषित या वर्गात मोडतात. प्रस्थापित समाज व्यवस्थेविरोधातील बंडखोरी, दुटप्पी नीतीबद्दलची चीड आणि तिचा बीमोड, ढोंगीपणाचा पंचनामा, सत्य सांगण्याचा धीटपणा आणि वैयक्तिक अनुभवाचे साहित्यात होणारे थेट चित्रण इत्यादी मुद्दे दोघांना समान आहेत. दलित स्त्री लेखक आणखी एक पाऊल पुढे जातात आणि समाजाने केलेल्या शोषणाबरोबर आपल्या जातीतील पुरुष शोषकांचेही अत्याचार अभिव्यक्त करतात.

स्त्रीवादी साहित्याला शेकडो दिशा असू शकतात. त्यातील काही महत्त्वाच्या व सर्वसामान्य दिशा पुढीलप्रमाणे सांगता येतील.

१) स्त्री म्हणून असलेल्या परंपरागत भूमिका याच केवळ जन्मभराच्या सीमा असू शकत नाहीत. त्यांच्यापुढे जाऊन एक व्यक्ती म्हणून स्त्रीच्या ज्या काही गरजा आहेत, त्यांची परिपूर्ती करण्याचा प्रयत्न करणे, या मार्गात ज्या रूढी, परंपरा सनातनी वृत्तीच्या शक्ती यांचे अडथळे असतील ते विरोधाने अगर सामोपचाराने दूर करणे.

२) पुरुष हा परमेश्वर, सत्ताधीश, शेवटचा शब्द वगैरे मिथकांमधील पोकळपणा समजून घेणे आणि स्त्री इतकीच पुरुष ही सामान्य व्यक्ती आहे हे सत्य लक्षात घेऊन वर्तन करणे, म्हणजेच वरपूजा, करवाचौथ वगैरेसारख्या व्रतांमधील फोलपणा समजून घेऊन त्यामागे न जाणे.

३) लग्न म्हणजे साता जन्माच्या गाठी असे मानण्यामुळे वैवाहिक जीवनातील अत्याचार स्त्रिया अनेकवेळा मुकेपणाने सहन करत राहतात. लग्नबंधनातील असह्य ताणाने श्वास घुसमटत असेल, तर अशी बंधने वेळीच तोडून टाकून स्वतंत्र राहणे चांगले.

४) मुले व कुटुंब ही पतीपत्नीची सामायिक जबाबदारी आहे, म्हणून या दोन्ही घटकांच्या सुनियोजनासाठी दोघांच्या योगदानाची सारखीच गरज आहे. कुटुंबासाठी सतत स्त्रीने त्याग करणे, हे स्त्रीचे व्यक्ती म्हणून होणारे शोषण आहे.

५) स्त्री ही देवी नाही की दासी नाही. ती व्यक्ती आहे आणि म्हणून स्वतंत्र आहे. तिचे निर्णय ती स्वत: घेऊ शकते. तिच्यावर कोणाचाही ताबा, नियंत्रण व मालकी हक्क असू नये. स्त्रीला आर्थिक, मानसिक, धार्मिक, लैंगिक स्वातंत्र्य असले पाहिजे. अर्थातच स्वातंत्र्य उपभोगताना येणाऱ्या सर्व जबाबदाऱ्यांचे उत्तरदायित्व तिच्यावरच आहे.

६) स्त्रीला जेव्हा स्वची ओळख होते तेव्हा स्वत:पलीकडे जाऊन मानवी हेतूंसाठी ती कृती करू शकते. पैशासाठी केलेली नोकरी ही स्त्रीची ओळख नव्हे. आपल्या क्षमतांना विकासाची संधी देऊन स्पर्धात्मक वातावरणात स्वत:ला सिद्ध करणे, यालाच सक्षम किंवा समर्थ स्त्री म्हणता येते.

७) राजकारण, समाजकारण अथवा अन्य सेवासंस्थांमध्ये आपल्या स्त्रीत्वाचा वापर करून फायदा मिळवणे सर्वथा निषिद्ध आहे. आपल्याला स्त्री म्हणून कोणी विशेष सवलत वा फायदे देत असेल, तर त्याच्यापासून वेळीच सावध होऊन दूर राहणे अगर त्याच्याविरोधात तक्रार करणे.

८) बलात्कार, अत्याचार यामागे स्त्रीला दोषी धरण्याची सामाजिक धारणा असते. ती खोडून काढणे, बलात्कार झाला म्हणजे आयुष्यच संपले अशी वृत्ती न ठेवता अन्यायाविरोधात दाद मागणे व आपले शारीरिक, मानसिक आयुष्य नव्याने सुरू करणे यासाठी प्रचंड धैर्य लागते. स्त्रीने असे धैर्य धरणे ही समाज स्वास्थ्यासाठी

आवश्यक गोष्ट आहे.

९) पुरुषप्रधान व्यवस्थेमुळे घरातील सत्तास्थानासाठी सासू सुना, जावा जावा यांची भांडणे होतात व त्याचे पर्यवसान सुनेला जाळण्यापर्यंत होऊ शकते. स्त्री ही स्त्रीची शत्रू नसून सर्वांत जवळची सखी असू शकते, अशा प्रकारचे सौहार्दाचे, संवादाचे वातावरण तयार करणे. कुटुंबांतर्गत लोकशाही असेल तर सत्तेसाठी वाद होणार नाहीत व सर्वांच्या मताचा मान राखला जाईल.

१०) जात, वर्ण, धर्म, आर्थिक परिस्थिती इत्यादीमुळे निर्माण होणारी द्वेषमूलकता स्त्रीवादी साहित्य कमी करू शकते. हे परिवर्तनाकडे नेणारे साहित्य असल्याने सामाजिक न्याय व समता यांचे दिशादर्शक आहे.

वर व्यक्त केलेले मुद्दे हे स्थूलमानाने लेखन विषय आहेत. व्यक्ती, घटना यांच्यामधील परस्पर गुंतागुंतीचे नाते, स्त्रियांच्या शोषणाच्या शेकडो तऱ्हा यांच्या स्थूल, सूक्ष्म चित्रणातून स्त्रीवादी कथा, कविता जन्म घेतात. त्या केवळ स्त्रीच्या दु:खाच्या, पिळवणुकीच्या करुण कहाण्या नसतात. स्त्रीबद्दल कीव करावी असा त्यांचा उद्देश नसतो. हे चित्र पालटले पाहिजे. स्त्रीला स्त्रीचे माणूस म्हणून असलेले अधिकार मिळायला हवेत, अशी त्याची ध्वनित दिशा असते. सर्जक साहित्यिकाचा, जगण्याचा आणि वैचारिक भानाचा गाभाच स्त्रीवादी असल्याने, त्या कलाकृतीतून स्त्रीवादी विचारसरणी आपोआप उमटत जातेच, त्यासाठी मुद्दामहून प्रयत्न करावे लागत नाहीत आणि आपल्या प्रातिभिक सर्जनशीलतेशीही तडजोड करावी लागत नाही. स्त्रीवादी लेखनामुळे साहित्याच्या मुख्य प्रवाहातून आपण बाजूला पडू व एकांगी चित्रणाचा आरोप आपल्यावर येईल, अशी भीती काही स्त्री लेखकांना वाटते. म्हणून 'मी स्त्रीवादी लेखक नाही' असे काही स्त्री लेखक आवर्जून सांगतात. पण स्वत:च्या लेखनाबद्दल लेखक काय शिक्के मारतो, त्यापेक्षा त्याचे लेखन काय सांगते, हे जास्त महत्त्वाचे आहे. स्वत:च्या आणि स्त्रीजातीच्या जगण्याशी प्रामाणिक राहून लेखन केले असेल, तर त्याला स्त्रीवादाचा आत्मा लाभणे ही अपरिहार्य गोष्ट आहे. त्यात कमीपणा मानण्याचे कारण नाही. जोपर्यंत लेखक स्वत:ला लपवून, मुखवटे चढवून खोटे खोटे लिहीत नाही, तोपर्यंत त्याच्या विचारसरणीचे प्रतिबिंब त्याच्या साहित्यावर उमटणे हे लेखननिष्ठा सांभाळण्यासाठी केलेले नैतिक आचरणच होय.

स्त्रीवादी साहित्याची समीक्षा कोणत्या तत्त्वावर आधारित करावी, हा कळीचा प्रश्न आहे. ज्या समाजात तर्क, बुद्धी, तात्त्विक विवेचन, बौद्धिक खंडन मंडन या गोष्टी 'पुरुषी' समजल्या जातात अशा समाजाकडून, जिथे या संकल्पनांना पुरुषी बायकी अशी लिंगाधारित वैशिष्ट्ये प्राप्त होत नाहीत अशा समीक्षेकडे ही वाटचाल आहे.

त्यानुसार समीक्षेसंबंधी तीन बैठकी मांडता येतील.

१) स्त्री-समीक्षा लेखकांचा अ-राजकीय विचार (अपोलिटिकल) - स्त्रीवादी न होता प्रस्थापित समीक्षातत्त्वानुसार समीक्षा करणाऱ्या स्त्रियांचा गट- यात कुसुमावती देशपांडे, विजया राजाध्यक्ष, सरोजिनी वैद्य अशा प्रकारचे स्त्री समीक्षक असतील.

२) स्त्रियांवर वर्चस्व गाजवणाऱ्या, पुरुषी समाजाने दडपलेल्या, बाजूला टाकलेल्या, गप्प बसवलेल्या पण विशिष्ट राजकीय भूमिका न घेतलेल्या वाङ्मयीन हुंकारांची समीक्षा- स्त्रियांची अनेक समकालीन आत्मचरित्रे स्त्री-शोषणाचे आत्मकथन करतात. त्यांची समीक्षा ही अशा समीक्षेची एक दिशा असेल.

३) पितृसत्ताक व लिंगवाद याविरुद्ध राजकीय भूमिका घेणाऱ्या साहित्याची समीक्षा- याला स्त्रीवादी समीक्षा म्हणता येईल.

समकालीन समीक्षेच्या एकमात्र पुरुषी चौकटीमुळे स्त्रियांचे लिखाण व समीक्षा यावर बंधने येतता. पुरुषांसंबंधी असलेल्या संहितेचे लिंगभावानुसारी विश्लेषण स्त्रियांच्या लिखाणाला लावायला स्त्रीवादी समीक्षेचा आक्षेप आहे. सौंदर्यवादी निकष लावून बूर्ज्वा कलाकारांनी परात्मता आणि अस्तित्ववाद यांचा अतिशय उदोउदो करून जागतिक वाङ्मयाबद्दलच्या पुरुषी दृष्टिकोनाला जादा महत्त्व दिले आहे. समीक्षेच्या पुरुषप्रधान संकल्पना पुरुषनिरपेक्ष पाठ्याच्या चौकटीत बसवायला हव्यात. रूपवादी, चिन्हविज्ञानवादी आणि संरचनावादी समीक्षेकडून वाचकांच्या विशिष्ट दृष्टिकोनातून पाठ्याचा अर्थ लावणे आणि समीक्षेने स्वत:च्या आखून घेतलेल्या चौकटीच्या शिस्तीत स्वत:ला बांधून घेणे, या गोष्टी स्त्रीवादी समीक्षा शिकली. स्त्रीवादी समीक्षा स्वभावत: अराजकवादी आहे. बंडखोरी आणि विद्रोह यांनी थडथडणारी आहे. इतर समीक्षापद्धतीपेक्षा तिचे वेगळेपण म्हणजे कोणत्याही तात्त्विक भूमिकेकडून साहित्याकडे न जाता, साहित्यातून तात्त्विक विचार शोधण्याचा तिचा प्रयत्न आहे. इतर कोणतीही समीक्षापद्धती संहिता (textuality) आणि लैंगिकता (sexuality) यांचे संबंध जोडत नाही. जॉनर आणि जेंडर यांचा जवळचा संबंध आहे, असे स्त्रीवादी समीक्षा मानते. त्यामुळे पुरुषांनी विकसित केलेली प्रचलित समीक्षापद्धती स्त्रीवादी साहित्यावर अन्याय करते. स्त्रीवादी समीक्षा स्त्रीकेंद्री, स्वतंत्र आणि बौद्धिकदृष्ट्या सुसंगत हवी. साहित्याच्या इतिहासापेक्षा स्त्री चळवळीशी तिचे नाते आहे. तिने आपला विषय, पद्धती, उपपत्ती आणि स्वत:चा आवाज स्वत: निवडला पाहिजे.

मग स्त्रीवादी समीक्षेची एक सुसंगत अशी समीक्षा पद्धती आहे का? आणि तिला काय नेमकेपणाने तपासायचे आहे? दलित स्त्रियांच्या लेखनाचा वेगळा विचार स्त्रीवादी समीक्षेत होत नाही, असा आरोप होतो. ही समीक्षा वांशिक, जातीय

राजकारणापासून लांब राहिल्याचे म्हटले जाते. लिंगाबरोबर वर्ग लक्षात घेण्याची सूचना मार्क्सवादी स्त्रीवादी समीक्षा करते. वाङ्मयीन इतिहासकारांना स्त्री लेखकांची हरवलेली परंपरा शोधण्यात रस असतो. विघटनवादी पद्धती अनुसरणाऱ्यांना संहिता आणि स्त्रीवाद यांचे एकत्रित संश्लेषण करणारी वाङ्मयीन समीक्षा योग्य वाटते. फ्राईडला अनुसरणाऱ्या समीक्षकांना भाषा आणि अर्थपूर्णता यांच्या संबंधात उपपत्ती शोधावीशी वाटते. आपल्याकडे वस्तुनिष्ठतेपेक्षा व्यक्तिनिष्ठ समीक्षा जास्त केली जाते. पण ती पुष्कळशी वर्णनात्मक असते. स्त्रियांच्या साहित्याचा बारकाईने विचार करण्यासाठी एखादे प्रारूप (मॉडेल) खरेतर विकसित करायला हवे. लेखक म्हणून स्त्री, निवडलेला विषय, स्त्री लेखनाची परंपरा, लेखनशैली, वाङ्मय प्रकार, लेखनाचा घाट, स्त्रियांच्या सर्जनशीलतेचे मानसशास्त्र, व्यक्तिगत किंवा सामूहिक स्त्रीत्वाच्या संकल्पना या सर्वांच्या पार्श्वभूमीवर स्त्रीवादी समीक्षा उभी रहायला हवी. या दृष्टीने चार प्रमुख घटकांचा विचार करता येईल.

लेखक — समीक्षक

संहिता (पाठ्य) — १) तपासणीचे मापक, २) अभ्यासाच्या दिशा

१) लेखक -

लेखकाचा विचार याचा अर्थ लेखकाच्या वैयक्तिक, खाजगी आयुष्यात डोकावून त्याच्या आयुष्यातील घटनांचा आणि वाङ्मयकृतीतील घटनांचा अन्वयार्थ लावणे नव्हे. अनेक वाचकांना स्त्रियांच्या लेखनाचे मूळ त्यांच्या चारित्र्यात शोधण्याची सवय असते. समीक्षेतील ही अत्यंत घातक व निंद्य गोष्ट आहे. लेखकाच्या आयुष्याचा जाहीर पंचनामा करण्याचा हक्क कोणालाही नाही. लेखकाचा विचार हा फक्त साहित्यकृतीच्या संदर्भातच करायचा आहे. उदाहरणार्थ पाठ्याच्या संदर्भात खालील मुद्द्यांसारखा विचार करता येईल.

१) पुरुषप्रधान संस्कृतीच्या दुराग्रहातून आलेल्या कोणत्या समस्या लेखकाला अभिप्रेत आहेत?

२) जगण्यासाठी पर्याप्त पर्याय शोधले आहेत का?

३) स्त्रीकडे पाहण्याचा दृष्टिकोन सकारात्मक की नकारात्मक? स्त्री सबला

की अबला म्हणून चित्रण?

४) कुटुंबातले नातेसंबंध कशा रीतीने चित्रित होतात?

५) समाजाची स्त्रियांकडे पाहण्याची आणि विचार करण्याची अंतर्बाह्य मानसिकता कशी आहे?

६) सत्य आणि वास्तव मांडण्यामध्ये स्त्री लेखकावर दडपण येते का?

७) लेखक स्त्रीचे चित्रण पारंपरिक पद्धतीने मांडण्याचे समर्थन करते की तिचा व्यक्ती म्हणून विचार केला जातो?

८) रूढी, परंपरा, चालीरीती, धार्मिक नियम, सामाजिक व कौटुंबिक परंपरा, कुटुंबातील अन्य सदस्य विशेषत: नवरा, जागेचा व वेळेचा अभाव, आर्थिक परावलंबन या बाह्य गोष्टी व स्व-प्रतिमा प्रतिष्ठेच्या कल्पना या आंतरिक बाबी लेखनाचा पैस नियंत्रित करतात का?

९) लिंगभावासंबंधी कलाकृतीचा दृष्टिकोन कसा आहे? लिंगभावाची व्याख्या ही कलाकृती कशी करते? की या मुद्द्यांना महत्त्व नाही असे समजून हे मुद्दे टाकले जातात?

(हे मुद्दे केवळ दिशादर्शक आहेत, पर्याप्त नव्हेत.)

साहित्यकृतीतील मध्यवर्ती भूमिका (Protagonist) ज्या पुरुष/स्त्रीची असेल त्याचे/तिचे दृष्टिकोन हे लेखकाचेच दृष्टिकोन असतात, असे समजायला हरकत नाही. लेखकाने केलेले भाष्य व त्याने स्त्री पात्रांना दिलेली वर्तणूक यावरूनही लेखकाचे स्त्रीविषयक दृष्टिकोन समजून येतात. साहित्यातून दिसणाऱ्या स्त्री पुरुषांच्या सार्वकालिक, तथाकथित प्रतिमाही बाजूला काढून त्यांचे विच्छेदन करता येईल. त्यागमूर्ती आई व पतिव्रता पत्नी याच भूमिकेच्या चौकटीत अनेक स्त्री लेखकांना स्वत:ला बसवता येत नाही. आपल्या लिखाणामधून अशा स्त्रिया या समस्येचा शोध घेऊन, स्वत:ला शोधून काढताना दिसतात. स्वत:च्या भूमिकेशी प्रामाणिक राहणाऱ्या स्त्रियांवर येणारी दडपणे, त्यांनी सत्य सांगू नये म्हणून त्यांचा आवाज बंद करण्याच्या क्लृप्त्या अशा अभ्यासातून ओळखता येतात.

२) समीक्षक -

स्त्रीवादी साहित्याच्या समीक्षकाला स्त्रीवाद म्हणजे काय याची पूर्ण माहिती असायला हवी. कोणत्या निकषांवर आपण कलाकृतीचे मूल्यमापन करणार याचे पुरेसे भान असायला हवे. त्यामुळे वैयक्तिक मतांपेक्षा वस्तुनिष्ठतेवर ती समीक्षा उभी करता येऊ शकते. प्रचलित समीक्षा पद्धत वापरून समीक्षक स्त्रीवादी साहित्याचे अवमूल्यन करू शकतो किंवा चुकीचे विश्लेषण करू शकतो. स्त्रीवादी साहित्याच्या सौंदर्याचे निकषही प्रस्थापित संकल्पनांपेक्षा भिन्न आहेत, याची पुरेशी जाणीव त्याला

असायला हवी. पुरुषांनी तयार केलेल्या सौंदर्यशास्त्राच्या चौकटीबाहेर ही उडी आहे. स्त्रीवादाचे सौंदर्यशास्त्र म्हणजे स्त्रीला विकसित होण्यासाठी कला ज्या प्रकारे उपयोगी पडू शकेल तो मार्ग, त्यामुळे स्त्री समीक्षेला एक नवी दिशा मिळू शकेल. स्त्रिया खरोखर काय लिहितात आणि तशा त्या का लिहितात याचा समीक्षकाने सखोल विचार करायला हवा. अशा पद्धतीचा विचार स्त्री समीक्षक अधिक चांगल्या प्रकारे करू शकतात. कारण त्या जन्मत:च स्त्री असल्याने, त्यांना स्त्रियांचे लिखाण तपासण्यासाठी पुरुषांप्रमाणे स्त्रीच्या भूमिकातून (रोल प्लेअिंग) वाचावे लागत नाही.

समीक्षक म्हणून लिंगाधारित वाचन करण्याच्या संकल्पनेत तीन पायऱ्यांचा समावेश होतो.

१) स्त्री वाचत असता स्त्री म्हणून असलेल्या तिच्या शारीरानुभवासकट वाचते.

२) स्त्री व तिचे स्त्रीत्व म्हणजे स्वत:च्या निर्माण केलेल्या प्रतिकृतीच्या उजेडात वाचते.

३) स्त्री ही समाजाने स्त्रीत्वाच्या केलेल्या जाणिवेतून वाचते.

म्हणजे स्त्री ही पुरुषापेक्षा वेगळ्या प्रकारची वाचक आहे, म्हणून वेगळ्या प्रकारची समीक्षक आहे. तिचे लिंगसापेक्ष वाचन मूलत: वेगळे आहे आणि संस्कृतीच्या संरचनेतील एक महत्त्वाचे रूपांतरण म्हणून वेगळेपणाला दिलेल्या संमतीतून ते निर्माण झाले आहे. या वेगळेपणाची मर्यादा अमर्याद आहे आणि ती दुय्यमत्व आणि व्यवस्थाभंजकत्वाच्या संदृष्टीत आहे.

३) संहिता (पाठ्य, text)

कोणत्याही प्रकारच्या वाङ्मयीन अनुबंधाचे स्त्रीवादी समीक्षेतून विश्लेषण करता येते. कथा, कादंबरी, चरित्र, आत्मचरित्र, कविता, नाटके, कहाण्या, लोकगीते, लोकसाहित्य दैनंदिनी अगर कोणतेही मुक्त चिंतन समीक्षेसाठी पाठ्य म्हणून वापरता येईल.

४) तपासणीचे मापक -

स्त्रीवादी साहित्याची सुयोग्य समीक्षा होण्यासाठी तपासणीच्या काही दिशा ठरवाव्या लागतील. त्यासाठी एलेन शोवॉल्ट हिने विकसित केलेले एक प्रारूप मराठी साहित्याच्या संदर्भात वापरता येऊ शकेल. यामध्ये साहित्याचा विचार चार दिशांनी करता येऊ शकतो.

अ) जैविक, ब) भाषिक, क) मानसिक, ड) सांस्कृतिक

अ) जैविक -

याला बायोलॉजिकल किंवा ऑरगॅनिक अथवा स्त्रीशरीरबद्ध समीक्षा म्हणता

येईल. स्त्रियांच्या लिखाणाचा जीव (बॉडी) तपासणे ही मुख्य दिशा. लेखकाच्या जगण्याची शारीरमीमांसा असा याचा अर्थ नाही. पुरुषप्रधान समाजात प्रामुख्याने पुरुष लेखकांचीच मोठी परंपरा असल्याने लेखक हा पुस्तकाचा बाप, पिता, जनक वगैरे नावाने संबोधला जातो. रूपकार्थाने पेन इज पेनिस असे म्हटले जाते. याचा अर्थ त्याच्या पुरुषत्वाने त्याची लेखणी घडते. त्याच्या पुरुष असण्याची छाप त्याच्या लिखाणावर असते व तीच त्याच्या लेखनाची दिशा ठरवते. जर पुरुषत्व हा त्यांच्या लिखाणाचा स्रोत आहे, तर स्त्रियांकडे असे कोणते अवयव आहेत? रूपकार्थाने गर्भाशय (वोम्ब) असे म्हणता येईल. लिंग हे जर आक्रमकता, अधिकार, वर्चस्व यांचे प्रतीक असेल तर गर्भाशय हे सर्जनशीलतेचे प्रतीक मानता येईल. वाङ्मयीन सर्जनशीलता आणि नवा जीव जन्माला घालणे यात साम्य आहे. गर्भधारणा, कळा आणि जन्माला घालणे हे रूपकार्थाने साहित्य निर्मितीलाही लागू पडते. स्त्रीचे लिखाण हे तिच्या शरीरापासूनच सुरू होते व तिचे शरीर हाच तिच्या लिखाणाचा स्रोत असतो. तोच तिच्या सर्जक बुद्धिमत्तेचा पाया आहे आणि त्यातूनच वाङ्मयीन प्रतिमा निर्माण होतात. ही खऱ्या अर्थाने शारीरभाषा (बॉडी लँग्वेज) आहे. उदाहरणार्थ नग्न स्त्री ही पुरुषांच्या लिखाणात सौंदर्याचे प्रतीक म्हणून येईल, तर स्त्रियांच्या लिखाणात ती शोषणाची प्रतिमा म्हणून येईल. पुरुष मातेचे चित्र देवतेसमान रंगवतील, तर स्त्री तिने भोगलेल्या खस्तांचे, तिच्या शोषणाचे वर्णन करेल. स्त्री शरीराचा वापर पुरुषांच्या लिखाणात स्त्रीवर पुरुषाने सत्ता गाजवण्यासाठी होतो. समाजातल्या आपल्या स्थानाची कल्पना स्त्रीला शरीराच्या माध्यमातून येते. एकाच विषयावर स्त्रीने व पुरुषाने लिहिलेली कथा म्हणूनच वेगवेगळा संदेश देते.

स्त्रियांच्या मराठी साहित्य विश्वाचा एक धावता दृष्टिकोन, हे मुद्दे अधिक स्पष्ट करेल. स्त्री शरीरावरच्या मालकी हक्काची चीड, त्यातून आलेली विमनस्कता आणि त्याविरुद्धचे तीव्र बंड कमल देसाई यांच्या कथेत दिसते. आपले जगणेच नव्हे, तर अस्तित्वही नाकारण्याचा हक्क पुरुषाला कोणी दिला? (काळा सूर्य व हॅट घालणारी बाई, कमल देसाई) असा सवाल त्यांच्या साहित्यातून येतो. बायकोच्या देहावर कायद्याने नवऱ्याची सत्ता प्रस्थापित होते. त्याच्या इच्छेनुसार तिच्या शरीराचा भोग घेतला जातो. यामध्ये लग्नसंस्थेत होणारे बलात्कार आणि लग्न संपल्यावर होणारी स्त्री जीवनाची परवड प्रिया तेंडुलकर यांच्या कथेत येते. स्त्रीलाही लैंगिक भूक असते हे विसाव्या शतकाच्या पूर्वार्धातच विभावरी शिरूरकरांच्या लेखनातून व्यक्त झाले होते. आजची लेखक मेघना पेठे हिच्या साहित्यातून तर ही भूक थेट व्यक्त होते. तिच्या साहित्यातली स्त्री आपल्या मनाच्या व शरीराच्या हाका ऐकते. शरीराच्या

ऊर्मीही नैसर्गिक असतात. पुरुषाबद्दलची आसक्ती, ओढ आणि तिरस्कारही रोखठोकपणे व्यक्त होतो. जोडीनं कॉफी पिण्यापासून बेभानपणे घेतलेले शरीरसुखाचेही अनुभव व्यक्त होतात. 'बाईचं शरीर पुरुषानं हवं तेव्हा हवं तसं वापरायचं, पण स्वत:च्या शरीरभानाबद्दल बाईनं मात्र उघड बोलायचं नाही,' हा दंडक या लेखक झुगारून देतात. आपल्या इच्छा, आकांक्षा, तृप्ती, अतृप्ती या सगळ्याबद्दल बोलण्याचा आपल्याला अधिकार आहे, हे मेघना पेठेच्या नायिका ठणकावून सांगतात. कसलीही लपवाछपवी न करता त्या आपली आसक्ती, तिरस्कार व्यक्त करतात. खोट्या लाजणाऱ्या, कोड्यात बोलणाऱ्या, लपवाछपवी करणाऱ्या अशा या बायका नाहीत. त्या माणूस आहेत, माणसांसारखे सगळे विचारविकार त्यांच्यामध्ये आहेत आणि ते उघडपणे बोलण्याचे धाडस त्यांच्यामध्ये आहे. आधुनिक स्त्री स्वत:च्या स्त्रीत्वाचा शोध, शरीराच्या प्रत्येक अवयवाचे अर्थ समाजाच्या संदर्भात घेऊन करते. (जर्मेन ग्रिअर - द होल वुमन आणि व्होल्गा - राजनैतिक कथा (अनु. वंदना करंबेळकर). शरीराच्या माध्यमातून स्त्री संवाद साधायला बघते आणि त्यात ती पुरती गुरफटून गेलेली दिसते. त्यापलीकडची मैत्री तिला हवी असते, पण पुरुषाची तहान स्त्री मिळाली की भागून जाते. स्त्री पुरुष संबंधातले हे तिढे अरुणा सबानेच्या कादंबरीत दिसतात. एकूणच स्त्रीवादी साहित्याचा विचार जैविकदृष्ट्या केला तर त्यातून स्त्रीला नेमकेपणाने काय हवे आहे, याचे भान येऊ शकते. स्त्री पुरुष नात्यातले पेच लक्षात येऊ शकतात आणि स्त्री म्हणून असलेल्या स्त्रियांच्या लिखाणातील वेगळेपणा समजू शकतो. मात्र स्त्रीने लिहिणे आणि स्त्री म्हणून लिहिणे हे भान लिखाणातून योग्य रीतीने व्यक्त व्हावे लागते.

ब) भाषिक -

भाषा हे साहित्याचे माध्यम आहे. त्यामुळे स्त्रीवादी साहित्याच्या समीक्षेत भाषेचा विचार करणे फार महत्त्वाचे ठरते. पुरुषप्रधान समाजात पुरुषी श्रेष्ठत्व गृहीत धरून भाषा विकसित झाली. संस्कृतीने घालून दिलेल्या चौकटीच्या आशयिक व भाषिक परंपरेत स्त्रिया स्वत:ला बसवत गेल्या. मराठी भाषेतले काही सांकेतिक शब्द पाहिले, तर त्यातले पुरुषी वर्चस्व लक्षात येईल. मूल नसलेल्या स्त्रीसाठी वांझ शब्द आहे, पण मूल नसलेल्या पुरुषासाठी शब्द नाही. कारण मूल नसणे हा नेहमी बाईचाच दोष मानला गेला. कन्यादान आहे पण पुत्रदान नाही, कारण स्त्रीला देवाणघेवाणीची वस्तू मानले आहे. प्रधानमंत्री, महात्मा, राष्ट्रपिता, मुख्यप्रधान, अध्यक्ष, सत्ताधीश, प्राचार्य वगैरे शब्द सत्तास्थाने दाखविणारे आहेत. त्यांचे स्त्रीलिंगी रूप कृत्रिमपणे बनवून वापरले जाते. जसे अध्यक्षा, प्राचार्या, कवयित्री, लेखिका.

अशी कृत्रिम रूपे वापरण्यापेक्षा तेच शब्द स्त्रियांसाठी वापरणे योग्य, जसे आता राष्ट्रपती, मुख्यमंत्री, प्रधानमंत्री हेच शब्द त्या स्थानावरील स्त्रियांना वापरले जातात. जणू काही स्त्रिया अस्तित्वातच नाहीत, अशा प्रकारे भाषेची जडणघडण झाली आहे. पुरुषी लिखाणाच्या अनुकरणाने स्त्रियाही तसेच लिहू लागतात. याचे उत्तम उदाहरण गेल्या पिढीतील योगिनी जोगळेकर, कुमुदिनी रांगणेकर इत्यादींच्या कादंबऱ्यांतील भाषेमधून बघता येईल.

स्त्रियांचे स्त्री म्हणून जे वेगळेपण आहे, ते भाषेच्या बाबतीतही दिसते. विशेषत: पुरुषांप्रमाणे औपचारिक शिक्षण स्त्रिया घेण्यापूर्वी आणि ऐतिहासिक कालातही स्त्री पुरुष भाषेचा वापर भिन्नपणे करताना दिसतात. लोककथा, ओव्यांमध्ये, हादग्याची गाणी आणि लोकगीतांमध्ये स्त्रियांच्या वेगळ्या भाषेचा आणि वेगळ्या प्रतिमांचा वापर दिसतो. लक्ष्मीबाई टिळक, बहिणाबाई चौधरी यांच्या लिखाणातूनच स्त्रीच्या भाषेचे वेगळेपण आढळते. ऐतिहासिक नाटकांतून, कादंबऱ्यांतून स्त्रिया पुरुषांपेक्षा वेगळी व अनौपचारिक भाषा वापरताना दिसतात. (एवढं काय लिहिणं चाललं आहे असं विचारणं झालं.' हरिभाऊ आपट्यांच्या 'मी' कादंबरीची नायिका)

जुन्या बायका अजूनही थेट भाषा न बोलता, काही सांकेतिक शब्दातून अर्थ सूचित करतात. निरी उसवली म्हणजे दिवस गेले. कावळा शिवणे, बाहेरची होणे म्हणजे स्त्रीची पाळी सुरू असणे. बायकांच्या जगातले आणि त्यांच्या कार्यक्षेत्रातील काही शब्दही त्यांनी खास निर्माण केलेले असतात. विणकाम, भरतकाम, स्वयंपाक, कलाकुसर, प्रसूती वगैरे स्त्रियांच्या प्रांतातील शब्दसंपत्तीचे जतन करणे हा देखील स्त्रीवादी समीक्षेचा एक भाग आहे. दगडी (दगडाचे भांडे), पितळी (परात), मांडणी (शेल्फ), मूळ (बोलावणे, आमंत्रण), गुदस्ता (गेल्या वर्षी) वगैरे शब्द आता लोप पावू लागले आहेत. पूर्वीच्या बायकांचे शब्दोच्चारसुद्धा एका विशिष्ट पद्धतीचे असत. परिस्थितीतील बदल आणि शिक्षणाचा प्रभाव यामुळे जशी स्त्रियांची जीवनशैली बदलली, तसा त्यांचा भाषेचा पोतही बदलला, ती अधिकाधिक पुरुषी झाली. कारण तेच प्रारूप स्त्रियांपुढे होते. पण स्त्रियांच्या दुय्यम स्थानामुळे अजूनही भाषेच्या वापरावर स्त्रियांवर निर्बंध येतात. स्त्रियांच्या भाषिक अभिव्यक्तीवर पुरुषांचे व स्वत: स्त्रियांचेही नियंत्रण असते. लैंगिकतेने स्त्रीवर घातलेले भाषिक नियंत्रण मेघना पेठे, कविता महाजन या लेखक मोडताना दिसतात. लैंगिक पातळीवर स्त्रीचा समीक्षात्मक तपास करताना स्त्रीची म्हणून असलेली भाषा या तपासासाठी अपुरी पडते. 'तिच्या' म्हणून ठरविल्या गेलेल्या मर्यादांचे (स्टिग्मांचे) उल्लंघन करून त्या थेट वास्तव शब्दांना भिडतात, तेव्हा काही वाचकांच्या भुवया उंचावतात, पण मुक्त आविष्कारासाठी

असे भाषिक बंड करावेच लागते. जे लिहिले गेले नाही, जात नाही, ते लिहिण्याकडे स्त्रीवादी साहित्याची प्रवृत्ती आहे.

रॉबिन लॅकॉफपासून पुढे भाषाशास्त्रातील संशोधनाने नमूद केले आहे की आजही स्त्रिया व पुरुष भाषेचा वापर वेगवेगळा करतात. तसेच त्यांचे शब्दसंग्रहही वेगळ्या प्रकारचे असतात. त्यामुळे आतातरी 'बायकी' भाषा असे टवाळीने न म्हणता वाङ्मयीन प्रतिमांचे पुरुषांनी वापरलेले पारंपरिक अर्थ बदलून स्त्रियांनी केलेला शब्दांचा व प्रतिमांचा वापर, असे करायला हरकत नाही. स्त्रियांचे लिखाण पुरुषांच्या लिखाणापेक्षा कसे वेगळे आहे, हे दाखवण्याबरोबर अनुभवाच्या कोणत्या पातळीपर्यंत हे लिखाण जाऊ शकते, ते समजते.

स्त्रीच्या अनुभवांचा आणि भाषेचा अतूट संबंध दाखवताना शोवॉल्टरने म्हटले आहे की कातडीला चिकटणाऱ्या, दाही दिशांनी धावणाऱ्या शब्दांचे श्वास शोधण्याची ही खटपट आहे. शब्द जे आपले वास लपवीत नाहीत, शब्द जे रक्त, दूध, शी, शू (बालकाचे) यांसारख्या गोष्टी बोलतात, दाखवतात आणि अनुभवायला लावतात, अशा भाषेची स्त्री लेखकांना तीव्र गरज वाटते.

शब्दांप्रमाणेच पारंपरिक, बंदिस्त स्वरूपाचे वाङ्मयीन आकृतिबंध स्त्रियांना नाकारावेसे वाटतात. यापेक्षा अधिक खुले, स्वतंत्र आकारबंध, मुक्त लेखन स्त्रियांना हवे आहे. 'बाळंतपण - बोल अनुभवाचे' या माझ्या पुस्तकाला मला कोणत्याच वाङ्मय प्रकारात बसवता येत नाही. हे पुस्तक म्हटले तर सामाजिक दस्तऐवज, म्हटले तर स्त्रियांचे चार पिढ्यांचे अनुभव, म्हटले तर मानवी स्वभावाचे चित्रण आणि याही पलिकडे कितीतरी आहे. पुरुषांचे भाषिक क्षेत्र, अधिकार सत्ता गाजवणे, संघर्ष यातून निर्माण होते; म्हणून स्पर्शातून जाणवणे, प्रेमातला आनंद देणे घेणे, विरघळून जाणे अशा द्रवरूपपणाला व मृदूपणाला तिथे अवकाश नसतो. आपल्या अनुभवांना अनुरूप अशा भाषेची व नव्या वाङ्मयबंधाची स्त्रीला गरज वाटते.

क) मानसिक -

स्त्रीचे शरीर, भाषा याचप्रमाणे स्त्रीची मानसिकता, पुरुषांपेक्षा वेगळी असते. समाज स्त्रीच्या भूमिकेवरून तिची मानसिकता ठरवतो. आई ही नेहमीच प्रेमळ, मुलांसाठी त्याग करणारी, समर्पित वृत्तीची, पतिव्रता ही एकनिष्ठ, पती परमेश्वर मानून त्याची सेवा करणारी, वेश्या ही नेहमीच नैतिक स्खलन झालेली चवचाल बाई अशा ठराविक साच्यातल्या पद्धतीने स्त्रीच्या भूमिकेवरून तिची मानसिकता पारंपरिक साहित्यातून रंगवलेली दिसते. एक व्यक्ती म्हणून तिच्यात अनेक गुणदोष असतात, पण स्त्रीकडे नेहमी दोन टोकांच्या भूमिकेतून बघितले जाते. ती देवीही नाही आणि

दासीही नाही. त्यामुळे माणूस म्हणून तिचे चित्रण होणे गरजेचे आहे.

'स्त्रियांच्या वर्तनाचे तार्किक स्पष्टीकरण देता येत नाही. स्त्री ही लहरी आहे. तिचे अंत:करण कोण जाणू शकेल? साऱ्या जगाबद्दल विधान करता येईल, पण स्त्री स्वभावाबद्दल बोलता येणार नाही. स्त्री ही एक कोडं आहे.' अशासारखी विधाने साहित्यात अनेकदा केली जातात. स्त्री जेव्हा परावलंबी असते, तेव्हा ती त्याची मर्जी सांभाळण्यासाठी स्वत:ला लपवून ठेवते. आपले खरे विचार, भावना लपवून आपण जसे नाही तसे दाखवण्याचा प्रयत्न करते, म्हणून तिच्याभोवती गूढतेचे वलय निर्माण होते. पुरुषालाही तिचे खरे स्वरूप समजावून घेणे गैरसोयीचे असते. कारण असे करणे म्हणजे स्वत:ची दडपशाही मान्य करण्यासारखे आहे.

फ्रॉईड म्हणतो की स्त्रियांच्या पूर्ण न झालेल्या इच्छा आणि स्वप्ने प्रामुख्याने शृंगारिक असतात आणि या इच्छा स्त्रियांची कथानके ठरवतात. उलट पुरुषांच्या कथानकांमागे प्रबळ काल्पनिकता असते. म्हणून ही कथानके अस्मितापूर्ण, महत्त्वाकांक्षी व शृंगारिक असतात पण स्त्रीवादी समीक्षेला वाटते की अशा समीक्षेमुळे दडपलेल्या स्त्रियांच्या अस्मिता, महत्त्वाकांक्षा दाखवता येतील. सामाजिक बंधनापलीकडची स्त्री दाखवता येईल. अनेक स्त्रीवादी कथा कवितांमध्ये आई-मुलगी, पणजी, आजी आई मुलगी अशी साखळी, दोन स्त्रियांमधली मैत्री असे विषय येतात. त्यामागे जोडले जाणे असा भाव असतो. इरावतीबाई कर्व्यांच्या एका लेखात उत्खननामध्ये सापडलेल्या हजारो वर्षांपूर्वीच्या एका स्त्रीच्या सांगाड्याकडे बघून त्या म्हणतात. 'तू म्हणजे मीच का गं?' ही स्त्रियांमधली साखळी स्थळकाळदेश यांना ओलांडून स्त्री म्हणून असलेले सर्व स्त्रियांमधील एक साम्य दाखवते.

अनेक वर्षे मानसशास्त्रज्ञ हे पुरुषच असल्याने व ते पुरुषप्रधान समाजात रहात असल्याने त्यांनी पुरुष हाच मापन दंडक धरून तुलनेने स्त्रीमध्ये असलेले फरक ही तिची कमतरता व कमकुवतपणा मानला. पौरुष हे पराक्रम, सामर्थ्य वर्चस्व यांचे प्रतीक मानले गेले व तुलनेने स्त्रीत्व हे दुबळे, परावलंबी, कमजोर मानले गेले. स्त्रीवादी मानसशास्त्र जेव्हा स्वतंत्रपणे अभ्यास करू लागले, त्यावेळी स्त्रीचे म्हणून मानले गेलेले अनेक गुण तिच्या शक्तीचे, सामर्थ्याचे प्रतीक आहेत हे लक्षात येऊ शकले. प्रेमाने स्त्री परिस्थिती बदलवू शकते. मदर टेरेसांच्या मनातील अतीव कणव हजारोंचे जीव वाचवू शकली. साहित्याचा मानसशास्त्रीय अभ्यास करण्याने साहित्यातील स्त्रीची अशी अनेक बलस्थाने दाखवता येतील.

ड) संस्कृती -

स्त्रियांची जैविकता, मानसिकता, भाषा हे सर्व घटक संस्कृतीतून घडतात.

म्हणून संस्कृतीचा अभ्यास महत्त्वाचा आहे. सामाजिक, कौटुंबिक, धार्मिक इत्यादी संस्कृतीच्या सर्व अंगांनी स्त्रियांना कायम दुय्यमत्वाची व दुजाभावाची वागणूक दिली. यामुळेच स्त्रीवादी साहित्य अस्तित्वात आले आहे. अशा सांस्कृतिक दंडकांना आव्हान देण्याचे व ते झुगारून देण्याचे मोठे चित्रण स्त्रीवादी साहित्यात दिसते. लग्न ह्या एकाच सामाजिक संस्थेचा विचार केला, तर अनेक स्त्री लेखक त्याच्या कितीतरी अंधाऱ्या बाजू उजेडात आणताना दिसतात. लग्न ही स्त्रीसाठी समाजात आवश्यक गोष्ट मानली जाते. लग्न न करणाऱ्या स्त्रीकडे संशयाने पाहिले जाते. पुरुषांसाठी लग्न हे सुखाचे साधन आहे. पण ही स्त्रीवर बंधन लादणारी घटना आहे. लग्नानंतर बायकोची बौद्धिक वाढ खुंटते. तिचे अस्तित्व नवऱ्याच्या माध्यमातूनच शिल्लक राहते, असे चित्रण करताना प्रिया तेंडुलकरांच्या कथेतील स्त्री; प्रेम, लग्न, कुटुंब या सर्व बाबतीत भ्रमनिरास झालेल्या स्त्रीने स्वत:चे प्रश्न स्वत:च सोडवले पाहिजेत, घटस्फोटात कमीपणा नाही, आत्मसन्मानाची किंमत मोजावीच लागते, त्यासाठी कणखर मन हवे अशी स्त्रीची बाजू बळकट करताना दिसते.

वडिलांचा आणि मुलग्यांचा प्रवास वेगळा असतो. आई मुलीचा प्रवास म्हटलं तर सारखा, म्हटलं तर निराळा असतो. संदर्भ बदलले तरी प्रवासात अटळपणे येणारे टप्पे तेच असतात. पाळी, गर्भारपण, पुरुषाची दंडेली सहन करणे वगैरे. बाईमध्ये संस्कृतीचे आणि आधुनिकतेचे एक अनोखे मिश्रण असते. इरावतीबाई कर्वे जर्मनीत जातात तेव्हा उठसूठ चुंबन घेणारी युरोपिअन संस्कृती त्या पाहतात. या पार्श्वभूमीवर स्पर्शाच्या साध्या सुखाला सगळ्याच नात्यामधून विसर्जित करू पाहणारी भारतीय संस्कृती त्यांना आठवते. संस्कृतीचा हा भव्य पट त्या बाई म्हणून समजू शकतात. इरावतीबाई भारतात परततात तेव्हा रीतीप्रमाणे साऱ्यांना वाकून नमस्कार करतात. पण मग त्यांना आईला मिठी माराविशी वाटते तेव्हा आई म्हणते, "काय गं हे विलायती चाळे?" खुद्द इरावतीबाईंमध्ये नव्या जुन्या संस्कृतीचा एक मनोहारी संगम दिसतो. पंढरीच्या वारीला त्या खेडवळ बायकांसमवेत जातात पण विठोबाला आपला बॉयफ्रेंड मानतात.

स्त्रियांची म्हणून एक खास संस्कृती, काळ, देश, भाषा, अवकाश यांना व्यापून असते. पुरुषी व्यवस्था, उतरंड, मूल्ये यांच्यापलीकडे स्त्रियांची म्हणून एक गाभ्यातील अंतर्गत अनुभूती असते. ही संस्कृती स्त्रियांची कृती आणि ध्येय केंद्रीय दृष्टिकोनातून नक्की करते. मूल्ये, नातेसंबंध, संवादाची पद्धत, कुटुंबसंस्थेतले योगदान यात वर्ग, वंश, धर्म वगैरेमुळे भेद पडला, तरी ते अंत:स्तरावर एक असतात. एरवी स्त्रिया नेहमीच्या संस्कृतीत वावरतात, पण जेव्हा त्या बंधनाने

आवळल्या जाऊ लागतात किंवा पुरुषांपेक्षा खालच्या असे त्यांना वागवले जाऊ लागते, तेव्हा त्या त्यातून बाहेर पडून आपली संस्कृती अधिक श्रेष्ठ आहे असे दाखवतात. याचे अधिक स्पष्टीकरण शोवॉल्टरच्या निबंधाच्या आधारे देता येईल. एकमेकात अडकलेल्या दोन वर्तुळाचे उदाहरण तिने दिले आहे.

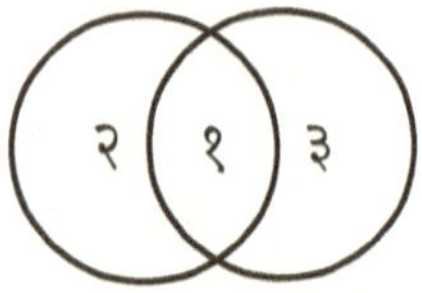

१) यामध्ये दोन्ही वर्तुळांना समान असलेला भाग स्त्री व पुरुष यांचे माणूस म्हणून असलेले समान अनुभव दाखवतो. २) हा प्रभावी गट पुरुषांचा आहे, पण त्याची सत्ता तिसऱ्या गटावर चालते. हा गट तिसऱ्या गटाच्या लेखनाची संरचना व भाषा नियंत्रित करतो. म्हणून गट तीन हा मूक गट आहे. गप्प बसणे आणि बसवले जाणे हे स्त्री संस्कृतीच्या मध्यावर आहे. स्त्रिया दोन पातळ्यांवर जगतात. गट दोन हा प्रदेश स्त्रियांनी पाहिलेला नाही, पण त्याच्या प्रभावाने स्त्रियांचे जगणे नियंत्रित केल्याने हा प्रदेश कसा आहे ते स्त्रियांना ठाऊक असते. पण ३) हा फक्त स्त्रियांचा प्रदेश असल्याने तो काय आहे हे पुरुषांना कळत नाही. या प्रदेशाला वाईल्ड झोन किंवा फीमेल स्पेस असे नाव तिने दिले आहे. स्त्रियांचा हा 'अज्ञात प्रदेश' स्त्रियांनीच उजेडात आणायला हवा. अदृश्य ते दृश्य करणे, मूकपणा सोडून बोलणे म्हणजे एक प्रकारे आरशाच्या पलीकडे जाणे आहे. स्त्रियांचे म्हणून असलेले खास अनुभव इथे व्यक्त होतील. ते केवळ स्त्री शरीराशीच संबंधित असतील, असे नाही तर अनुभव घेण्याच्या फरकांवर आधारित असेही असतील. मलिका अमरशेख, नीरजा यांच्या कवितेत पाळी, रक्तस्राव, संभोग अशा 'मूक' विषयांवर थेट भाष्य होते. मासिक रक्तस्रावाला उद्देशून लिहिलेली माझी 'हे सखे रजोवदने' ही कविताही फक्त स्त्रीच लिहू शकेल अशी आहे. स्त्रियांच्या साहित्यातील अशा अंधाऱ्या जागा शोधणे हे स्त्रीवादी समीक्षेचे महत्त्वाचे काम आहे.

स्त्रीवादी समीक्षेच्या अभ्यासाच्या दिशा -

१) स्त्रीवादी साहित्याची शिस्तशीर समीक्षा करणे.

२) वाङ्मय इतिहासामध्ये ज्या स्त्रियांची नावे गडप झाली, त्यांना संशोधनपूर्वक उजेडात आणणे. त्यांच्या साहित्याचे पुनरुज्जीवन करणे.

३) स्त्री लेखकांची परंपरा लक्षात घेऊन स्त्री साहित्याचा इतिहास लिहिणे

(फक्त याद्या करणे व मागोवा घेणे नव्हे.)

४) पाठ्यपुस्तकातून स्त्रियांना किती स्थान दिले गेले आहे, याचा अभ्यास करणे. स्त्री लेखक दुर्लक्षित झाले आहेत असे आढळल्यास त्यामागचे छुपे राजकारण उजेडात आणणे.

५) पुरुषांच्या अगर स्त्रियांच्या कोणत्याही प्रकारच्या लिखाणात स्त्री प्रतिमा कशी रंगवली जाते याचा अभ्यास करणे. (माझ्या 'संदर्भ स्त्री पुरुष' या ग्रंथात असा प्रयत्न केला आहे.) म्हणजेच साहित्यकृतीचे स्त्रीवादी पुनर्वाचन होय.

६) स्त्री चळवळी व स्त्रीसाहित्य यांचा संबंध तपासणे.

७) दंतकथा व पौराणिक कथांमध्ये स्त्रियांवर झालेल्या दडपशाहीला उजेडात आणणे.

८) प्रचलित साहित्यशास्त्रातील संकेत, परंपरा, मूल्यकल्पना ही पुरुषी धारणेतून निर्माण झाल्याने स्त्री साहित्याच्या होणाऱ्या अवमूल्यनावर प्रहार करून स्त्री साहित्याला प्रतिष्ठा मिळवून देणे.

स्त्रीवादी समीक्षेला नव्याने मिळणाऱ्या प्रतिष्ठेमुळे पुस्तके वाचून कळण्याइतका स्त्रीवाद सोपा आहे, असे समजू नये. वाङ्मयीन समीक्षेतील गद्यपणा आणि विद्वत्‌जडता यामुळे जीवनाशी वाङ्मयाचे संबंध तुटतात. स्त्रीवादी समीक्षा जीवनानुभववादी सौहार्दाने साहित्याकडे पहात असल्याने साहित्य व जीवन यांचा निकटचा संबंध दृढ करते.

संदर्भ ग्रंथ

मराठी

१) धोंगडे अश्विनी - स्त्रीवादी समीक्षा - स्वरूप आणि उपयोजन - दिलीपराज प्रकाशन, तृतीय आवृत्ती (२००९)

२) धोंगडे अश्विनी - (संपादक), भारतीय भाषांतील स्त्रीवादी साहित्य - महाराष्ट्र साहित्य परिषद, (२०१६)

इंग्रजी

1) Josefine Danovan - Feminist Theory. Continuum Publication, Third edition - (2000)

2) Elaine Showalter - Feminist Criticism in the Wilderness Pluralism and the Feminist Critique (essay available on google.com)

- o - o -

स्त्री-पुरुष समानतेचा पहिला नारा

अपस्टेट न्यूयॉर्क हा न्यूयॉर्क राज्याच्या पश्चिम व उत्तरेकडील भाग निसर्गसौंदर्यानं अतिशय समृद्ध असा प्रदेश आहे. फिंगर लेक्स नावाने प्रसिद्ध असलेली शेकडो तळी हे या भागाचं वैशिष्ट्य आहे. रॉचेस्टरपासून चाळीस, पंचेचाळीस मैलांवर सिनेका फॉल्स आणि वॉटर्लू नावाची दोन सुंदर खेडेगावे आहेत. मैलोन् मैल पसरलेले द्राक्षांचे मळे, द्राक्षापासून मदिरा बनवणारे कारखाने, समुद्रासारखा इतस्तत: पसरलेला कायुगा सिनेका कॅनॉल यामुळे या दोन गावांचे सौंदर्य अधिकच खुलले आहे. एकेकाळी हे गाव औद्योगिक वसाहत म्हणून ओळखले जात होते. फायर इंजिन्स, पम्प्स, निटिंग मिल्स, मशीन्स इत्यादी अनेक उत्पादनांनी गजबजलेलं हे श्रीमंत गाव जुन्या वैभवाच्या थोड्याफार खुणा आजही बाळगून आहे. पण 'सिनेका फॉल्स' हे नाव उच्चारल्याबरोबर जगातल्या स्त्री चळवळीतल्या कार्यकर्त्यांना आज काय आठवण होत असेल, तर जगातले पहिले महिला अधिवेशन इथे १९, २० जुलै १८४८ रोजी भरले आणि 'स्त्री पुरुष' समानतेचा पहिला नारा इथे १७० वर्षांपूर्वी दिला गेला. हे गाव म्हणजे बायकांना त्यांची पंढरी वाटावी इतके इथले वातावरण आजही भारलेलं आहे.

१९८० मध्ये तयार केलेले राईट्स नॅशनल हिस्टॉरिकल पार्क हे इथलं प्रमुख आकर्षण आहे. त्याच्याजवळ वेस्लयन चॅपलची जुनी शेड आजही उभी आहे. महिला हक्काचे पहिले अधिवेशन या ठिकाणी भरले. याच गावात एलिझाबेथ कॅडी स्टॅन्टनचे घर आहे, ती या अधिवेशनाची शिल्पकार होती. जवळच्याच वॉटर्लूमध्ये हंट हाऊस आणि मॅक्लिंटॉक हाऊस आहे, तिथे या अधिवेशनाच्या योजना आखण्यात आल्या. अमेरिकेच्या सामाजिक, राजकीय, आर्थिक, सांस्कृतिक जीवनावर ज्यांनी प्रभाव गाजवला अशा शिक्षण, कला, विज्ञान, आर्किटेक्चर, खेळ, मानव्य वगैरे क्षेत्रातील जवळजवळ शंभर स्त्रियांची चित्रमय यशोगाथा मांडणारे 'नॅशनल वुमेन

हॉल ऑफ फेम' प्रदर्शन याच गावात आहे. आजही या गावातले वातावरण, दुकाने, हॉटेल्स, कार्यक्रम, सगळीकडे महिला अधिवेशनाच्या स्मृती जागवणारे आहे. केवळ अमेरिकेतल्याच नव्हेत तर जगाच्या कानाकोपऱ्यातल्या स्त्रिया इथे आवर्जून भेट देताना दिसतात. परत जाताना स्वत:वरचा एक नवा विश्वास मिळवून जातात.

नॅशनल हिस्टॉरिक पार्कच्या व्हिजिटर सेंटरमध्ये शिरल्याबरोबर प्रथम दृष्टीला पडतात ते पंधरा वीस स्त्रियांचे आणि दोन तीन पुरुषांचे ब्राँझचे सुंदर पुतळे. घोळक्याने एकत्रित येणाऱ्या स्त्री पुरुषांचे हे शिल्प इतके देखणे आहे की लांबून ते खरे स्त्री पुरुषच वाटावेत. तत्कालीन स्त्रियांचे लांब पायघोळ चुणीदार झगे, लांब केसांची मानेपासून उंच केशरचना, त्यांच्या चेहऱ्यावरचे भाव आणि त्यांचा चालण्याचा आविर्भाव यामुळे ही शिल्पे जिवंत झाली आहेत. यामध्ये मेरी ॲन् आणि थॉमस मॅक्लिंटॉक, ल्युक्रेशिया आणि जेम्स मॉट, जेन आणि रिचर्ड हंट, एलिझाबेथ कॅडी स्टॅन्टन, फ्रेडरिक डग्लस, मार्था राईट इत्यादींचे पुतळे आहेत. कारण या सर्वांच्या एकत्रित प्रयत्नाने हे महिला अधिकाराचे पहिले अधिवेशन उभे राहिले.

तशी महिलांनी आपले हक्क मागण्याची सुरुवात अमेरिकेत १७७५ सालापासूनच झाली होती. अमेरिकन राज्यक्रांतीनंतर सरकार बनवताना ॲबिगेल ॲडॅम्स या महिलेने बजावले होते की 'जर कायदे बनवताना त्यात महिला प्रतिनिधी नसतील, तर ते कायदे आम्ही मानणार नाही. आम्ही त्याविरुद्ध बंड करू.' १७८४ मध्ये ज्युडिथ मरेने स्त्रियांना शिक्षण मिळावे म्हणून आणि स्त्री पुरुष समानता यावी म्हणून पुष्कळ लेखन केले. १७८८ मध्ये स्थानिक पातळीवरच्या काही निवडणुकांतून स्त्रियांना मतदानाचा अधिकार देण्यात आला.

पण एकूण अमेरिकेत स्त्रियांची स्थिती अत्यंत दयनीय होती. समाजात वा कुटुंबात त्यांना कोणतेही स्थान नव्हते. लग्नाआधी वडील व लग्नानंतर नवरा यांचा त्यांच्यावरती हक्क चाले. स्त्रीला मतदानाचा अधिकार नव्हता. तिला सार्वजनिक जागी बोलण्याची वा स्वत:चे ऑफिस काढण्याची परवानगी नव्हती. स्त्रियांना फक्त काही कॉलेजमध्येच प्रवेश मिळे, कारण त्यांनी गृहिणी व्हावे हीच समाजाकडून अपेक्षा असे. शिक्षिका, घरकाम किंवा कापड गिरणीत कामगार एवढ्याच नोकऱ्या त्यांच्यासाठी मर्यादित होत्या आणि तिथेही त्याच कामासाठी त्यांना पुरुषांपेक्षा निम्मा पगार मिळे. कुठल्याही कायदेशीर कागदपत्रांवर स्त्रियांची सही चालत नसे. त्यांना कोर्टात खटला दाखल करता येत नसे. घटस्फोट देता येत नसे. मुलांचा ताबा मिळत नसे. कोणतीही संपत्ती त्यांच्या नावावर नसे. एवढेच काय त्यांचे कपडेलत्ते, दागिने यावरही त्यांचा हक्क नव्हता. याबद्दलचा स्त्रियांचा असंतोष अधून मधून प्रकट होई. पण सार्वजनिकरित्या

तोपर्यंत बायकांचा आवाज उठला नव्हता.

प्रातिनिधिक प्रतिक्रिया म्हणून ३२ वर्षीय एलिझाबेथ कॅडी स्टॅन्टन हिने 'आपल्याला घरामध्ये पिंजऱ्यात अडकलेल्या वाघिणीसारखे एकटे वाटते,' असे स्वत:चे वर्णन केले आहे. तिचा नवरा वकील होता आणि तिला तीन मुले होती. सिनेका फॉल्समध्ये राहायला आल्यावर खेडेगावातील जीवन तिला फारच त्रासदायक वाटू लागले. 'बाई, आई, बायको, गृहिणी म्हणून मी इतक्या वेगवेगळ्या तऱ्हेच्या भूमिका दिवसभर बजावत होते, पण माझ्या बुद्धिमत्तेला त्यात यत्किंचितही वाव नव्हता. रिकाम्या पोटाप्रमाणे रिकामे मन ही सुद्धा नैराश्य आणणारी गोष्ट असते.' असे तिने स्वत:बद्दल म्हटले आहे. लग्न झाल्यावर पतीसमवेत गुलामीच्या प्रथेविरोधी अधिवेशनाला ती लंडनला गेली असताना बायकांना तिथे प्रवेश नाकारण्यात आल्याने तिला बाहेर थांबावे लागले. त्याचवेळी तिच्या मनात महिला हक्काची चळवळ उभारण्याची ठिणगी पडली.

सिनेका फॉल्समध्ये त्या काळात सुधारकी मतांची काही कुटुंबे राहात होती. गुलामीची प्रथा नष्ट व्हावी म्हणून त्यातील काहीजण सक्रिय होते. मॅक्लिंटॉक कुटुंबाची कापड गिरणी होती, पण दक्षिणेकडून येणारा कापूस काळ्या गुलामांच्या शोषणातून मिळवला जातो, म्हणून त्याने आपल्या गिरणीत कॉटनचे उत्पादन बंद केले आणि फक्त वुलन कापडाची निर्मिती सुरू केली. अशा ध्येयाने भारलेली काही मंडळी एकत्र आली आणि त्यांच्या चर्चा, विचारांतून महिलांच्या हक्कांचा जाहीरनामा लिहिला गेला. हा जाहीरनामा आजही ग्रॅनाईटच्या फरशीवर खोदून या हिस्टॉरिक सेंटरमध्ये मध्यभागी लिहिला आहे.

एलिझाबेथ स्टॅन्टनला आलेले वैफल्य हे या अधिवेशनाचे तात्कालिक निमित्त ठरले, तरी एकूणच स्त्रियांच्या मनातल्या कोंदलेल्या भावनांना या निमित्ताने आविष्काराची संधी मिळाली. न्यूयॉर्क राज्यातील सिनेका फॉल्स येथील वेस्लीयन मेथॉडिस्ट चॅपेलमध्ये १९ आणि २० जुलै १८४८ रोजी महिलांच्या हक्कांचे हे पहिले अधिवेशन साजरे झाले. त्यासाठी ३०० स्त्री पुरुष उपस्थित होते. स्त्री पुरुष समानतेच्या जाहीरनाम्यावर सह्या घेण्यात आल्या, त्यावेळी फक्त १०० लोकांनी (६८ स्त्रिया व ३२ पुरुष) त्यावर सह्या केल्या. स्त्री पुरुषांची अशी दोन दिवसांची जाहीर सभा हे त्यावेळी अद्‌भुत होते आणि हे अधिवेशन भरवण्यात एलिझाबेथ कॅडी स्टॅन्टन, ल्युक्रेशिया मॉट, जेन हंट, मार्था राईट इत्यादी स्त्रियांबरोबर थॉमस मॅक्लिंटॉक, रिचर्ड हंट, जेम्स मॉट आणि कृष्णवर्णीय नेता फ्रेडरिक डग्लस यांचाही तितकाच सहभाग होता.

पहिल्या दिवशी एलिझाबेथ आणि ल्युक्रेशिया यांनी जाहीरनाम्याचा मसुदा विचारार्थ वाचून दाखविला. हे अधिवेशन भरविण्यामागची आपली भूमिका विशद केली आणि या मसुद्यावर सुधारणा आणि चर्चा घडून यावी, असे आवाहन केले. एखाद्या स्त्रीने सभेचे अध्यक्षपद स्वीकारावे ही कल्पना फारच क्रांतिकारी वाटल्याने जेम्स मॉट यांच्याकडे ते देण्यात आले. स्त्रियांना मतदानाचा हक्क मिळावा असा ठराव एलिझाबेथ स्टॅन्टनने आयत्यावेळी मांडला, पण त्याला आयोजकांसकट इतरांनी खूपच विरोध केला. मात्र आफ्रिकन अमेरिकन नेता फ्रेडरिक डग्लस याने त्यावेळी इतके प्रभावी भाषण केले की हा ठराव प्रचंड बहुमताने पास झाला. स्त्री पुरुष समानता ही परमेश्वरालाच मान्य नाही, इथपासून समानता मिळविण्याची बायकांची लायकीच नाही, इथपर्यंत अनेक आक्षेप घेण्यात आले. पण या पाचही बायकांनी स्त्रियांच्या तत्कालीन स्थितीचे सडेतोड वर्णन करून प्रत्येक ठरावाची गरज पटवून दिली. ल्युक्रेशिया मॉट हिने भाषणात विशेष बाजी मारली आणि स्त्रियासुद्धा आपली बाजू किती चांगल्या रीतीने मांडू शकतात याचे दर्शन घडविले.

काही वृत्तपत्रांनी अधिवेशनाचे कौतुक केले, तर काहींनी त्यावर टीकेची झोड उठवली. 'या पहिल्या महिला हक्क अधिवेशनाने स्त्रियांच्या प्रगतीचे एक नवे युग सुरू झाले आहे. पुरुषांना मिळणाऱ्या सर्व हक्कांची खात्री स्त्रियांना मिळाल्याशिवाय हे चक्र आता थांबणार नाही.' असे 'नॅशनल रिफॉर्मर' या वृत्तपत्राने म्हटले. 'स्त्रियांच्या आत्तापर्यंतच्या इतिहासात अशा मागण्या अनैसर्गिक आणि धक्कादायक आहेत. बायका जर मताचे आणि कायद्याचे हक्क मागणार असतील तर पुरुषांनो, तुमच्या जेवणाचे काय होणार? आमच्या घरातल्या शेकोट्या कोण पेटवणार? आमचे फाटके मोजे कोण शिवणार?' असा टिपिकल पुरुषी सूर अनेकांनी लावला.

या हिस्टॉरिक सेंटरने ही सर्व हकिगत अत्यंत आकर्षकरित्या सादर करून तो काळ जिवंत केला आहे. त्या काळात स्त्रियांच्या स्वातंत्र्यावर आलेले विनोद आजही फार कालबाह्य झालेले नाहीत. नवरा घरात स्वयंपाक करतो आहे आणि बायको बाहेर वाचत बसली आहे. नवरा घरात मुले सांभाळतो आहे आणि 'माझी भटकी बायको रात्री कुठे भटकतेय' असे तो म्हणतोय. मताचा अधिकार मागणाऱ्या स्त्रियांना कोंबडीचे रूप देऊन म्हटले आहे. 'बाहेरच्या त्रासाची अंडी उबवण्यापेक्षा घरात बसा, निवडणुकीत पुरुषांबरोबरीने मत द्यायला मिळते आहे म्हणून आनंदी आहात, पण बाहेरच्या हवेने त्वचेचा गोरेपणा उडून जाईल तेव्हा समजेल.' त्या काळातली ही व्यंगचित्रे अर्थातच स्त्रियांचे मनोधैर्य खच्ची करू शकली नाहीत.

स्त्रियांचा हा लढा असाच जोरदारपणे पुढे चालू राहिला. पुढे ७० वर्षांनी

म्हणजे १९२० साली सुझन बी. अँथनी हिच्या अथक प्रयत्नांनी घटना दुरुस्ती झाली आणि स्त्रियांना मतदानाचा हक्क मिळाला. अजूनही अमेरिकन स्त्रीचा लढा अनेक क्षेत्रात चालू आहे. राजकीय सत्ता, समान वेतन, उच्च पदावरच्या जागा, चांगले शिक्षण, आरोग्य सुधारणा, सुरक्षितता अशा अनेक पातळ्यांवर स्त्रिया आजही आपला आवाज उठवत आहेत आणि त्याचे मूळ या पहिल्या हक्कांच्या जाहीरनाम्यात आहे. या स्त्रियांनी आपल्या मागण्या जाहीर करून अमेरिकेत सामाजिक क्रांतीला आव्हान दिले. मतदानाच्या अधिकारामुळे स्त्रियांची स्थिती बदलू शकते, हा लोकशाहीवरील विश्वास दृढ केला, पण या एकाच प्रश्नापुरते त्यांनी स्वत:ला सीमित ठेवले नाही. नोकऱ्या, संपत्तीत वाटा, शैक्षणिक संधी, घटस्फोटाचा अधिकार, व्यक्तिस्वातंत्र्य, मुलांचा ताबा वगैरे कित्येक मागण्या करण्याचे धैर्य त्यांनी त्या काळच्या सनातन समाजापुढे दाखवले.

अधिवेशन संपल्यावर हंटने आपल्या नवऱ्याबरोबर अनेक सामाजिक सुधारणांसाठी काम केले. राईट आणि मॅक्लिंटॉक यांच्या दोन मुलींनी स्त्री चळवळीला स्वत:ला वाहून घेतले. मॉट, स्टॅन्टन यांनी सुझन बी ॲन्थनीबरोबर स्त्री चळवळ पुढे नेली. स्टॅन्टन आणि सुझन ह्या दोघी पुढे स्त्री चळवळीच्या आधारस्तंभ बनल्या. दोघींनी मिळून पुढे काही पुस्तके लिहिली. घरकाम आणि मुले सांभाळणे या स्त्रियांच्या पारंपरिक कामाला स्टॅन्टनने आव्हान दिले. तिने नेहमीचा पायघोळ झगा घालायचा सोडून दिला आणि ती पँट आणि गुडघ्यापर्यंत येणारे स्कर्ट घालू लागली. हे कपडे तिची बहीण लिबी स्मिथ मिलरने शोधले होते आणि अमेलिया ब्लूमरने लोकप्रिय केले होते. त्यांच्यावर भरपूर टीका झाली होती. पण हालचालीतील स्वातंत्र्य, सुलभता या प्रकारच्या कपड्यात होती. स्टॅन्टनला सात मुले झाली आणि त्या मुलांना घरी आलेल्या पाहुण्यांबरोबर बोलण्याचे वा वैचारिक वाद घालण्याचे स्वातंत्र्य होते. तिने अशा संवादासाठी एक 'कॉन्व्हर्सेशन क्लब' काढला होता आणि तिथे स्त्री प्रश्नांवर चर्चा चाले. गरिबांसाठी काम करू लागल्यावर तर तिला स्त्रियांच्या आर्थिक असुरक्षिततेची अधिकच जाणीव झाली. तिच्या आयुष्यातील या सर्व घटनांची स्मृती या केंद्रात जपली आहे.

या महाअधिवेशनापुरतेच हे हिस्टॉरिक नॅशनल पार्क सीमित नाही. याच्या दुसऱ्या मजल्यावर स्त्रियांचे एक जगच उभे केले आहे. स्त्रियांच्या इतिहासाच्या प्रत्येक टप्प्यावरच्या आधुनिक काळापर्यंत खुणा इथे टिपल्या आहेत. फोटो, फ्लॅशबोर्ड, कोडी, पुतळे, प्रश्नमाला, छोट्या फिल्म्स, कम्प्युटर गेम्स यांच्या साहाय्याने स्त्री विषयक सर्व महत्त्वाच्या घटनांना इथे उजाळा मिळाला आहे. नवऱ्याकडून होणारा

बलात्कार, घरात होणारा हिंसाचार, क्रेडिटविषयक कायदे वगैरे अनेक विषयांवर तुमची मते नोंदवून योग्य उत्तरे मिळवण्यासारखे खेळ इथे आहेत.

मुलगे व मुलींच्या खेळण्यांमध्ये पूर्वी फरक होते. कपड्यांमध्ये फरक होते, जीवनमानात फरक होते. त्याविषयी इथे प्रत्यक्ष वस्तू मांडल्या आहेत. लिंगभेदाप्रमाणे स्त्री पुरुषांना मिळणाऱ्या नोकऱ्यांमध्ये आजही कसे भेद केले जातात, ह्याचे रॉड ग्राफने प्रत्यक्ष ठोकळे ठेवून दिग्दर्शन केले आहे. बायकांना मतदानाचा हक्क मिळावा म्हणून बायकांनी अनेक मार्गांनी प्रसार केला. गावात सर्कस आली असताना हत्तीच्या पाठीवर 'व्होट फॉर वुमेन'चे बॅनर लागले होते. परेडच्या वेळी ते लोकांच्या दृष्टीस पडले. फ्लॉरेन्स ल्युसकोंब (१९०९) या स्त्रीने बायकांची जर्नल्स रस्त्यावर बसून विकली, नाटके बसवली, सफ्रेज क्लब्ज काढले. हजारो लोकांशी वादविवाद केले आणि १९ आठवड्यात २२२ भाषणे दिली. अशी काही गमतीशीर टिपणे इथे वाचायला मिळतात. १८८८ सालातला एक किस्सा- राष्ट्राध्यक्षपदासाठी उमेदवारी करणाऱ्या एकाने मुलींच्या शाळेला एकदा भेट दिली. त्याने एका मुलीला विचारले, 'काही वर्षांनी तिला फर्स्ट लेडी (राष्ट्राध्यक्षांची पत्नी) होणे आवडेल की नाही?' ती मुलगी म्हणाली, 'अजिबात नाही, मला राष्ट्राध्यक्ष होणे अधिक आवडेल.'

एकूणच स्त्री स्वातंत्र्याचा हा प्रवास फारच उद्‌बोधक आणि रंजक आहे. त्याचा अनुभव घेताना आपल्याकडे असे एखादे म्युझियम का असू नये, याची खंत मात्र वाटत होती.

-०-०-

पुरुष परिवर्तनाचा एक नवा आयाम

'चांगला पुरुष असणं म्हणजे काय?' प्रोफेसर मायकेल किमेल, स्टोनी ब्रूक विद्यापीठातले समाजशास्त्राचे प्राध्यापक, यांनी महाविद्यालयीन विद्यार्थ्यांना प्रश्न केला. मुलं थोडी बुचकळ्यात पडली. किमेलनी थोडं अधिक स्पष्टीकरण दिलं. 'समजा एखाद्या माणसाचा मृत्यू झाला तेव्हा कोणीतरी म्हणालं, 'चांगला माणूस होता बिचारा.' म्हणजे 'चांगल्या या शब्दाचा कोणता अर्थ तुम्हाला प्रतीत होतो?'

'दुसऱ्यांची काळजी घेणारा'

'आपल्या गरजांपूर्वी इतरांच्या गरजा पूर्ण करणारा!'

'प्रामाणिक'

'सरळमार्गी'

एका पाठोपाठ एक उत्तरे येऊ लागली. त्यांची 'चांगला पुरुष' या शीर्षकाखाली फळ्यावर नोंद करत किमेल यांनी पुढचा प्रश्न केला.

'सच्चा (रिअल) पुरुष म्हणजे काय?'

'अधिकार गाजवणारा'

'सगळ्यांवर ताबा (कंट्रोल) ठेवणारा'

'धोके, जबाबदारी पत्करणारा'

'मानसिक, शारीरिक दुबळेपणा नसणारा'

'पुरुषासारखं बोलणारा, चालणारा, कधीही न रडणारा'

'हातपाय गाळून न बसता मार्ग शोधणारा'

'कर्तृत्ववान'

'स्वत:च्या इच्छेप्रमाणे इतरांना वागायला लावणारा'

एका मागोमाग एक उत्तरे आली. ती किमेल यांनी फळ्यावर दुसऱ्या बाजूला लिहिली. या दोन्ही बाजूची तुलना करत 'चांगला' आणि 'खरा' या दोन शब्दांच्या

विशेषणांतली तफावत त्यांनी विद्यार्थ्यासमोर आणली आणि ते म्हणाले की, 'पुरुष असणं म्हणजे काय, या बाबतीत अमेरिकन पुरुष गोंधळलेला आहे.' (अमेरिकनच काय, जगातले सगळेच पुरुष गोंधळलेले आहेत.)

'स्त्री अभ्यास केंद्र' हा शब्द आता आपल्या चांगल्या परिचयाचा आहे. पण पुरुष अभ्यास केंद्र हा शब्द अजून आपल्याला फारसा माहीत नाही. अमेरिकेतील काही विद्यापीठांमध्ये अशी पुरुष अभ्यास केंद्रे गेल्या काही वर्षांत उघडली गेली आहेत. स्टेट युनिव्हर्सिटी ऑफ न्यूयॉर्कचा एक हिस्सा असलेल्या स्टोनी ब्रूक युनिव्हर्सिटीने या बाबतीत विशेष पुढाकार घेतला आहे. त्यांच्याकडे गेली २५ वर्षे 'पुरुष आणि पौरुष' हे अभ्यास केंद्र चालू आहे. ते जवळपास बावीस महाविद्यालयांशी जोडले आहे. नुकतेच या विद्यापीठाने या विषयाचा पदव्युत्तर (मास्टर्स डिग्री) अभ्यासक्रम सुरू करणार असल्याचे जाहीर केले आहे. 'पौरुष' शब्दाचे बहुवचन (मॅस्क्युलिनिटीज) डॉ. कीमेल यांना अभिप्रेत आहे. कारण पुरुष असण्याचे अनेक अर्थ त्यांना शिकवायचे आहेत.

गेल्या चाळीसपेक्षा अधिक वर्षे प्रा. किमेल या प्रश्नांशी संबंधित आहेत, म्हणजेच जवळपास १९७५ पासून. स्त्री चळवळी आणि स्त्री अभ्यासकेंद्रे चालू झाली तेव्हापासून. पहिली आठ दहा वर्षे लोकांनी त्यांची खिल्ली उडवली, चेष्टा केली, गंभीरपणे या विषयाकडे पहायला पुरुषही तयार नव्हते. प्रा. किमेल यांची पहिल्यापासून या विषयाकडे पाहण्याची भूमिका स्पष्ट होती. ती म्हणजे, 'ही पुरुषांच्या हक्काची चळवळ नव्हे. स्त्रीवादाला उत्तर देऊन तो उखडून टाकण्यासाठी निर्माण केलेला हा पुरुषवाद नव्हे. लिंगभाव समानता निर्माण करणे हा यामागचा मूळ उद्देश आहे.' आजच्या काळात पुरुष असणे म्हणजे काय? पौरुषाच्या आविष्काराचा स्त्री, पुरुषांवर काय परिणाम होतो? सिनेमातल्या नायकासारखे सगळेच पुरुष बळकट, संकटांशी दोन हात करणारे, आपल्या बाहुबलाचे प्रदर्शन करणारे, 'मॅचो' (मर्दानी) प्रतिमा असणारे नसतात. पुरुषांच्या पारंपरिक, ठराविक साच्याच्या प्रतिमेत न बसणारे पुरुषही अशा मर्दानगीच्या पिंजऱ्यात अडकलेले दिसतात. या तथाकथित पौरुषाच्या प्रतिमेतून बाहेर पडण्यासाठी कॉलेज विद्यार्थ्यांशी नेहमी मोकळेपणाने बोलले पाहिजे, चर्चा, वाद-विवाद करायला हवा. त्यांना स्वत:ची मते मांडण्यासाठी व्यासपीठ हवे, ही आज काळाची गरज आहे.

अमेरिका असो, भारत वा अन्य देश, महाविद्यालये, विद्यापीठे यांचे आवार आज महिलांसाठी सुरक्षित आहे का? पाच विद्यार्थिनींतील एकीवर बलात्कार होतो, हे आज अमेरिकेतील सर्वेक्षण आहे. विनयभंग, लैंगिक अत्याचार, रॅगिंग, मारामाऱ्या,

हल्लागुल्ला, एकतर्फी प्रेमातून हत्या, शिवीगाळ, इमारतीची तोडफोड हे आज सगळीकडे दिसणारे वास्तव आहे. एका बाजूला अभ्यासाचा प्रचंड ताण, एकेक मार्कासाठी लढण्यासाठी पालकांनी निर्माण केलेला दबाव, छोट्याशा अपयशाने खचून निर्माण झालेले प्रचंड नैराश्य, त्यातून घडणाऱ्या आत्महत्या याची मुलीपेक्षा मुले जास्त बळी आहेत. हे प्रश्न ज्या गांभीर्याने घेतले पाहिजेत, त्या गांभीर्याने घेतले जात नाहीत. त्यावरच्या ठोस उपाययोजनांची कार्यवाहीही होत नाही.

१५ ते २५ ही प्रत्येक पुरुषाच्या कारकिर्दीतील सर्वोच्च महत्त्वाची वर्षे. या काळात मुले स्वत:विषयी प्रचंड गोंधळलेली असतात. स्वत:ची ओळख स्वत:ला करवून घेण्याचा हा काळ असतो. मित्रांच्या गटामध्ये 'पुरुष' असणं म्हणजे काय, यावर चर्चाही होतात आणि बऱ्याच वेळेला पौरुषत्व सिद्ध करण्याच्या चुकीच्या कल्पना प्रसृत होतात. स्वामित्व गाजवणे, ताबा ठेवणे, व्यसने करणे, आक्रमकपणे वागणे, एखाद्या मुलीवर शारीरिक, मानसिक अत्याचार करून स्वत:ला प्रस्थापित करू बघणे, बेफिकीरपणे वागणे, 'मी' पणाच्या खोट्या कल्पनांचे मुखवटे चढवून वागणे, मुलींना तुच्छ लेखणे, त्यांचा अपमान करण्यात आनंद वाटणे अशा कृतीने आपली 'पुरुष' ही प्रतिमा अधोरेखित होते, अशी कल्पना दृढ होते. त्यातून अभ्यासाकडे दुर्लक्ष आणि गुन्हेगारी प्रवृत्ती यांची वाढ होते. गर्लफ्रेंड नाही, म्हणजे खास मैत्रीण नसणे म्हणजे आपण काहीतरी कमी आहोत असा गंड मनात उत्पन्न होतो. मुलींच्या गटातही बॉयफ्रेंड नसलेल्या मुलींची चेष्टा होते.

स्त्री अभ्यास केंद्र, स्त्रीवादी चळवळी, स्त्री पुरुष समानतेच्या चर्चा या सगळ्या गोष्टींना आज चाळीस पंचेचाळीस वर्षांचा इतिहास आहे. प्रत्येक विद्यापीठात स्त्री अभ्यास केंद्रे चालवली जातात. स्त्रियांच्या जीवनातील विविध पैलूंवर तिथे संशोधन होते. चर्चासत्रांतून स्त्रियांवरील प्रश्न मोठ्या प्रमाणावर चर्चिले जातात. पेपर वाचन होते. स्त्रियांचे आरोग्य, आर्थिक परावलंबन, राजकारणातील अत्यल्प सहभाग, स्त्री भ्रूणांची हत्या, कुटुंब आणि समाज जीवनातले दुय्यम स्थान, लिंग आणि लिंगभाव यातील फरक, स्त्रियांवर घरात, घराबाहेर होणारे अत्याचार, बलात्कार, स्त्रियांचा व्यापार, वेश्यांचे प्रश्न, स्त्रियांचे विकृत चित्रीकरण, माध्यमातील स्त्री प्रतिमा इत्यादी असंख्य दृष्टिकोन या निमित्ताने पृष्ठभागी आले. लोकांचे त्याकडे लक्ष वेधले. स्त्री चळवळींनी अनेक प्रश्नांविरोधात चांगला लढा दिला. स्त्रियांचे प्रश्न आज सुटले आहेत, अशी परिस्थिती नाही. तथापि ४० वर्षांपूर्वीची स्त्री आणि आजची स्त्री यात गुणात्मक फरक नक्कीच पडला आहे. सर्व क्षेत्रातील स्त्रियांचा वावर आणि स्वत:च्या क्षमतांशी स्त्रियांची झालेली ओळख यातून आधुनिक प्रगत स्त्रीची एक नवी प्रतिमा

निर्माण झालेली आहे.

स्त्रीवादी दृष्टिकोनातून अभ्यास करताना मला आणि माझ्यासारख्या इतर अनेकींना काही मूलभूत प्रश्न पडत. स्त्री अभ्यास फक्त स्त्रियांपुरता मर्यादित आहे का? पुरुष प्रधानता ही सर्व प्रश्नांच्या मुळाशी असूनही प्रत्यक्ष चर्चांमध्ये पुरुषांचा सहभाग का नाही? कृतिशील कार्यक्रम फक्त स्त्रियांसाठीच का? स्त्री प्रश्नांची चर्चा करणारी मासिके, पुस्तके, वृत्तपत्रीय लेख वाचणाऱ्या स्त्रियाच जास्त. जवळ जवळ महाराष्ट्रातील दोनशे महाविद्यालयांतून या काळात मी व्याख्याने दिली. या सर्व महाविद्यालयांतून जणू काही 'फक्त स्त्रियांसाठी' असा बोर्ड लिहिलेला असावा, तशा फक्त विद्यार्थिनींना हॉलमध्ये श्रोते म्हणून आणले जाई. नंतरच्या प्रश्नोत्तराच्या वेळात मुली हमखास म्हणत, 'आमच्यापेक्षा मुलांना हे सांगण्याची अधिक गरज आहे.' आणि ते खरेच होते. पण 'स्त्रियांच्या प्रश्नांशी मुलांचं काही देणं घेणं नाही.' अशीच बहुधा प्राध्यापकांची भूमिका असे. खरे तर सर्व स्त्री प्रश्न हे प्राय: पुरुषांशी निगडित आहेत. पण आपल्या एकूणच समाजजीवनात स्त्री पुरुष एकत्र येऊन या प्रश्नांची चर्चा वा सोडवणूक होत नाही.

नव्वदीच्या दशकाच्या सुरुवातीला मी ज्या महाविद्यालयात प्राचार्य म्हणून काम करत होते, त्या एस.एन.डी.टी. विद्यापीठाच्या कुलगुरू म्हणून डॉ. सुमा चिटणीस या पदावर आल्या. स्त्रीवादाच्या खंद्या पुरस्कर्ता आणि संशोधक या नात्याने त्यांनी अभ्यासक्रमात काही बदल केले. कला आणि सामाजिक शास्त्रे व साहित्याभ्यासाच्या प्रथम वर्षाच्या विद्यार्थिनीसाठी त्यांनी स्त्रीविषयक प्रश्नांवर एक पेपर सक्तीचा ठेवला आणि पदवी अभ्यासक्रमाच्या दहा पेपर्समधे त्या त्या विषयासंदर्भात एकेक पेपर घातला. जसे की अर्थशास्त्राच्या विद्यार्थिनीसाठी 'स्त्रिया आणि अर्थशास्त्र', इंग्रजी साहित्यासाठी 'वुमन : सब्जेक्ट ॲन्ड ऑब्जेक्ट इन लिटरेचर' असा पेपर. ही कल्पना फारच चांगली होती आणि जाणीव जागृतीसारखे काही चांगले परिणामही जाणवू लागले. पण पुन्हा आमचे महिला विद्यापीठ. त्यामुळे हा सर्व अभ्यासक्रम स्त्रियांपुरता मर्यादित!

मला नेहमी वाटे, एखाद्या पुरूषाला उत्तम वकील व्हायचे असेल तर त्याला स्त्री पुरुष समानतेची तत्त्वे शिकवली गेलीच पाहिजेत. आपल्या हाताखालच्या आणि सहकारी स्त्रियांचा मान अभियंत्याने ठेवायचा असेल, तर तशी त्याची मनाची घडवणूक अभ्यासक्रमातून व्हायला हवी. वैद्यकीय क्षेत्रात स्त्रियांचे शरीरशास्त्र कळते, पण त्यांचे मानसशास्त्र शिकविण्याची काही सोय नाही. स्त्रियांच्या अडीअडचणींचा, घरातला वावर आणि त्यांचे वैयक्तिक खाजगीपण जपण्याची सोय याचा विचार घराचे

आराखडे करणाऱ्या स्थापत्य विशारदाला तेव्हाच होईल, जेव्हा स्त्रियांच्या घरातल्या मानसिक कुचंबणेची आणि शारीरिक कष्टाची त्याला जाणीव असेल. स्त्रियांची लैंगिक वर्णने चविष्टपणे पुस्तकात लिहून पुस्तकांचा खप वाढवणारे साहित्यिक, पोलिस चौकीतच स्त्रियांवर झालेल्या बलात्कार, अत्याचाराच्या घटना, माध्यमातून स्त्री शरीराचे प्रदर्शन मांडणारे निर्माते, दिग्दर्शक, लेखक, आपला व्यवसाय कोणताही असो, स्त्रियांना सन्मानपूर्वक वागणूक देणे शिकवणारी कोणतीही शिक्षण यंत्रणा आज अस्तित्वात नाही. औपचारिक शिक्षणात लैंगिक शिक्षणाचा पूर्णपणे अभाव आहे. म्हणूनच दृश्य माध्यमे, संगणकावरच्या पोर्न साईट्स, पुस्तके, समवयस्क गटातून मिळणारे उत्तेजन, या सगळ्यांतून पुरुष आपल्या पौरुष प्रदर्शनाच्या विकृत कल्पना विकसित करतात. स्त्री ही पुरुषाच्या उपभोगासाठीच निर्माण झालेली आहे आणि स्त्रीवर विजय मिळवणे हाच पुरुषाचा पराक्रम आहे. लैंगिक जीवनाचा आनंद हा पुरुषाचा हक्क आहे आणि तो सिद्ध करण्यासाठी बळाचा वापर करण्यात काही चूक नाही, अशीच अनेक 'सुशिक्षित' तरुणांचीही कल्पना असते. औपचारिक शिक्षणाबरोबर तरुण विद्यार्थी अशा प्रकारच्या मनोधारणेचेही आतल्या स्तरावर शिक्षण घेत असतात.

या सगळ्या पार्श्वभूमीवर जेव्हा प्रा. किमेल यांनी पदव्युत्तर अभ्यासक्रम 'पुरुष आणि पौरुष' यावर सुरू करण्याची घोषणा केली, तेव्हा हे अमेरिकन बीज आता जगात सर्वत्र पसरो, अशीच माझी धारणा झाली.

समाजशास्त्राचे प्राध्यापक असलेले डॉ. मायकेल किमेल यांचा अध्ययनाचा आणि अध्यापनाचा विषय आहे, 'जेंडर स्टडीज.' 'मेन अँड मॅस्क्युलिनिटीज' या विषयावरचे एक जर्नल त्यांनी सुरू केले आहे आणि ते त्याचे संस्थापक, संपादक आहेत. 'नॅशनल ऑर्गनायझेशन फॉर मेन अगेन्स्ट सेक्सिझम' (नोमास) चे प्रवक्ते आणि मुख्य म्हणजे ते कट्टर स्त्रीवादी आहेत. २०१३ साली त्यांच्या आधिपत्याखाली स्टोनी ब्रूक विद्यापीठात पुरुष अभ्यास केंद्र सुरू झाले. त्यांच्या या विषयावरच्या पुस्तकांची नुसती शीर्षके पाहिली, तरी त्यांच्या गाढ्या अभ्यासाची साक्ष पटेल. मेन्स लाईव्ह्ज (२०१०), द जेंडर्ड सोसायटी (२०११), मॅनहूड, ए कल्चरल स्टडी (२०१२), गायलँड - द पेरिलस वर्ल्ड व्हेअर बॉईज बिकम मेन (२००८). स्वत:च्या विद्यार्थी दशेपासूनच ते या विषयाशी जोडले गेले होते. महाविद्यालयात असताना त्यांनी 'अत्याचार प्रतिबंधक चळवळ', 'ॲसल्ट प्रिव्हेंट मुव्हमेंट' सुरू केली. 'पार्टी वुईथ कन्सेन्ट' हे घोषवाक्य हजारो प्लॅस्टिक कपांवर छापून त्यांनी ते मुलांमध्ये वाटले. निदान अत्याचार करण्यापूर्वी त्यांनी दोनदा विचार करावा हा

त्यामागे हेतू होता. महाविद्यालयांच्या आवारातील अत्याचार रोखण्यासाठी विद्यार्थी व प्रशासक काय पुढाकार घेतात, याचे त्यांनी देशभर एक सर्वेक्षण केले. मुलांच्या गटात चर्चा करताना, पुरुष विद्यार्थ्यांनी लैंगिक गैरवर्तन सोडून द्यावे असे आवाहन त्यांनी केले पण विद्यार्थी त्याला फारसा प्रतिसाद देत नाहीत, हे त्यांच्या लक्षात आले. तरुण मुलांना पुरुषांची पारंपरिक प्रतिमा सोडण्याची इच्छा नाही. 'आपले पौरुष हा तर आपला मानबिंदू आहे आणि आपल्याजवळ हेच तर आहे' अशी मुलांची धारणा होती. हे लक्षात आल्यावर त्यांनी आपल्या आवाहनाची दिशा बदलली. 'तुम्ही तुमच्या आयुष्यात ज्या आदर्श गोष्टी जगू इच्छिता, त्यात स्त्रियांचा सन्मान ठेवण्याचा समावेश करा' असे छोट्या छोट्या गटातून आवाहन करण्यास त्यांनी सुरुवात केली आणि त्याला चांगला प्रतिसाद मिळू लागला. कॉलेज कॅम्पसवरच्या अधिकारी व्यक्तीने 'रेप प्रिव्हेन्शन क्रुसेड' (बलात्कार होऊ नयेत म्हणून अभियान) चालवले, तर त्याचा चांगला उपयोग होतो असेही त्यांच्या लक्षात आले.

पुरुष अभ्यासाची अशी गरज नेमकेपणाने लक्षात यायला काही वर्षे जावी लागतील. स्त्री अभ्यास केंद्रातून स्त्रियांचे जे जे संशोधन प्रसिद्ध झाले, त्यातून 'पुरुष' हा स्त्रियांच्या प्रगतीतील मोठाच अडथळा आहे, हे समतोल विचार करणाऱ्या पुरुषांच्याही लक्षात आले. स्त्रियांच्या शोषणावर उभ्या असलेल्या समाजाची कधीही सर्वांगीण प्रगती होणार नाही. जसे स्त्रीवादी संकल्पनेचे काही टप्पे आहेत, तसेच पुरुषांना ही चळवळ कशी समजत गेली, याचेही टप्पे असू शकतात. प्रथमतः दुर्लक्ष करणे हे पुरुषांना श्रेयस्कर वाटले असणार. मग या चळवळीबद्दल राग, चळवळ अंगावर येईल अशी भीती, मग चळवळीचे मुद्दे काय आहेत यावर विचार, त्यातले वास्तव काय आहे हे समजल्यावर त्यातील कटु सत्याचा स्वीकार आणि मग आपल्यात बदल घडवून आणण्याची इच्छा आणि कृती, या काही टप्प्यांतून पुरुष अभ्यास केंद्राच्या निर्मितीची गरज वाटली असणार. या सगळ्या प्रक्रियेची गती अर्थातच अत्यंत सावकाश झाली असेल. १९९१ मध्ये अशी जाणीव जागृती झालेल्या पुरुषांची संघटना 'द अमेरिकन मेन् स्टडीज असोसिएशन' स्थापन झाली. त्याचे रूपांतर पुढे 'द नॅशनल ऑर्गनायझेशन फॉर चेंजिंग मेन' असे झाले. या पुढच्या काळात अनेक विद्यापीठातून पुरुष अभ्यास केंद्रे निघाली. बेटी फ्रिडनच्या 'फेमिनिन मिस्टिक'च्या धरतीवर 'द मॅस्क्युलिन मिस्टिक' हे नाटकही डार्टमाऊथ कॉलेजने सादर केले.

स्त्री पुरुष समानतेसाठी जगभरातील पुरुषांनी पुढाकार घ्यावा, या हेतूने 'ही फॉर शी' ही संकल्पना पुढे आली. २० सप्टेंबर २०१४ मध्ये 'युनायटेड नेशन्स,

वुमेन' यांनी ही कल्पना लाखो विद्यार्थ्यांमध्ये प्रसृत केली. महाविद्यालयीन विद्यार्थ्यांमधील स्त्री पुरुष यांच्यातील दरी कमी करणे, स्त्री पुरुष समानतेसाठी पुरुषांची भूमिका आणि पुढाकार काय असावा याची जाणीव निर्माण करणे, शैक्षणिक आणि सामाजिक स्तरावर समानता आणण्यासाठी प्रयत्न करणे, स्टोनी ब्रूक विद्यापीठाच्या सहकार्याने हे हेतू साध्य व्हावेत अशा प्रयत्नांचा एक भाग म्हणून स्टोनी ब्रूक विद्यापीठाने प्रा. डॉ. किमेल यांच्या नेतृत्वाखाली मार्च २०१५ मध्ये न्यूयॉर्क इथे जगातली पहिली आंतरराष्ट्रीय चार दिवसीय परिषद भरवली. त्याचे शीर्षक होते. 'कॉन्फरन्स ऑफ मॅस्क्युलिनिटीज एंगेजिंग मेन अँन्ड बॉईज फॉर जेंडर इक्वॅलिटी.' सर्व जगातून स्त्री पुरुष समतेसाठी काम करणारे ८०० कार्यकर्ते उपस्थित राहिले. (मुंबईतील मावा चळवळीचे प्रवक्ते हरिश सदानी यांनाही निमंत्रण होते आणि त्यात त्यांनी एक निबंधही वाचला होता.) लैंगिक न्याय आणि स्त्री पुरुष समता यावर चर्चेसाठी अभ्यासकांबरोबर जेन फोंडा, शेरील सॅन्डबर्ग, गर्टुड स्टाईनेम वगैरे स्त्रीवादी लेखक कार्यकर्त्या उपस्थित होत्या. आपण एकमेकांना कसे वागवतो, आपण एकत्र येऊन मानवजातीची प्रगती कशी साधू शकतो आणि खऱ्या अर्थाने स्त्री पुरुष समता येण्यासाठी आपण काय काम करणार आहोत, हे या प्रश्नातील खरे कळीचे मुद्दे आहेत.

राष्ट्रसंघ स्त्रिया (यु.एन.वुईमेन) आणि किमेल यांनी एकत्र येऊन महाविद्यालयांच्या आवारात काही कार्यशाळा आयोजित केल्या. लैंगिक अत्याचारापासून पुरुषांच्या आरोग्यशील सर्जनशक्तीपर्यंतच्या सर्व विषयांवर त्यात चर्चा झाल्या. जेनिफर न्यूसॉम यांनी दिग्दर्शित केलेली 'द मास्क यू लिव्ह इन' ही फिल्म देखील 'परिणामांबाबत बेफिकिरी' अशी पुरुषत्वाची कोती व्याख्या, मानसिक आजार आणि बलात्कारी वृत्ती यांचे प्रभावी दर्शन घडवते. हा पदवी अभ्यासक्रम ज्या विचारांच्या बैठकीवर उभा करण्यात आला आहे, ती किमेल यांच्या दृष्टीने अशी आहे.

'घराला पोसणारी, प्रसंगी वाघाशीही दोन हात करून सगळ्यांचे रक्षण करणारी कर्ती व्यक्ती म्हणजे पुरुष' अशी एक सार्वत्रिक भावना आहे. गेल्या ४० वर्षांत पुरुष आणि स्त्रिया यांच्या पारंपरिक भूमिका बदलल्या आहेत. नेहमीच्या अभ्यासक्रमात मात्र स्त्रियांवर याचा काय परिणाम होतो, याचीच चर्चा होते. स्त्रियांच्या आर्थिक परिस्थितीत सुधारणा झाल्यापासून पन्नास टक्के पुरुषांना वाटतं की त्यांच्या वडिलांच्या काळापेक्षा आजच्या काळात पुरुष असणं ही जास्त अवघड गोष्ट आहे. मानसिक आजार, आत्महत्त्या, दहशतवाद, बलात्कार, बेछूट गोळीबार, विमान अपघात, पोलिसांनी काळ्या लोकांची केलेली हत्त्या या गोष्टी पुरुषांच्या अस्थिर

मनोवृत्तीवर प्रकाश टाकतात. जर पुरुषांना चांगल्या प्रकारे समजून घेता आले, तर अशा प्रकारांची संख्या कमी होण्याचा आशावाद त्यामागे आहे. वैवाहिक आयुष्यातील सहचर म्हणून घरकाम आणि मुलांना सांभाळण्यात आपण आपला निम्मा वाटा उचलतो का? पितृत्वाची रजा द्यायला कंपनी तयार असली, तरी ती घ्यायला सगळे पुरुष का उत्सुक नसतात? जे घेतात ते याच कारणासाठी रजेचा वापर करतात का? स्त्री पुरुष समानता येण्यासाठी पुरुषांनी काय केलं? मुख्यत: ही समानता पुरुषांसाठी आणि एकूण समाजासाठी चांगली आहे, याची जाणीव होणे आवश्यक आहे. पुरुषापुरुषांचे आपापसातील नाते कसे असते? तुम्ही किती पिता? किती वेगाने गाडी चालवता? हे प्रश्नही महत्त्वाचे आहेत. पुरुषाने नेहमी 'रफटफ' असले पाहिजे का? परिकथांमधून मुलींना चुकीचा संदेश मिळतो, पण त्यातली पुरुष प्रतिमा तरी वास्तव आहे का? वंश, वर्ग, वय, धर्म, प्रादेशिकता, जात यामुळे पुरुष प्रतिमा आणि पौरुषाच्या आविष्कारात काय फरक पडतात? पुरुष आपल्या भावना स्त्रियांप्रमाणे उघड बालून दाखवत नाहीत, रडत नाहीत, त्यामुळे त्यांच्या मनावर येणाऱ्या दडपणाचे मनोकायिक परिणाम काय होतात? पुरुष कुटुंबातून, समाजातून घडत जातो. स्वातंत्र्य, धाडस, बेफिकिरी, आक्रमकता हे जैविक की सामाजिक? स्त्री प्रमाणेच पुरुष अशा अपेक्षांच्या पिंजऱ्यात अडकून स्वत:ची प्रतिमा घडवतो. या प्रश्नाला अक्षरश: हजारो आयाम आहेत आणि हळूहळू त्यावर खुली चर्चा होईल, अशी आता निदान आशा करायला हरकत नाही.'

या सगळ्या विचारमंथनाच्या दोन, तीन दिशा मला महत्त्वाच्या वाटतात. एकतर स्त्रीवाद पुरुषांसाठी कसा चांगला आहे, अशी विचारांची दिशा आहे. म्हणून या अभ्यासक्रमाचे १० पैकी ६ डायरेक्टर्स स्त्रीवादी आहेत. (यावरही बरीच टीका झाली आहे.) दुसरे म्हणजे कॅंपसवरील लैंगिक हिंसा, बलात्कार टाळणे, महाविद्यालयीन विद्यार्थ्यांना सभ्यता शिकवणे आणि आरोग्यपूर्ण पौरुष म्हणजे काय याची जाणीव करून देणे, या सर्वांमध्ये 'स्त्री पुरुष समानता' ही कृती व विचारांची पक्की बैठकी आहे.

हा अभ्यास पुरुषवादी नाही, (प्रो मॅन) पुरुष याला प्रतिसाद देणार नाहीत, स्त्री अभ्यासासाठी दिली जाणारी रक्कम यामुळे कमी होईल, खरा पुरुष म्हणजे काय यावरच हे प्रश्नचिन्ह आहे, इत्यादी अनेक आक्षेप या पदव्युत्तर अभ्यासक्रमावर घेण्यास सुरुवात झाली आहे. पण अशा विरोधी विधानांतूनच या कार्याला विधायक वाट सापडेल आणि आजच्या पुरुषांच्या जगातील परिवर्तनाला सुरवात होईल अशी आशा आहे.

स्त्री-पुरुष संबंध आणि स्त्रीवादाचे भारतीय वास्तव

भारतीय स्त्रीचा व पुरुषांचाही विचार एक गट म्हणून करता येत नाही. त्यामुळे त्यांच्याबद्दल केलेले कोणतेही विधान सार्वत्रिक म्हणता येत नाही. विविध धर्म, जाती जमाती, आर्थिक, सामाजिक, सांस्कृतिक, कौटुंबिक, शैक्षणिक भिन्नता, आदिवासी, ग्रामीण, शहरी, महानगरीय अशी भौगोलिक विभागणी यामुळे स्त्री पुरुषांमधील संबंधात दोन ध्रुवीय फरक पडतात. पण याहीपेक्षा टोकाची अंतरे प्रागतिक, समाजवादी, साम्यवादी आणि सनातनी, पारंपरिक विचारसरणीत दिसून येतात. एका बाजूला उच्चवर्गीय, पाश्चात्त्य जीवनशैलीचे अनुकरण करणारे, व्यक्तिस्वातंत्र्य मानणारे, मनुवादी परंपरेवर टीका करणारे, नैतिकतेच्या सर्वसामान्य फुटपट्ट्यांना फाटा देणारे, स्वत:ला आधुनिक मानणारे असे काही गट आहेत. या गटांमध्ये मुक्त स्त्री पुरुष संबंधांना जागा आहे. लैंगिक स्वातंत्र्य, विवाहाविना सहजीवन, सरोगेट मदरहुड, घटस्फोट, पुनर्विवाह, विवाहबाह्य मित्रमैत्रिणी संबंध, स्त्री पुरुषांमधील ओल्या पार्ट्या इत्यादी गोष्टींबद्दल कोणताही 'स्टिग्मा' नाही. इथे स्त्री पुरुष संबंध मोकळेपणाचे असले, तरी ते पूर्ण सुखावह, समाधानकारक, शोषणरहित व समतेचे आहेत असे म्हणता येत नाही. अशा समाजात स्त्रीचे आयुष्य भरकटण्याच्या व तिला अंती नैराश्य येण्याच्या शक्यतांना खूप वाव असतो.

दुसऱ्या टोकाला आहेत दारिद्र्यरेषेखाली असणारी ३५ ते ४० टक्के कुटुंबे. स्त्री पुरुष संबंधांच्या प्रश्नापेक्षा जगण्याची लढाई, रोजच्यारोज हातातोंडाची गाठ पडण्यासाठी करावे लागणारे संघर्ष, निवारा नसल्याने रस्त्यावरचे वा झोपडपट्टीतले बकाल आयुष्य, अशी अस्तित्व टिकवून ठेवण्याची धडपड अधिक आहे. अनेकदा स्त्री पुरुष दोघेही व्यसनांच्या विळख्यात, उदरभरणासाठी शरीर विकून पैसा कमवणाऱ्या बायका आणि अशा बायकांच्या सहवासात वासनेची भूक भागविणारे पुरुष असेही चित्र मोठ्या प्रमाणात दिसणारे. पैसा, शिक्षण आणि आरोग्याच्या अभावाने खुरटणारे

व्यक्तित्व आणि आयुष्य ह्या स्त्री पुरुष दोघांनाही भेडसावणाऱ्या सावल्या.

या दोन टोकांच्या मधे लोंबकळणारा प्रचंड मोठा मध्यमवर्गीय समाज. ना पूर्णपणे सनातनी परंपरा सांभाळणारा, ना प्रागतिक आणि तार्किक विचारांची पूर्ण कास धरणारा. सोयीप्रमाणे काही बाबतीत जुना आणि काही बाबतीत नवा. या तीन आडव्या समाजरचना आणि जाती धर्मावर आधारित उभ्या रचना यांचा लघुत्तम साधारण विभाज्य काढून किंवा लोकांच्या जाणिवेत जी भारतीय स्त्री पुरुषांची प्रतिमा आहे आणि सामाजिक जाणिवेच्या तर्काने जी समजते - ती स्त्री पुरुष संबंधरचना या विवेचनात गृहीत धरली आहे. त्याला तसा काही संख्याशास्त्रीय आधार नाही. बहुविधतेमुळे कोणतेही विधान १०० टक्के सत्य असणार नाही. प्रत्येक विधानाला विरोधी बाजू असणारे असंख्य पुरावे आपल्या अवतीभोवती असतील.

भारतीय संस्कृतीत स्त्रीची परंपरागत प्रतिमा नकारार्थी आहे. स्त्री चंचल, वासनामय, खोटारडी, अशुद्ध, अपवित्र, हळवी, भावनाशरण, हावरट, पुरुषाला मोहात पाडणारी, त्याचे नैतिक स्खलन करणारी अशी आहे. त्याच्या उलट पुरुष धीरगंभीर, मुमुक्षु, बुद्धिमान, विचारी, पराक्रमी, खंबीर, बलवान आहे. स्त्री सर्व पापांचे मूळ असून मोक्षमार्गावरील धोंड आहे. पूर्व जन्मातील पापकर्मामुळे ती स्त्री योनीत जन्मते. शास्त्र व वेद यावर तिचा अधिकार नाही. ती नेहमी परावलंबी व दुर्बळ आहे. मनूने म्हटल्याप्रमाणे तिला स्वातंत्र्य नाही. बालपणी पिता, तरुणपणी नवरा आणि वृद्धपणी मुलगा हे पुरुष तिचे रक्षणकर्ते आहेत. स्त्रीवाद या विभागणीस मान्यता देत नाही. स्त्री व पुरुषांच्या वृत्तीत सांगितलेले हे भेद जन्मजात, नैसर्गिक नसून संस्कृतीने घडवलेले व स्त्रीवर लादलेले आहेत. दुबळा पुरुष आणि सबल स्त्री, हळवा पुरुष आणि खंबीर बाई हे देखील वास्तव असते. म्हणून अशा प्रकारच्या फरकाच्या तत्त्वज्ञानाला स्त्रीवाद जुमानत नाही. मनूने म्हटल्याप्रमाणे स्त्री परावलंबी व पुरुषजीवी नाही. स्त्री ही स्वतंत्र, आत्मनिर्भर, स्वावलंबी असून पुरुषाशिवायही आयुष्य जगू शकते, जिला स्व कळतो अशी स्त्री दासी बनून राहात नाही.

भारतीय संस्कृतीत स्त्रीचा विचार तिच्या भूमिकेवरून होतो, व्यक्ती म्हणून होत नाही. तिला नेहमीच दोन टोकांच्या भूमिकेवरून पाह्यले जाते. एका बाजूला तिच्या आदरार्थी भूमिका देवी, माता, पतिव्रता, सौभाग्यवती, कुमारी या भूमिकेमध्ये तिची पूजा होते. गोडवे गायले जातात, कविता केल्या जातात. या भूमिकांबाबतही दुटप्पीपणा आहे. लग्न झाल्यावर मूल, विशेषतः मुलगा झाला तर ती सुमाता, लग्नापूर्वी किंवा लग्नाशिवाय मूल झाले तर ती कुमाता आणि टीकेची धनी. नवरा दारुड्या असला, मारत असला तरी जी सहनशीलपणे त्याच्यापाशी टिकून राहते,

त्याच्यासाठी उपासतापास करते, त्याच्याशी एकनिष्ठ राहते, ती पतिव्रता. पतिव्रता हा तर फारच श्रेष्ठ धर्म आहे, म्हणून 'प्रभाते करदर्शन'मध्ये पाच पतिव्रतांची वंदनीय नावे आहेत. त्या सगळ्यांना एक तर नवऱ्याने फसविले आहे किंवा अत्यंत दुःख दिले आहे. पतिव्रता ही धर्म, अर्थ, काम यामध्ये अर्धांगिनी आहे पण मोक्षमार्गात नाही. पतिव्रतेला आणि सौभाग्यवतीला समाजात मान आहे, तो त्यांच्या नवऱ्यांमुळे. त्यामुळे हाच नवरा जन्मोजन्मी पती लाभावा यासाठी वटपूजा, हरितालिका (महाराष्ट्र), करवा चौथ (उत्तर भारत), वरलक्ष्मी (दक्षिण भारत), जया पार्वती व्रत (गुजरात), सुहागले (बुंदेलखंड) अशा साग्रसंगीत पूजा भारतभर चालू असतात. त्याचबरोबर सौभाग्यदर्शक चिन्हे, कुंकू, मंगळसूत्र, जोडव्या, अंगठी वगैरे दागिने, हिरवी साडी, लाल जरीची साडी वगैरे प्रतीके, स्त्रिया अभिमानाने मिरवतात. यात नवरा तुम्हाला विचारतो का नाही, किती मान देतो, मारतो का, अत्याचार करतो का या विचारांना अजिबात स्थान नसते. नवरा आहे हीच गोष्ट अभिमानाची व मिरवायची असते.

दुसऱ्या टोकाला ज्या स्त्रिया आहेत त्यांत वेश्या, परित्यक्ता, विधवा, घटस्फोटिता, प्रौढ कुमारिका वगैरे तुच्छ, तिरस्करणीय, अनादर दाखविलेल्या स्त्रिया आहेत. इथेही त्यांची भूमिका त्यांचे पुरुषांशी जे संबंध आहेत, त्यावरून ठरते. नवऱ्याने टाकली म्हणजे तिच्यातच काही खोट असणार, असे परित्यक्तेकडे पाहिले जाते. अनेक पुरुषांशी संबंध म्हणून वेश्येला किंमत नाही, पण तिला पुरुषांनीच वेश्या बनवले हा विचार नाही. बायको लवकर मेली तर पुरुषाला लगेच दुसऱ्या लग्नाचा मार्ग मोकळा, पण नवरा लवकर मेला तर ती बाई पांढऱ्या पायाची. तिचे दर्शनसुद्धा अशुभ, धार्मिक कार्यात तिचा सहभाग नाही. तिने दागिने, फुले, चांगले कपडे घालायचे नाहीत. मथुरा, वृंदावनात सोडून दिलेल्या हजारो विधवा आजही भिकाऱ्यासारखे जीवन जगतात व लैंगिक अत्याचार सहन करतात. कालानुरूप विधवांवरची बंधने आता खूप सैल झाली आहेत. नवऱ्याच्या संपत्तीत त्यांना वाटा मिळतो. पुनर्विवाहाचा पर्यायही त्यांच्यापुढे खुला असतो. तरीही अजून धार्मिक व सामाजिक क्षेत्रात विधवेला मानाचे स्थान मिळत नाही. स्त्रीवाद हा व्यक्तिवादाचा पुरस्कर्ता आहे, म्हणून बायकांना दिलेल्या दोन टोकाच्या भूमिकांमध्ये स्त्रीविषयक सत्य नाही असे मानायला हवे. पुरुषाइतकीच सामाजिक जबाबदार घटक म्हणून बाई महत्त्वाची आहे. पुरुष जसा नवरा, बाप म्हणून आपल्या भूमिकांमुळे स्वतःच्या करिअरवर काही परिणाम घडू देत नाही, तोच अधिकार स्त्रीला तत्त्वतः आहे. एक व्यक्ती म्हणून स्वतःच्या आयुष्याचे निर्णय स्वतः घेणे, गृहिणी की करिअर असा पर्याय न ठेवता पुरुषांच्या सामंजस्याने दोन्ही गोष्टी एकाच वेळी करता येतात, यावर बाईचा विश्वास आहे. पण

सर्वच गोष्टींचा भार स्त्रीवर आल्याने भारतीय स्त्रीचे आयुष्य अधिक कष्टमय आहे. तिच्या कामात पुरुषाने सहभाग दिला, तर ती निसर्गाने दिलेल्या जबाबदाऱ्या पार पाडताना व्यक्ती म्हणून स्वत:च्या क्षमता विकसित करू शकते. पण असे सहजीवन भारतीय स्त्रीला अभावानेच मिळते.

भारतीय समाज पितृप्रधान आहे आणि त्याची पाळेमुळे पुरुषांच्या मनात घट्ट रुजलेली आहेत. कर्ता पुरुष हा घरात श्रेष्ठ व कर्ती असली तरी स्त्री कनिष्ठ ही उतरंडीची रचनाच अजून छोट्या कुटुंबातही अस्तित्वात आहे. त्यामुळे निर्णय घेण्याचे अधिकार एकतर्फी पुरुषाकडे एकवटले आहेत. घरात येणाऱ्या पैशाच्या विनियोगाचे अधिकारही पुरुषाचेच. मुले कधी व्हावीत, किती व्हावीत, कोणत्या 'लिंगाची' (म्हणजे फक्त मुलगेच) व्हावीत हे ठरविण्याचे अधिकारही पुरुषांनी स्वत:कडे ठेवले. बायकोने व मुलीने कोणते कपडे घालावे, मुलीने किती व कोणते शिक्षण घ्यावे, कोणाशी लग्न करावे, बायकोने नोकरी करावी की नाही हे सुद्धा पुरुष ठरवू लागले. स्त्रीने पैसे मिळवले तरी पैशाची गुंतवणूक व खर्चाचे अधिकार पुरुषांचे असतात. सर्वसाधारण भारतीय स्त्री प्रथा, परंपरा, रितीरिवाज, सणवार, कुळधर्म, कुळाचार यांचे पालन करते. भारतीय स्त्री अत्यंत सोशीक असून कुटुंब टिकून राहण्यासाठी स्वत:कडे कमीपणा घेण्याची, शोषण निमूट सहन करण्याची व त्याग करण्याची तिची वृत्ती आहे. हल्लीच्या काळात मात्र स्वत:च्या अधिकाराबद्दल जाग आलेली स्त्री अल्पसंख्येने का होईना पण अती ताणल्यावर घटस्फोट घेऊन विवाहबंधन तोडू लागली आहे.

श्रमशक्ती मोजण्याच्या पद्धतीत स्त्रीचे बहुतांश काम अदृश्य वाटते. घरातले विनावेतन काम मोजले जात नाही. स्वत:च्या शेतावर राबताना स्वत:चे वेतन वा स्वतंत्र पैसा मिळत नाही. शेताची व घराची मालकी पुरुषांकडे असते. ग्रामीण व आदिवासी स्त्रीची अर्धी हयात जळण गोळा करणे, स्वच्छता, साफसफाई, स्वयंपाक, पाणी भरणे, सेवाशुश्रूषा यात जाते. धाकट्या भावंडांचा सांभाळ, स्वयंपाकपाणी व अल्पवयातील लग्न, अल्पवयात मुले, उघड्यावर शौचाची व्यवस्था, कुपोषण, अनारोग्य, कौटुंबिक अत्याचार यामुळे ग्रामीण स्त्री अत्यंत हलाखीचे जीवन जगते.

पितृप्रधान समाजरचनेतील एक मानसिकता म्हणजे मुलींपेक्षा मुलग्यांना असलेले महत्त्व. प्रत्येक आईवडिलांना मुलगी नकोच, मुलगाच पाहिजे. या हट्टापायी गेल्या वीस वर्षांच्या काळात भारतातून जन्म घेण्यापूर्वी एक कोटी मुली गायब केल्या गेल्या. स्त्री पुरुषांमधील नैसर्गिक प्रमाणाचा समतोल घालवणारी ही घटना भारतात स्त्रीचे स्थान किती नीच पातळीवर आहे हे दाखवणारी आहे. कायद्याने मुलगा, मुलीत भेद केला नसला, तरी समाजरचनेत व कुटुंबरचनेत तो मोठ्या प्रमाणावर अस्तित्वात

आहे. मुलगा ही मिळकत आहे, कारण हुंड्याच्या रूपात तो दुसऱ्याच्या घरातली संपत्ती आणि (हक्काने कायम राबणारी) मुलगी आणतो. मुलगी ही व्यय आहे, कारण ती बापाच्या घरची संपत्ती दुसऱ्याकडे घेऊन जाते. मुलीला वाढवणं म्हणजे दुसऱ्याच्या शेताला पाणी, खत घालून वाढवणं आहे, अशी तेलुगू म्हण आहे. मुलीला शिकवण्यासाठी पैसा खर्च करायचा, लग्नासाठी प्रचंड पैसा खर्च करायचा, पुढेही बाळंतपणाचा खर्च, शिवाय मुलीच्या सुरक्षिततेची जबाबदारी, तिच्या अब्रूला काचेच्या भांड्यासारखं जपायचं वगैरे ओझ्यामुळे मुलगी नसावीच ही मानसिकता भारतीय समाजात बळावते आहे. वडिलोपार्जित संपत्तीत कायद्याने वाटा मिळाला, तरी मुली आपल्यासाठी इतका खर्च झाला आहे या दडपणाने आणि भावाशी संबंध तुटू नये या भीतीने तो मागत नाहीत. मुलगा आजही घराण्याचे नाव चालवणारा प्रमुख वारसदार व श्रेष्ठ समजला जातो. आईवडिलांची म्हातारपणात देखभाल मुलाने करावी व मरताना तोंडात गंगाजळ घालावे म्हणजे मोक्ष मिळेल अशी सर्वसाधारण कल्पना आहे. आता मुलगा नसेल तर अपवादात्मक परिस्थितीत मुली वृद्ध मातापित्यांची काळजी घेणे व शेवटचे क्रियाकर्म करणे ही चांगली गोष्ट करू लागल्या आहेत.

लग्नात नवरा नवरदेव, पुढे पतीदेव, पतीपरमेश्वर समजला जातो. पत्नी कधीच वधूदेवी नसते, पण 'गृहदेवता' म्हटले, तरी घरावर तिचा हक्क नसतो. लग्नाचा सर्व खर्च, हुंडा, स्त्रीधन, मानपान हे वधूपित्याने करायचे असते. म्हणजे मुलगी स्वीकारून जणू नवरा त्यांच्यावर उपकारच करत असतो. खर्च करूनही वधूकडील बाजूला सतत कमीपणा घ्यावा लागतो. वर व वरमाईचे पाय धुणे, कन्यादान, सप्तपदी वगैरे संस्कार स्त्रीचे वस्तूकरण व पाठोपाठ, मागून जाणे सूचित करतात. प्रेमलग्नातही या गोष्टी घडतातच. पत्नी पतीचे पाय धरते हे दृश्य टी.व्ही. वरच्या कोणत्याही भारतीय संस्कृती सांभाळणाऱ्या मालिकेत दिसतेच. विवाह झाल्यावर मुलीची इतक्या वर्षांची जी ओळख ते नाव, आडनाव एका दिवसात बदलते. सासरघरी सन्माननीय स्थान मिळेलच याची काही खात्री नाही. भारतीय स्त्रीसाठी विवाह हा जुगार आहे. भारतातील तीन पैकी एक विवाहित स्त्री कौटुंबिक अत्याचारग्रस्त असते. सासू सुनांची भांडणे, हुंड्यासाठी वा माहेरून पैसे आणण्यासाठी छळ मारहाण, जाळणे किंवा आत्महत्येला प्रवृत्त करणे अशी उदाहरणे भारतात लाखोंच्या संख्येने घडतात. बीज महत्त्वाचे, शेत नाही, या वृत्तीतून पुरुष वर्चस्व व स्त्रीला पुरुषाची मालमत्ता समजण्याची प्रवृत्ती सर्वत्र आहे.

स्त्री पुरुष समता हा स्त्रीवादाचा पहिला मंत्र आहे. वर दिलेल्या परिप्रेक्ष्यात स्वत:ला सिद्ध करणे आणि बरोबरीचे स्थान मिळवणे स्त्रीला किती अवघड आहे हे

लक्षात येईल. पुरुषाला लैंगिक भूक असते आणि ती पुरी करण्याचे साधन म्हणजे स्त्री आहे, अशा विचारात स्त्रीच्या माणूसपणाचा विचारच अभिप्रेत नसतो. त्यामुळे स्त्रीच्या लैंगिकतेला या समाजात कुठलीही स्पेस सोडलेली नाही. एकतर पुरुषांच्या वासनेची बळी इतपतच तिचा विचार होतो, पण विवाहांतर्गत लैंगिक उपासमार होणाऱ्या स्त्रीला स्वत:च्या कामभावना सतत दडपून ठेवून वरवर सुखी असल्याचा देखावा करण्याची दुहेरी शिक्षा असते. नवऱ्याच्या वरचढपणामुळे वैवाहिक सुख मिळणे हे फक्त त्याच्या इच्छेवर अवलंबून असते. स्त्रीने शरीरसुखाची इच्छा प्रदर्शित करणे हा अगोचरपणा समजला जातो. विवाहापूर्वी स्त्री 'कुमारी' असलीच पाहिजे व काही समाजात त्याचा पुरावाही द्यावाच लागतो, पण पुरुष 'कुमार' आहे की नाही असा विचारसुद्धा केला जात नाही. ही दुहेरी नीती ज्या समाजात रूढ आहे, त्या समाजात स्त्री पुरुष समता ही फक्त आभासीच असू शकते.

या पार्श्वभूमीवर स्त्रीवादाचा संदर्भ भारतीय स्त्री पुरुषांच्या संबंधात करताना खालील मुद्दे मांडता येतील.

१) पाश्चात्त्य विचारधारेप्रमाणे स्त्री विरुद्ध पुरुष अशी धारणा भारतात नाही. स्त्री विषयक सुधारणा करणारे व स्त्रीला शिक्षण देण्याचा पुरस्कार करणारे समाजसुधारक पुरुषच असल्याने कुठेतरी नेणिवेत भारतीय स्त्रीला पुरुषांचे ऋण आहे. त्यामुळे पुरुष हा शत्रू नसून उपकारकर्ता आहे, ही भावना सार्वत्रिक आहे.

२) कुटुंब हे भारतीय संस्कृतीत व्यक्तीचे मोठेच शक्तिस्थान आहे. कुटुंबात स्थैर्य व शांतता असेल तर व्यक्ती समाजात आपली प्रगती करू शकते. विशेषत: मुलांसाठी आईवडिलांमध्ये सुसंवाद असण्याची गरज आहे. त्यामुळे भारतीय स्त्रीला प्रसंगी दडपलेले आयुष्य सहन करीत कुटुंब वरवर तरी अभेद्य ठेवावेसे वाटते.

३) स्त्रीवादी विचारसरणी ही व्यक्तिस्वातंत्र्य मानणारी आहे. प्रत्येक व्यक्तीला 'स्व-तंत्रा'ने जगण्याचा मूलभूत अधिकार आहे. याला स्त्रीही अपवाद नाही. भारतात प्रत्येक व्यक्ती एका मोठ्या समाजाचा/जातीचा/धर्माचा सदस्य असते. 'जातीसाठी खावी माती' ही शिकवण लहानपणापासूनच मिळते. समुदायाशी सहकार्य करूनच तुम्हाला तुमचे अस्तित्व टिकवता येते. त्यामुळे देशाचे, समाजाचे भले होणार असेल, तर 'स्व' नाकारणे व आपले जीवन समर्पित करणे याला किंमत आहे. त्यामुळे 'स्व'साठी कुटुंबाचा त्याग करण्याचा विचार स्त्री करू शकत नाही.

४) याच न्यायाने पितृप्रधान संस्कृतीत स्त्री स्वत:ला टिकवून ठेवते. विवाह करून ती नवऱ्याच्या घरी आल्यावर त्या घराचे भले होण्यासाठी ती 'स्व' पणाला लावते. वडीलधाऱ्यांचा मान राखण्याच्या शिकवणुकीमुळे सासू सासरे, दीर, जावा,

नणंदा एवढेच काय वयाने, उंचीने, शिक्षणाने, मानाने मोठा असणाऱ्या नवऱ्यापुढेही तिला आज्ञाधारकपणे वागावेच लागते. तसे न वागल्यास कुटुंबात संघर्ष सुरू होतात.

५) पाश्चात्त्य स्त्रीवादात नर मादी एवढाच स्त्री पुरुषांचा विचार होतो. भारतीय कुटुंबपद्धतीमुळे स्त्रीला वडील, भाऊ, मामा, काका, सासरे, इतर नातेवाईक तसेच आजी, आई यांचाही कठीण परिस्थितीत आधार मिळतो. त्यामुळे स्त्री सहसा एकटी पडत नाही.

६) भारतात एकट्या स्त्रीने राहणे ही आनंदाची व सुरक्षित गोष्ट नाही. विशेषत: मुले असली तर घटस्फोटानंतर नवे वैवाहिक आयुष्य सुरू करणे कठीण असते.

७) भारतीय स्त्रीवाद हा अनेकदा तडजोडीचा स्त्रीवाद आहे. दहमहा पगाराची मोठी रक्कम घेणारी करिअरिस्ट स्त्री मूल झाल्यावर नवऱ्याने सांगितले म्हणून करिअर सोडून घरी बसू शकते. बाहेर अधिकारी असलेली स्त्री घरात नवऱ्याची दासी असल्यासारखी वागू शकते. कामाच्या ठिकाणी होणाऱ्या छळाबाबत स्त्रिया खाजगीत बोलतात, पण एकत्रित येऊन लढा द्यायला तयार नसतात. स्त्रीवादाचा पुरस्कार करणारी स्त्रीसुद्धा आपण आपल्या तत्त्वाला चिकटून राहिलो, तर घराला मुकू म्हणून तडजोडी स्वीकारते.

८) एका सांस्कृतिक दहशतीखाली स्त्रिया भीतीचे आयुष्य जगतात. दुसऱ्या जातीतील/धर्मातील मुलाबरोबर लग्न केले तर खाप/जात पंचायतीने दोघांचा बळी घेतल्याची उदाहरणे नजीकच्या काळात घडलेली आहेत.

९) कायम दडपलेली व्यक्ती, दडपलेले आयुष्य म्हणजेच वास्तव आयुष्य आहे असे समजू लागते. भारतीय स्त्रीलासुद्धा आपण दुय्यम नागरिक आहोत, आपण नेहमी पडती बाजू घ्यायची, आपल्यातच काही कमतरता आहे असे वाटल्याने बंड करून उठण्याचा वा आपले हक्क मागण्याचा विचारही तिच्या मनात येत नाही.

१०) स्वातंत्र्याबरोबर येणाऱ्या जबाबदाऱ्या घ्यायची मानसिक ताकद वा इच्छा नसते. त्यामुळे परावलंबी जीवनातच सुख वा आनंद वाटू लागतो.

११) भारतात स्त्रियांसाठी चांगले कायदे असूनसुद्धा त्यांचा आधार घ्यायला स्त्रिया घाबरतात. या यंत्रणेत न्याय मिळेलच याची खात्री नसते.

१२) स्वातंत्र्योत्तर कालात स्त्रीवादी क्रान्ती होऊ शकली नाही व तसे खंबीर स्त्री नेतृत्वही लाभले नाही. त्यामुळे वैयक्तिक पातळीवर स्त्रीवादाची कास धरणाऱ्या थोड्या फार स्त्रिया सोडल्या, तर स्त्रीवादाच्या तत्त्वापासून भारतीय स्त्री अजून खूप लांब अंतरावर उभी आहे असे दिसेल.

-०-०-

स्त्रियांची अभिव्यक्ती : स्वतंत्र की परतंत्र

स्वातंत्र्य आणि स्त्री हे विरुद्ध अर्थाचे शब्द आहेत. ते समानार्थी करणं हा स्त्रीवाद आहे. त्यामुळे स्त्रियांची अभिव्यक्ती कितपत स्वंतत्र, कितपत परतंत्र याचा विचार करताना स्त्रीचे पारंपरिक वास्तव आणि त्याविरुद्धचे मर्यादित बंड या दोन्हींचा विचार करावा लागेल.

'न स्त्री स्वातंत्र्यम् अर्हति ।' या हजारो वर्षांपूर्वीच्या मनूवचनाची पकड आज समाजावर वेगवेगळ्या मार्गाने स्त्रीवर आक्रमण करते आहे. या देशात स्त्रीला जन्माला येण्याचे स्वातंत्र्य नाही. गेल्या दहा वर्षांत लाखो स्त्रिया जन्माला येण्यापूर्वी गर्भात मारल्या गेल्या. कायद्यातून फटी शोधत आजही मारल्या जात आहेत. जन्माला आलेल्या स्त्रीचा आपल्या शरीरावर अधिकार नाही. लहान बालिकेपासून जख्ख वृद्धेपर्यंत लाखो स्त्रियांवर बलात्कार होतात. भारतातल्या सर्व राज्यांतील, सर्व जातीधर्मातील, गरिबांपासून अत्यंत श्रीमंत स्तरातील, निरक्षरांपासून प्राध्यापक, डॉक्टर अशा उच्चशिक्षित स्त्रियांपर्यंत एक कोटीच्या आसपास विवाहित स्त्रिया गेल्या तीस वर्षात हुंडा नामक राक्षसाने काळाच्या पोटात गडप केल्या आहेत.

नवऱ्याने टाकून दिलेल्या परित्यक्तांची संख्या महाराष्ट्रातच काही लाख आहे. अमानुष शारीरिक अत्याचार आणि कुटुंबांतर्गत मानसिक, आर्थिक, सामाजिक शोषण यांना बळी पडणारांची तर मोजदाद नाही. स्त्री गर्भाचे प्रायोगिकीकरण, स्त्रियांचा व्यापार, वेश्या होण्यासाठी विक्री, एड्सची प्रचंड लागण, सौंदर्यस्पर्धांमधील व माध्यमांतील सार्वजनिक वस्त्रहरण यामुळे स्त्रिया असुरक्षित, शोषित, दडपणाखाली, दुय्यम स्तरावरचे आयुष्य जगत आहेत.

पूर्वी सतीप्रथेतून कधी मरावे, कसे मरावे, विधवा स्त्री जगली तर स्त्री कशी जगावी, याचे निर्णय पुरुष समाज घेत होता. आजही जातीबाहेर लग्न ठरविले, तर खाप पंचायत तुमच्या आयुष्यावर उठते. बहुसंख्य सुशिक्षित घरातून स्त्रीने काय कपडे

घालावे, काय व कसे बोलावे, कोणती भाषा बोलावी, कोणते शिक्षण घ्यावे, कोणत्या वेळी कोणत्या रस्त्याने हिंडावे, कोणाशी मैत्री करावी वा करू नये, लग्न कोणाशी करावे, कसे करावे, मूल केव्हा व्हावे, किती मुले व्हावीत, त्याने कोणत्या लिंगाचे असावे, त्याला कोणत्या शाळेत घालावे, घरात कोणते सण समारंभ साजरे करावेत, कसे करावेत, स्त्रीने नोकरी करावी की करू नये, तिचे पैसे तिने नवऱ्याकडे द्यावेत वगैरे हजारो गोष्टीत स्त्रियांसाठी पुरुष निर्णय घेताना दिसतात.

अशा सगळ्या पर्यावरणात जगणाऱ्या स्त्रीच्या घुसमटलेल्या श्वासांना स्वतंत्रपणे श्वास घेता येतो का? परावलंबी, परजीवी व्यक्तींनी केलेली साहित्यनिर्मिती त्यांच्याच व्यक्तित्वासारखी खुजी असते. व्यक्तित्वावरच्या दडपणाची जाणीव खुल्या, मुक्त साहित्यनिर्मितीला अटकाव करते. अनेक लेखक स्त्रिया अशा मुस्कटदाबींच्या बळी आहेत. घर म्हणजे नवरा व अन्य कुटुंबीय हा स्त्रीच्या लेखन स्वातंत्र्यातला पहिला अडसर आहे. स्त्रियांच्या मुक्त लेखनाचा जो पहिला आविष्कार मानला जातो, तो ७३ बौद्ध भिक्षुणींच्या थेरी गाथेचा (इ.स.पूर्व ६ वे शतक). घरातील दडपणुकीच्या आणि छळवणुकीच्या आयुष्यातून जेव्हा त्या संन्यास घेऊन बौद्ध भिक्षुणी झाल्या, तेव्हा परंपरांच्या जोखडातून बाहेर पडून स्वातंत्र्य उपभोगण्याचा आनंद त्यांनी आपल्या कवितेतून व्यक्त केला. मुत्ता भिक्षुणी म्हणते - तीन क्षुद्र गोष्टीपासून मी यशस्वीपणे मुक्त झाले. उखळ, मुसळ आणि माझा वाकडं लावणारा नवरा. सुमंगला ही छत्री बनविणाऱ्या एका माणसाची पत्नी. पतींच्या त्रासाला कंटाळून थेरी झाल्यावर ती लिहिते.

अहो मी मुक्त नारी। माझी मुक्ती धन्य हो
दारिद्र्य दाखवणारी ती छोटी छोटी भांडी
ज्यांच्यामधे मी घाणेरडी बसून होते
गेला माझा निर्लज्ज पती
जो मला समजत होता छत्र्यांपेक्षा तुच्छ
ज्या तो बनवत होता पैशांसाठी

नवऱ्याला क्षुद्र गोष्टीत बसवण्याचं किंवा निर्लज्ज म्हणण्याचं धैर्य त्यांना घर कायमचं सोडल्यानं आलं आहे, हे लक्षात घ्यायला हवं. मुक्ताबाई, जनाबाई, कान्होपात्रा वगैरे संत स्त्रिया विवाहीत नव्हत्या. त्या कुणाच्या जोखडाखाली दडपलेल्या नव्हत्या, म्हणून जात, धर्म, लिंगभेदाच्या बळी असलेल्या संत स्त्रियांना प्रस्थापित समाजव्यवस्थेशी विद्रोह करण्याचे प्रखर भान आले. 'देहावरी तुझी आहे सत्ता जाण । मनावरी माझे किंचित नाही ॥' असे म्हणणारी विठाबाई छळाचा कडेलोट झाल्यावरच

पतीसत्ता नाकारते. इतिहासातील कर्तृत्ववान स्त्रिया जिजाबाई, ताराबाई, अहिल्याबाई, चांदबिबी, राणी लक्ष्मीबाई या स्त्रीच्या पारंपरिक प्रतिमेत अडकलेल्या, घर नामक तुरुंगात डांबल्या गेलेल्या, नवरेशाहीच्या धाकात घुसमटलेल्या स्त्रिया नव्हत्या, म्हणूनच त्या मुक्तपणे व्यक्ती म्हणून आपल्या कर्तृत्वाला घाट देऊ शकल्या.

ज्या काळात १९३३ मध्ये विभावरी शिरूरकरांनी कळ्यांच्या नि:श्वासातून आत्मभान आलेल्या, बंडखोर स्त्रीचे चित्रण केले; स्त्रीचा लैंगिक कोंडमारा, आंतरजातीय विवाहाला होणारा विरोध, स्त्री पुरुष मैत्री वगैरे विषयांवर कथा कादंबऱ्या लिहिल्या; त्यावेळीही त्यांना समाजाला घाबरून नाव बदलून लिहावे लागले. स्त्रीविषयक प्रश्नांचे थेट धीट लेखन त्यांनी फक्त विवाहापूर्वी केले. विवाहानंतरच्या काळात पूर्वी स्त्री प्रश्नांवरच्या बंडखोर कथा लिहिणाऱ्या त्यांची लेखणी एकदम सौम्य झाली, याचीही दखल घ्यायला हवी.

विवाह हा स्त्रीच्या स्वत्त्वाला पहिला धक्का देतो. नवऱ्याची सावली बनून राहण्याचे पारंपरिक शिक्षण स्त्रीला त्याच्या विरोधात ब्र ही उच्चारू देत नाही. कुटुंब हा स्त्रीच्या जगण्याचा एकमेव आधार होतो. तिची ओळख ही नवऱ्याच्या आणि कुटुंबाच्या संदर्भात बद्ध होते. आदर्श कुटुंब, आदर्श पत्नी, आदर्श माता या इतक्या मोहमयी भूमिका असतात की, त्यांची पदकं छातीवर मिरवण्याच्या नादात आपण आपल्यातील 'मी'पणाचा बळी देतो आहोत, हे लक्षात येत नाही.

१९७०-७५ नंतर जसजसे स्त्रियांचे आयुष्य बदलू लागले, तसतसे त्यांच्या लेखनातील ताण थोडे थोडे सैल होऊ लागले. स्त्रियांचे शिक्षण, आर्थिक स्वावलंबन, छोट्या कुटुंबात मत मांडण्याचा आलेला धीटपणा, समाजात वावरल्याने आलेला आत्मविश्वास, कामामुळे करावा लागणारा प्रवास, नोकरीतील स्पर्धेमध्ये स्वत:ला सिद्ध करण्यासाठी लागणारी जिद्द, राजकारणापासून अन्य क्षेत्रांमध्ये झालेला शिरकाव, लहान मोठे निर्णय स्वत:चे स्वत: घेणे, कामानिमित्त घरापासून दूर राहणे, घरकाम म्हणजे स्त्रीचे आयुष्य नव्हे, तिची बौद्धिक भूक म्हणजेच करिअरही तितकीच महत्त्वाची आहे वगैरे जाणीव होत होत स्त्रीला स्वत:चे व्यक्तित्व सापडत गेले. स्त्रिया आपले हक्क व अधिकार याबाबत अधिक जागरूक झाल्या.

स्त्री बदलली, पण पुरुषांनी आपली श्रेष्ठत्वाची भूमिका बदलली नाही त्यामुळे संघर्ष निर्माण होऊ लागले. त्याचे चित्रण ऐंशीच्या दशकातील कथा कवितांमधून दिसू लागले. नवरा हा देव नसून आपल्यासारखाच हाडामांसाचा, गुणदोष असलेला माणूस आहे, किंबहुना नैतिकतेमध्ये स्त्रीच्या पातळीखाली आहे, तो ढोंगी आहे, त्याचे वागणे दुटप्पी आहे, पातिव्रत्य वगैरे कल्पना भ्रांत असून स्त्रीला घराशी बांधून

ठेवण्यासाठी निर्माण केल्या गेल्या आहेत. लग्न हे तकलादू पायावर उभे असेल, तर ते मोडणे चांगले. एकटी स्त्रीसुद्धा स्वत:च्या पायावर उभी राहून स्वावलंबी जीवन जगू शकते. घर स्त्रीचे शोषण करीत असेल, तर स्त्रीने स्वतंत्र राहावे, सक्षम स्त्री हा समाजाचा महत्त्वाचा घटक आहे वगैरे विषय साहित्यातून जेव्हा व्यक्त होऊ लागले, तेव्हा समाज चांगलाच हादरला. परंपरेने पोसलेल्या पुरुषाच्या अहंपणाला चांगलीच ठेच पोचली आणि त्यातून स्त्रीच्या आविष्कार स्वातंत्र्याचा गळा घोटण्याची पद्धतशीर प्रक्रिया सुरू झाली.

स्त्री जोपर्यंत मान्य विषयावर, मान्य भाषेत, आपले दुय्यमपण मान्य करून लिहीत होती, तोपर्यंत तिचे लिखाण हा पुरुषांच्या कौतुकाचा विषय होता. पण जेव्हा ती कुटुंबातली लक्तरे वेशीवर टांगू लागली, तेव्हा नैतिकतेच्या धारदार सुऱ्यांनी तिच्या प्रतिभेची एकेक फांदी कापली जाऊ लागली. स्त्रीचं दु:खं, तिचं पुरुषांनी केलेलं शोषण वगैरे जेव्हा पुरुष लेखक लिहितात, तेव्हा ते कौतुकाचा विषय होतात. प्रेमचंद, रवींद्रनाथ टागोर, हरिभाऊ आपटे यांच्या कादंबरीतील स्त्री चित्रणाने पुरुषांच्याही डोळ्यात पाणी आणले, पण पुरुषाने केलेल्या शोषणाचे, अत्याचाराचे चित्रण स्त्रियांच्या लेखनात आले की मग मात्र ती टीकेचा विषय होतो. समाजाच्या दृष्टीने घातक, स्त्रीला न साजेसे, अराजक माजवणारे चित्रण म्हणून त्याची संभावना होते.

पुरुषांनी स्त्रियांच्या शरीराची माषुकपणे वर्णन केलेल्या शृंगारिक कादंबऱ्या चवीने वाचल्या जातात; पण लेखक स्त्रीने स्त्रीच्या शरीराचे, शरीराच्या भुकेचे वर्णन केले, तर ते अश्लील ठरते. मेघना पेठेंच्या कथा म्हणून सामान्य वाचकाला पचत नाहीत. स्त्रीच्या पारंपरिक लैंगिक भूमिकेवर नेमकेपणाने बोट ठेवून त्याला प्रश्न करणाऱ्या हिंदी लेखिका मृदुला गर्ग यांना अश्लील लिखाणासाठी अटक होऊन खटला भरला जातो. जी व्यवसायाने पोलीस ऑफिसर होती, त्या तिलकवती या तमीळ लेखिकेला, घरातील अत्याचाराबद्दल लिहिल्याने नवऱ्याने शरीर काळेनिळे होईपर्यंत बडवून काढले. 'तुमची साडी पेटली, तर तुम्ही ती सार्वजनिक जागेत फेडाल का?' अशा प्रकारचा प्रश्न पितृशाहीचे वर्चस्व तर दाखवतोच पण स्त्रीचे तोंड अत्याचारविरोधी लेखनासाठी बंद करतो. लैंगिक राजकारणावर सडेतोड लिहिणाऱ्या तेलगू स्त्री कवींवर प्रस्थापित साहित्य संस्थांनी टीकेची झोड उठविली. कन्नडमधील सुप्रसिद्ध लेखिका ममता सागर यांच्या कवितासंग्रहात स्त्रीला साजेसं लिखाण नाही म्हणून प्रस्थापित समीक्षकांनी त्याची किंमत एकदम कमी करून टाकली.

मराठीतीलही काही स्त्री लेखकांना लेखनासाठी घरातील अत्याचारांना सामोरं

जावं लागलं आहे किंवा प्रसंगी घर सोडावं लागलं आहे. हिंदीतील सुप्रसिद्ध कवी अनामिका म्हणते, "Scissors to cut with, a needle and thread to sew my lips with, if I write my subconscious the earth will be covered by papers." 'स्त्रीचे पंख कापले गेले नसते आणि तिला ओठ शिवून टाकावे लागले नसते, तर तिच्या खुल्या अंतर्मनाने लिहिलेल्या कागदांनी सगळे जग भरून गेले असते. इतके काही तिच्या मनात सतत दडपून ठेवले जाते, ते तिला व्यक्त करण्याचे स्वातंत्र्य नाही म्हणून! खरं खरं लिहायचं म्हणजे स्वत:ला लोकांपुढे नग्न करून घ्यायचं असं मानलं जातं. हे धाडस किती स्त्रिया दाखवू शकतात?

स्त्रियांच्या साहित्याकडे पाहण्याची वाचकांची एक दृष्टी असते. कथा, कादंबरीतील घटना जणू लेखिकेच्याच आयुष्यात घडल्या आहेत असे मानूनच त्या वाचल्या जातात. त्यामुळे खुलेपणाने लेखन न करता स्वत:ला लपवून ठेवून लिखाण करण्याकडे स्त्रियांची प्रवृत्ती वाढते. असे लिखाण अस्सलपणाच्या कसोटीवर अनेकदा उतरत नाही. स्वत:वर आलेल्या भावनिक ताणामुळे, त्या स्वत:वर बंधने लादून घेतात. स्वत:ची प्रतिष्ठा सांभाळत सावधपणे विषय निवडतात. लेखनासाठी हवे असणारे मोकळे वातावरण, मन:शांती, स्वत:ची स्वतंत्र खोली, ताण नसणारा पुरेसा वेळ, संशोधन, अभ्यासासाठी ग्रंथांची उपलब्धता हे देखील अनेक स्त्रियांना मिळत नाही. अनेक पुरुष लेखकांसाठी त्यांच्या घरात सर्व आधुनिक लेखन साहित्याने सुसज्ज खोली असते आणि त्यांना लिखाणासाठी शांतता मिळावी याची काळजी त्यांच्या बायकाही घेतात, पण अशा सोयी सवलती मिळणारी लेखिका अपवादानेही नसेल. लेखन स्वातंत्र्याचा आणि या साध्या गोष्टींचाही जवळचा संबंध आहे. व्हर्जिनिया वुल्फने आपल्या 'ए रूम ऑफ वन्स ओन' (१९२९) या निबंधात जेन ऑस्टिन, ब्रॉन्टे सिस्टर्स यांना कसे चोरूनमारून लिखाण करावे लागे, कागदासाठीही स्वत:चे पैसे नसत, हॉलमध्ये बसून आल्यागेल्यांना चुकवत वेळ मिळेल तसे लिहावे लागल्याने येणाऱ्या मर्यादांवर प्रकाश टाकला आहे.

या सगळ्या कोंडीतून वाट काढण्यासाठी अनेकजणी कवितेचा आश्रय घेतात. स्वत:ची ओळख लपवून ठेवण्यासाठी कविता बरी पडते. कवितेतलं दु:ख धूसर, प्रतिमात बांधलेलं व म्हणून सर्वच स्त्रियांचं होऊन आल्याचा भास निर्माण करतात. उर्दू लेखिका नज्म किंवा गझल लिहितात, कारण त्यात अमर्याद इच्छा, प्रेम, दु:ख मोकळेपणाने व्यक्त करता येते. शिवाय कविता, इतर कामे करता करता मनात जुळवता येतात. जाता येताना कुठे कुठे टिपून ठेवता येतात. त्या लिहून काढण्यासाठी फार वेळ लागत नाही.

वैवाहिक जीवनातील 'प्रेम' हे व्यक्त होण्यातल्या स्वातंत्र्याला बांधून ठेवते, असे मल्याळी कवी चंद्रमती म्हणते. खरे म्हणजे जे घर व्यक्तीच्या आयुष्याचा आधार असते, तेच घर व्यक्त होण्याच्या आंतरिक गरजेचे शत्रू का व्हावे? कुटुंब की लेखन असा पेच स्त्रीपुढे का पडावा? आणि मग बेघर व्हायला लागू नये म्हणून स्वतःच्या लेखनावर मर्यादा घालून घेण्याचे बंधन स्त्री स्वतःवरच लादून घेते. कोणीतरी वाचकाने नवऱ्याला सांगितले की, तुझ्या बायकोच्या कथेत तुझे चित्रण आहे. नवऱ्याने अर्थातच ज्या हाताने तिने लिहिले त्याचे मनगटच पिचून काढल्याने एका चांगल्या मल्याळी लेखिकेने लिहिणेच बंद केले. गर्भातच मूल मारण्याइतकी ही सर्जनशील प्रतिभेची गंभीर हत्या आहे. वैवाहिक जीवनात शांतता हवी असेल, तर लेखन थांबवा किंवा काहीतरी थातुरमातुर लिहा, असे स्पष्ट संदेश स्त्रियांना संसार करून लिहिताना मिळत असतात.

स्त्रियांच्या बाबतीत व्यक्त होण्यातला आणखी एक मोठा अडथळा म्हणजे त्यांची स्वतःची मनोवृत्ती. लिहिण्याचे स्वातंत्र्य उपभोगायला स्त्रियांना स्वतःचाच धाक आणि भीती असते. आपली प्रतिमा अशा लिखाणाने डागाळेल काय, आपल्यावर काय टीका होईल, याचबरोबर आपल्या आईने, बहिणीने, मैत्रिणींनी हे वाचले तर त्या काय म्हणतील? प्रत्येक स्त्रीची समाजात एक प्रतिमा असते. तिला धक्का लागण्याची भीती स्त्रियांना वाटते. एखाद्या विधवा वा वयस्क स्त्रीने प्रेमकथेत शृंगार दाखवला, तर तिची लेखणी हात आखडता घेते, इथे कात्री स्वतःचीच असते. सेक्सवर लिहिण्याने खाजगी जीवनात प्रश्न उद्‌भवू शकतात.

स्त्रियांच्या भाषिक वापरावरपण सामाजिक मर्यादा आहेत. काही शब्द, वाक्प्रचार स्त्रियांनी वापरणे निषिद्ध समजले जाते. पण भाषिक स्वातंत्र्य घेऊन मेघना पेठे, कविता महाजन, हिंदीमध्ये कृष्णा साही, मृदुला गर्ग, मैत्रेयी पुष्पा लिहिताना दिसतात. लिंग, योनी, लिंगभाव वगैरेंसारखे एरवी न वापरले जाणारे शब्द स्त्रीवादी साहित्यानेच नित्य वापरात आणून त्याबद्दलचा अपवित्रपणा संपुष्टात आणला. जी मान्यताप्राप्त भाषिक व आशयिक मानकांना न जुमानता प्रस्थापित व्यवस्थेला प्रश्न करते, ती लेखिका सर्वात धोकादायक ठरते. पण असे धाडस करूनच स्त्रीवादी लेखन प्रभावी ठरले. स्त्रियांच्या आविष्कार स्वातंत्र्यापुढे जितके म्हणून अडथळे आले, त्यातून वाट काढत स्त्रिया लिहीत गेल्या. स्त्री चळवळींमुळे पिढ्यान्‌पिढ्यांच्या दबलेल्या आवाजाला वाट मिळाली. न बोललेले अनुभव बाहेर आले. शब्दांची शक्ती समजली व स्त्रियांनी काट्याकुट्यातून वाट काढत स्वतःचा अवकाश शोधला.

मी एक दरवाजा होते.

मला जितके मारले गेले
मी तितकी उघडत गेले

अशी एक हिंदीतली कवी 'अनामिका'ची कविता आहे आणि स्त्रिया अशा काही उघडत गेल्या की, पाळीतील रक्तस्राव, लेबररूममधील कळांचा आक्रोश, जन्मप्रक्रियेतील वेदना, समागमातही जाणवणारा एकटेपणा असे कधीही साहित्यातून न मांडले गेलेले विषय स्त्रियांनी मोकळेपणाने आपल्या लिखाणातून अधोरेखित केले. यात थ्रिलिंग, सनसनाटीपणा, अश्लीलता यांचा अभिनिवेश नव्हता, तर या सर्वच घटनांना अस्सलपणाचा आणि स्त्रीच्या जगण्याचा स्पर्श होता, म्हणून त्या 'निज' पासून 'निजेतरापर्यंत' झिरपत गेल्या. स्त्रीच्या जगण्यातील विसंगती केवळ प्रतिमा वा संकेतांद्वारे नव्हे, तर पूर्णत: थेट त्याला भिडून मांडण्यातील बिनधास्तपणा त्यांनी दाखवला. स्त्रीचा तिच्या शरीरावरील हक्क, तिच्या वैयक्तिक भावना, तिचा विचार प्रकट करण्याचा हक्क अधोरेखित केला गेला. 'माझ्या मासिक पाळीच्या वेळी' या तेलगू कवितेत के. गीता म्हणते,

एका बिंदूला संपूर्ण शरीर गोठून जाते
दगडासारख्या माझ्या स्वत्त्वाचा नीरव स्फोट होतो
तेव्हा माझ्या मुठीत ती वेदना
सामावण्याचा मी व्यर्थ प्रयत्न करते

'अन्वय' या माझ्या कवितासंग्रहात 'हे सखे रजोवदने' ही पाळीला सखी संबोधून लिहिलेली माझी कविता अनुभवाचे नि:संकोच प्रकटीकरण करते. स्वयंपाकघर, त्यातली भांडीकुंडी, झाडू, घरकामातला तोच तोच कंटाळवाणेपणा वगैरे साहित्यातील अस्पर्शित विषयांवर लिहायला स्त्रियांना अजिबात लाज वाटत नाही. स्त्रियांच्या कवितेला अश्लील म्हणून संबोधणाऱ्या आणि 'निळ्या' कविता म्हणून त्यांची निर्भत्सना करणारांना उत्तर देताना तेलगू कवी मंदारापू हेमावती स्पष्टपणे म्हणतात की, सत्य कविता नील असतील तर आम्ही नील कविताच लिहू.'

'लेबररूम' या आपल्या कवितेत तेलगू कवी निर्मला कोंडेपुडी प्रसव वेदनांचे वर्णन करतात.

रेल्वेच्या रुळावर चेपल्या जाणाऱ्या नाण्याच्या कळा
करवतीने कापले जात असताना
लाकडाच्या भुशाची होणारी तळमळ

अपार शारीरिक वेदना सहन करण्यातले हे अनुभव शब्दबद्ध करण्यासाठी धाडस हवे आणि ते धाडस स्त्रीवादी लेखन करणाऱ्या भारतातील बहुतेक लेखक

दाखवत आहेत.

स्वतंत्र म्हणजे स्वत:च्या तंत्राप्रमाणे, विचारांप्रमाणे वागण्याचे, व्यक्त होण्याचे स्वातंत्र्य. विचारवंत पुरुषांच्या आविष्कार स्वातंत्र्याचे शारीरिक गळे घोटण्याचे काम जसे प्रत्येक कालखंडात तथाकथित संस्कृती संरक्षकांकडून होते, तितकेच गंभीर पण छुपे हल्ले स्त्रियांच्या आविष्कार स्वातंत्र्यावर समाज, संस्कृती, कुटुंब यांच्याकडून होत असतात. दोन्ही प्रकारचे हल्ले तितकेच निंद्य आहेत. पहिल्या प्रकारात माणसेच संपवली जातात. दुसऱ्यात त्यांचे इतके खच्चीकरण होते की त्यांची सर्जनशक्ती निर्बीज होते. समाजाच्या पुरुषप्रधान मानसिकतेत परिवर्तन घडवून आणून स्त्री-पुरुष समता प्रस्थापित करणे, हेच स्त्रीवादाचे प्रमुख उद्दिष्ट असल्यामुळे वर्षानुवर्षे रूजून बसलेल्या मानसिकतेला धक्का लागल्यावर विविध मार्गांने अडथळे उभे करून, गळचेपी करणे या गोष्टी होत राहणारच. त्यांच्याशी दोन हात करून त्यांची पर्वा न करता आपले आविष्कारस्वातंत्र्य जपता आले, तर स्त्री आणि स्वतंत्र हे दोन शब्द समानार्थी होऊ शकतील!

-०-०-

पाळी आजही रूढीच्या विळख्यात

पाळी हा स्त्रीच्या जीवनातील अत्यंत खाजगीतल्या खाजगीचा अनुभव आहे. स्त्रीच्या गर्भाशयात दर महिन्याला रक्ताचे आवरण तयार होते. गर्भाशयात पडलेले अंडे जेव्हा पुनरुत्पत्तीसाठी वापरले जात नाही, तेव्हा दर महिन्याला ते रक्तस्रावाबरोबर गळून पडते. हे सर्व आवरण गळून पडण्यासाठी साधारणत: चार ते पाच दिवस लागतात. स्त्रीच्या साधारणत: १२ व्या वयापासून ते ४०, ४५ व्या वयापर्यंत बाळंतपणाचा एक वर्षाचा कालावधी सोडला तर हे चक्र अव्याहतपणे सुरू राहते. निसर्ग नियमानुसार स्त्रीच्या शरीरात घडणारी ही घटना आहे. यामध्ये कालसापेक्ष वा देशसापेक्ष कोणताही बदल होत नाही.

प्रत्येक व्यक्ती ही समाजात राहते आणि समाजातल्या चालीरीतींचे पालन करणे हे तिचे त्या समाजातली एक सदस्य म्हणून कर्तव्य ठरते. जगातले बहुतेक सर्व समाज पितृप्रधान आहेत. त्यामुळेच पुरुषांचे वर्चस्व ही समाजाने गृहीत धरलेली व मान्य केलेली व्यवस्था आहे. अशा समाजात स्त्रीकडे नेहमीच दुय्यमत्व येते व तिचे पुरुषावरील सर्व प्रकारचे धार्मिक, आर्थिक, मानसिक, कौटुंबिक वगैरे अवलंबन हे अपरिहार्य असते. स्त्रीवर अनेक बंधने लादली जातात. विशेषत: धर्माच्या नावाने जी बंधने लादली जातात, ती तोडणे फार अवघड असते. ही बंधने लादण्यात जसा धाकदपटशा असतो तशी भीतीही असते. ही बंधने तोडली, तर भविष्यात आपले वा आपल्या कुटुंबाचे काही बरेवाईट होईल, या भयाने पुरुष ही बंधने सक्तीची करतो व स्त्रियाही त्याला निमूटपणे मान्यता देतात.

श्रद्धा, अंधश्रद्धा, समजुती, परंपरा, भीती, अज्ञान यांचे एक विचित्र मिश्रण आपल्याला जुन्या समाजामध्ये दिसते आणि बायका त्याच्या सर्वाधिक बळी असतात. पूर्वी रोजच्या जीवनामध्ये असे कितीतरी अडसर माणसांनी आपल्याभोवती कुंपणासारखे घालून ठेवलेले होते. मुंजा, भुतंखेतं, हडळी आपल्याभोवती वावरतात, माणसांच्या

मानगुटीवर बसतात. त्यांना छळतात, अशा पछाडलेल्या माणसाच्या अंगातलं भूत उतरवायला मांत्रिक लागतात वगैरे जशा अमानवी शक्तीबद्दल कल्पना होत्या, तशाच 'असे करावे, असे करू नये' असे काही ठाम आदेश समाजात दृढ होते. नवऱ्याने बायकोला नावाने हाक मारू नये नाहीतर त्याचे आयुष्य कमी होते अशासारख्या समजुती एकत्र कुटुंबात नवऱ्याने उगाच बायकोच्या मागे मागे करू नये, तिला फार किंमत देऊ नये अशा वृत्तीतून आलेल्या दिसतात. गरत्या बाईने संध्याकाळी केस विंचरू नयेत, दारात उभे राहू नये, शाळीग्रामाची पूजा करू नये असे अक्षरश: शेकडो निर्बंध बायकांवर घातले गेले होते.

त्यातच एक महत्त्वाचा म्हणजे पाळी चालू झाल्यावर तीन दिवस बाईने बाजूला बसावे, घरात कोणत्याही वस्तूला शिवू नये, अंघोळ करू नये. दुरून वाढून दिलेले जेवण तिने जेवावे. चटईवर झोपावे. चौथ्या दिवशी कोणीतरी तिला डोक्यावरून अंघोळ घातल्यावर मग ती सर्वत्र वावरू शकते. 'विटाळशीने विटाळ कालवू नये' हे वाक्य आजच्या नव्या पिढीला आता कळणारही नाही. विटाळ कालवू नये म्हणजे तिने नियमाबाहेर जाऊन कशालाही शिवू नये. ती शिवलीच, तर त्या वस्तूवर पाणी घालून ती शुद्ध केली जाई. लहान मुलांना पाळीच्या काळात आईकडे द्यायचे असेल, तर त्याचे कपडे काढून किंवा कोरे अगर लोकरीचे कपडे घालून देत. या काळात नैवेद्य अगर प्रसाद केला, तर तो अशा स्त्रीने खाणे वर्ज्य होते. एकूणच पाळी ही अस्वच्छता व अपावित्र्याशी जोडली आहे. तिचे नावसुद्धा उच्चारणे शिष्टसंमत समजले जात नसे. 'त्या बाईला कावळा शिवला' किंवा 'तिला चार दिवस देवपूजा वर्ज्य आहे,' 'ती बाजूला बसली आहे' अशा आडवळणाने पाळीचा उल्लेख होई. वडील किंवा नवऱ्याशीसुद्धा याबाबत बोलणे उचित समजले जात नसे. पेशवाईच्या काळात पहिल्यांदा पाळी आलेल्या मुलीला मखरात बसवण्याची पद्धत होती. त्याचप्रमाणे तिला भेटवस्तू देण्याची चाल होती. आजही दक्षिण हिंदुस्थानात काही ठिकाणी अशी चाल आहे. सारडा कायदा अस्तित्वात येण्यापूर्वी १९ व्या शतकात व विसाव्या शतकाच्या पहिल्या दोन तीन दशकांत पाळी येण्यापूर्वीच मुलींचे बालवयात विवाह होत व पाळी येईपर्यंत साधारणत: ती माहेरी राहात असे. चौथ्या दिवशी नहाणाने तिला शुद्ध करून सजवून सासरी पाठवले जाई.

एकूणच आपल्या संस्कृतीत स्त्री ही अपवित्र मानली गेली आहे. पाळीनंतर चौथ्या दिवशी नवविवाहितेचे नहाण तिला पवित्र करायला आपल्या संस्कृतीत पुरेसे नाही. हिंदू धर्माच्या पारंपरिक तत्त्वज्ञानात तर 'सर्व प्रकारच्या पापाची खाण आणि मोक्षमार्गावरची धोंड' असे स्त्रीचे वर्णन येते. समाजाची धारणा करून वंशवृद्धी

करण्याचे महान कार्य निसर्गाने जिच्यावर विश्वासाने सोपवले, तिच्याबद्दल अशी वृत्ती का असावी याचे नवल वाटते. स्त्री तर वंशवृद्धीसाठी आणि इंद्रियोपभोगासाठी हवी, पण ती तर वाईट गोष्टीची जननी. म्हणून नवविवाहितेच्या विवाहानंतर आलेल्या पहिल्या पाळीच्या पाचव्या दिवसापासून सोळाव्या दिवसापर्यंत एखाद्या शुभदिनी गर्भादान विधी करून तिला शुद्ध करून घेतले जाई. मुळात शुद्ध असलेल्या स्त्रीला शुद्ध करून घेण्याची गरज काय? गर्भादान झाले नाही, तर दिवस राहिल्यावर आठव्या महिन्यात 'अठांगुळ' करून हाच विधी केला जातो.

काही आधुनिक मताची कुटुंबे सोडली, तर आजही गर्भादान किंवा अठांगुळे करणारी अनेक कुटुंबे आपल्या समाजात आहेत. पूर्वीच्या काळी लहान वयात लग्ने होत, तेव्हा अशा विधींचे बायकांना कौतुक वाटे, त्याबद्दल उत्सुकता असे, पण आजही हे विधी स्त्रीला हवे की नको याबद्दल तिची मते कोणी विचारीत नाहीत. घरातल्या मोठ्या माणसांनी हे विधी ठरवले, तर सुशिक्षित, आर्थिकदृष्ट्या स्वतंत्र मुलींनाही या विधींना सामोरे जावे लागते.

पाळीमध्ये होणारा रक्तस्राव अशुद्ध व अपवित्र समजण्याचा संदर्भ जुन्या पिढीतील पुढच्या दोन विधीत पुन्हा दिसतो. स्त्री बाळंतीण झाल्यावर रक्तस्राव होतो तो अशुद्ध मानून दहा दिवस ते सव्वा महिन्यापर्यंत बाळबाळंतिणीला कोणी शिवायचे नाही. मूल लांबून बघायचे. या काळात देवपूजा करायची नाही. याला सुवेर, सोयर किंवा सोहेर असा शब्द आहे. यात आरोग्याचा जाणीवपूर्वक भाग किती होता, सांगता येत नाही. पण एक प्रकारे बाळबाळंतिणीला न शिवल्याने संसर्गापासून त्यांचा बचाव होत होता एवढेच.

पाळीतील रक्तस्रावाला विटाळ मानल्याने स्त्रीच्या गर्भात नऊ महिने वास करणारा मुलगाही मुंज होईपर्यंत देवधर्माच्या कार्यास उचित समजला जात नाही. मुंजीमधल्या विधीत त्याला शुद्ध करून घेतले जाते. ब्राह्मणाला द्विज असे नाव आहे. द्विज म्हणजे दुसऱ्यादा जन्माला आलेला. म्हणजे आईच्या गर्भाची नाळ तुटून मुंजीनंतर तो वडिलांच्या म्हणजे पुरुषाच्या शुद्ध कुळाचा वारसदार बनतो. स्त्रीला हीन लेखण्याचा हा परमोच्च बिंदू असावा. कारण जन्माला यायचे ते तिच्याच गर्भातून, पण पुढे मात्र हे धागे तोडून नवा जन्म मंत्रोच्चारातून द्यायचा.

हिंदू धर्मातील पवित्र ग्रंथ गीता, उपनिषदे, वेद यांमध्ये पाळीच्या अपवित्रपणाचा आणि स्त्रीवर लादलेल्या निर्बंधांचा कुठे उल्लेख येत नाही. पण या लोकरीती विशेषत: उच्चवर्णीय समजल्या गेलेल्या समाजात कर्मकांडाचे प्रस्थ वाढल्यानंतर सुरू झालेल्या असाव्यात आणि स्त्रीला हीन समजण्याची वृत्ती ही या धार्मिक आचार

विचारांतून रुजून स्थिर झाली असावी. पाळी सुरू होण्यापूर्वीची बालिका म्हणजे कुमारी, शुद्ध आचरणाची समजली जाते. नवरात्रात कुमारीच्या पूजेची चाल भारतात सर्वत्र आहे. देवादिकही या विटाळाच्या कल्पनेतून सुटलेले नाहीत. आसाममध्ये जून महिन्यात भूमीच्या पाळीचा उत्सव अंबुबाची मेळा म्हणून मोठ्या प्रमाणात साजरा होतो. कामाख्या देवीचे मंदिर तीन दिवस बंद असते. चौथ्या दिवशी स्नान घालून देवीची पूजा होते, त्यावेळी दर्शनाला किमान एक लाख लोक उपस्थित असतात.

स्त्रीच्या पाळीवरील बंधने ही जवळ जवळ सर्व धर्मात व संस्कृतीत दिसतात, काही थोडे सन्माननीय अपवाद वगळले तर! बायबलच्या जुन्या करारानुसार (ओल्ड टेस्टॅमेंट) पाळी सुरू झाल्यापासून पुढचे सात दिवस स्त्री अशुद्ध समजली जाते व तिच्याशी समागम वर्ज्य समजला जातो. मोझेसने ज्यू स्त्रियांना या काळात नदी, विहिरी, शेते, बगीचा, गुरेढोरे आणि स्वयंपाकघर इत्यादी ठिकाणी जाण्यास बंदी घातली होती. म्हणजे जवळजवळ एका ठिकाणी बसण्याचीच ही सक्ती आहे. समागमानंतर पुढचे २४ तास पुरुषही अशुद्ध समजले जातात. स्त्रियांच्या ७ दिवसाच्या काळाला निदाह असा शब्द आहे.

ख्रिस्ती धर्माने स्त्रियांना धर्मपीठाचे उच्च स्थान नाकारण्याचे प्रमुख कारण त्यांची पाळी आहे. ऑर्थोडॉक्स चर्चनुसार या काळात स्त्रीला सहभोजन (कम्युनिअन) विधीमधे सहभागी होता येत नाही. कॅथॉलिक पंथीयांमध्ये या काळात समागम वर्ज्य समजला गेला आहे. रशियन ऑर्थोडॉक्स ख्रिस्ती समाजात हे निर्बंध अधिक कडक आहेत. पाळीच्या काळात स्त्रीने छोट्याशा झोपडीत रहावे, चर्चमधे जाऊ नये, पुरुषांशी संबंध येऊ देऊ नये, कच्च्या आणि ताज्या अन्नाला शिवू नये, तिच्या भोवतीची हवा या काळात अशुद्ध असते व तिने टक लावून पाहिल्यास हवामानावरही वाईट परिणाम होतो, अशी कल्पना होती. पश्चिमी देशात विशेषत: अमेरिकन ख्रिश्चनांमध्ये पाळी हा स्त्रीला असलेला शाप समजला जाई. हे तीन दिवस ती आजारपणाचे समजे. या काळात शाळेला न जाणे व खेळात भाग न घेणे उचित समजले जाई.

मुस्लीम धर्मात पाळी चालू असलेली स्त्री धार्मिक कार्यात भाग घेण्यास पात्र समजली जात नाही. ती मशिदीत जाऊ शकत नाही. रमझानच्या काळात प्रार्थना वा उपवास करू शकत नाही. ती पवित्र कुराणाला स्पर्श करू शकत नाही वा ते वाचू शकत नाही. सातव्या दिवसापर्यंत तिला समागम वर्ज्य आहे.

बौद्ध धर्मात सर्वसाधारणपणे पाळीचा रक्तस्त्राव हा नैसर्गिक समजला जातो व त्यावर सांस्कृतिक बंधने लादली जात नाहीत. पण काही वेळा हिंदू धर्माच्या प्रभावामुळे विटाळ पाळला जातो. तैवानमध्ये बौद्ध धर्मीय अशा स्त्रीला प्रदूषित

मानतात. या काळातील रक्त हे अशुद्ध व विषारी समजले जाते. जपानमध्ये अशा स्त्रियांना बुद्ध मंदिरात जाण्यास बंदी आहे. जपानमधील शिंटो धर्मातदेखील परंपरेने स्त्रियांना डोंगरावरील धार्मिक मंदिरात जाण्यास एरवीही बंदी आहे आणि अनेकदा आव्हान देऊनही ही परंपरा अबाधित राहिलेली आहे. बौद्ध धर्मात पाळीच्या काळात स्त्री भुतांना आकर्षित करते व भुते हे रक्त पितात अशीही कल्पना आहे.

जैन धर्मातही स्त्रियांनी या काळात स्वयंपाक करू नये, देवळात जाऊ नये, अशी बंधने आहेत. मात्र शीख समाजात पाळी हा स्त्रीचा कुठलाही कमीपणा समजण्यात येत नाही. ही परमेश्वराने दिलेली जैविक घटना समजून अशा स्त्रीला गुरुद्वारात जाण्यास, सेवा करण्यास परवानगी आहे.

अगदी गेल्या २५ वर्षांपर्यंत पूर्व आणि मध्य युरोपातील शेतकरी स्त्रियांना या काळात ब्रेड करण्यास व लोणी काढण्यास मनाई करत होते. रोमन लेखक प्लिनी (Pliny) याने त्याच्या नॅचरल हिस्ट्री (बुक ७, चॅप्टर ब) या पुस्तकात म्हटले आहे की या काळात स्त्रीने दारूला हात लावला तर ती आंबट होते, बी निष्फळ होते, कलम निर्जीव होते, बागेतील झाडे वाळून जातात. ज्या झाडाखाली ती बसते, त्या झाडाची फळे गळून जातात. आधुनिक काळात जॉन हॉपकिन्स विद्यापीठातील प्राध्यापक डॉ. मॅच (Macht) आणि लोबिन (Lobin) यांनी संशोधनाने असे सिद्ध केले आहे की पाळीच्या रक्तात काही टॉक्सिन असतात. त्याला त्यांनी मेनॉटॉक्सिन (Menotoxin) असे नाव दिले. या टॉक्सिनचा मुळांच्या, बुंध्याच्या, रोपांच्या वाढीवर तसेच यीस्टवर व बियांमध्ये असलेल्या वाढीच्या क्षमतेवर विपरीत परिणाम होतो, असे सिद्ध केले. याउलट दुसऱ्या एका संशोधनात रक्तस्रावाचे रक्त वाया न घालवता, धुता व परत वापरता येणाऱ्या पॅडमधील रक्त बाऊलमध्ये गोळा करून ते रक्तमिश्रित पाणी झाडांना खत म्हणून वापरल्यास झाडे जोमाने वाढतात, असे सिद्ध झाले आहे.

संस्कृती विकसित होण्यापूर्वीच्या आदिवासी समाजात मात्र पाळीच्या रक्ताबाबत अनेक विधायक कल्पना जोडल्या आहेत. अशी स्त्री पवित्र आणि शक्तिमान समजली जाई आणि आपल्या मानसिक इच्छेच्या बळावर ती आजार बरा करू शकते, असे मानले जाई. चेरोकीमध्येही रक्तस्राव हा स्त्रीशक्तीचे प्रतीक मानण्यात येई आणि तिच्यामध्ये शत्रूंचा पाडाव करण्याचे सामर्थ्य आहे, असे समजले जाई. काही समाजात अशा स्त्रीला घाबरून वादळे, वीजा दूर पळतात, असे समजले जाई आणि जर अशी स्त्री नग्नपणे शेतातून फिरली तर फुलापाखरांच्या आळ्या, कीटके, जंतू यांचा नाश होतो असे समजत. मॉर्मन लोक पाळी असणे शुभ समजत, कारण पाळी येणे ही स्त्रीच्या तारुण्याची खूण आहे आणि ती पुष्कळ मुलांना जन्म देऊ शकते, याची सूचना आहे.

एकूणच 'पाळी' हा नैसर्गिक आणि वैयक्तिक घटक असला, तरी जगात सर्वत्र त्याला सांस्कृतिक संदर्भ चिकटलेले दिसतात. शीख सोडून सर्व धर्मीयांनी तर पाळी असलेल्या स्त्रीला अपवित्र समजून तिच्यावर अनेक बंधने घातली आहेत. या सर्व जुन्या पुराण्या गोष्टी झाल्या, आता कुठे आहेत स्त्रीवर बंधने, असे अनेकांना वाटेल. आज स्त्रिया नोकरी करतात. घराबाहेर अनेक तास असतात. कुटुंबे आणि घरांचे आकार छोटे झाले आहेत. देवधर्माची पूर्वीइतकी भीती किंवा श्रद्धा आता राहिलेली नाही. त्यामुळे स्त्रीने तीन दिवस बाजूला बसणे आता हद्दपार झाले आहे, असे अनेक वाचकांना वाटेल. पण अजूनही छुप्या पद्धतीने ही बंधने स्त्री पुरुषांच्या मनात आहेतच. शिवाय शहरातही काही कुटुंबे व ग्रामीण भागातून अजूनही मोठ्या प्रमाणात विटाळ पाळणारी कुटुंबे आहेत, हे लक्षात घ्यावे लागते.

पाळीच्या काळात बाजूला बसावे असा आग्रह धरणारी माणसे दोन, तीन वरवर पाहता पटावीत अशी कारणे देतात. पूर्वीच्या काळी कापडाच्या घड्या व आत्तासारखी पॅड वापरण्याची पद्धत नव्हती. स्त्रिया अंतर्वस्त्रेही वापरत नव्हत्या. त्या काळात नऊवारी पातळातच रक्तस्राव टिपला जाई. अशा वेळी कुटुंबात वा समाजात वावरणे स्त्रीला अवघड वाटत असे. द्रौपदीलाही खेचून दरबारात आणले त्यावेळी ती रजस्वला होती, म्हणून तिचे वस्त्रहरण ही अधिक दारुण विटंबना होती. पाळी म्हणजे शरीराने नाकारलेले मृत घटक, म्हणून ती अपवित्र आहे. या काळात स्त्रीच्या शक्तीची आणि उत्साहाची पातळी कमी होते. तिला विश्रांतीची गरज असते. जुने रक्त धुवून जाऊन शरीर पुन्हा नव्या जिवाच्या तयारीसाठी सज्ज होत असते, म्हणून तिला आराम मिळण्यासाठी ही योजना आहे, असे मुद्दे मांडले जातात.

कामाच्या धबडग्यातून विश्रांती मिळणे हा एक मुद्दा सोडला, तर हे समर्थन पटण्यासारखे नाही. बाजूला बसायला लागणे, कोणत्याही वस्तूला स्पर्श न करता येणे, घरातल्या लहान मोठ्यांना ही पूर्णपणे वैयक्तिक बाब जाहीर होणे ही स्त्रीच्या स्वातंत्र्याच्या हक्कावर मोठीच गदा आहे. असे बाजूला बसणे किती अपमानास्पद वाटते याचा अनुभव लग्नानंतरच्या चार पाच वर्षे मी घेतला आहे. ही पूर्णपणे नैसर्गिक व वैयक्तिक गोष्ट असूनही ती सार्वजनिक होते हे इतके लज्जास्पद वाटे की अनेकदा घर सोडून निघून जावेसे वाटे. स्वच्छता हा मुद्दा रोज स्वच्छ अंघोळ करून व हात स्वच्छ धुवून कामाला लागण्यानेही साध्य होतो. विश्रांती देण्याची घरच्यांची खरेच इच्छा असेल तर बाजूला न बसताही ती साध्य होऊ शकते. त्याकाळी लिहिलेल्या एका कवितेत मी लिहिले होते.

बरे झाले देवा। केलासी उपकार ।

घातलेस जन्मा। बाईच्या ह्या ।।
स्पृश्याघरी जन्म। देऊनिया परी ।
कळो आल्या कळा। अस्पृश्याच्या ।।

आणि हे खरेच होते की त्या बाजूला बसण्याच्या काळात अस्पृश्यांना काय वाटत असेल, याची खोल जाणीव मला झाली. या अस्पृश्यपणातून बंडखोरपणा करूनच बाहेर पडावे लागले. अशा अनेक स्त्रिया गेल्या पिढीतच स्वतंत्र झाल्या त्यामुळे नव्या पिढीला या कळा सोसाव्या लागल्या नाहीत. पण आजही मानसिकदृष्ट्या बहुसंख्य स्त्रिया या गुलामगिरीतून सुटल्या नाहीत. लग्नाला उभे राहणे, सत्यनारायण, हरतालिका, बोडण, रोजची पूजा, देवळात जाणे, लोणचे घालणे, नैवेद्य करणे आजही मोठ्या प्रमाणात स्त्रिया टाळतात. मध्यंतरी मुंबईमध्ये सुशिक्षित स्त्रियांचे एक सर्वेक्षण केल्याची बातमी आली होती. त्यात अनेक डॉक्टर्स, प्राध्यापक, इंजिनिअर स्त्रिया होत्या. त्यातल्या ९० टक्के स्त्रियांनी पाळीच्या काळात आपण देवळात जात नाही व धार्मिक कार्यात प्रत्यक्ष भाग घेत नाही, असे सांगितले. म्हणजे मनातल्या मनात आपण स्वत:ला अपवित्र मानतो, पाळीचा आणि देवाचा संबंध आपण येऊ देत नाही असा होतो. या मागील शास्त्रीय कारणांची जाणीव असणाऱ्या विज्ञान व वैद्यकीय शाखांमधील स्त्रियांनी नकारार्थी कौल द्यावा, ही आपल्या मनावर परंपरांचा पगडा किती खोलवर रुजला आहे याची खूण आहे. कोल्हापूरला याच कारणास्तव प्रसादाचे लाडू करण्याचे काम स्त्रियांकडून काढून घेण्यात आले होते. पण त्यावर पुष्कळच टीका झाल्याने ते परत देण्यात आले. कोल्हापूरच्या अंबाबाईच्या देवळातील गाभाऱ्यात जाण्यास स्त्रियांना मनाई असताना कोल्हापूरच्या एका स्त्रीने निर्भयपणे गाभाऱ्यात प्रवेश करून इतिहास घडवला. बायका पाळीच्या काळात आता आतपर्यंत जातील असा त्यावर गहजबही झाला. अजूनही काही देवस्थानांमधून स्त्रियांना आतपर्यंत प्रवेश नाही. 'बायकांना तरी काय करायचे आहे रूढी मोडून?' असा युक्तिवादही अनेकजण करतात. प्रश्न गाभाऱ्यापर्यंत जायचेच कशाला हा नसून, घटनेने बाईला दिलेल्या समानतेच्या तत्त्वाचा भंग करणारा आहे. स्त्री पुरुष समान असतील, तर बायकांनाही आतपर्यंत, अगदी पाळीच्या काळातही, जाण्याचा हक्क आहे.

पाळीचा रक्तस्राव मलमूत्र विसर्जनाइतकाच नैसर्गिक असून स्त्रीला मिळालेल्या सर्जनशक्तीचे ते एक दृश्यरूप आहे व ते अंतिमत: समाजधारणेसाठीच आहे, ही गोष्ट सूर्यप्रकाशाइतकी स्वच्छ असूनही रूढीच्या विळख्यातून स्त्री व्यावहारिक व मानसिकदृष्ट्या पूर्णपणे बाहेर येण्यासाठी अजूनही काही काळ जावा लागेल असे दिसते.

-०-०-

अस्मिता जपूया

८ मार्च, स्त्रीमुक्ती दिन. देशभरात आणि विदेशातही या निमित्ताने स्त्रियांच्या प्रश्नांसंदर्भात अनेक कार्यक्रम होतात. चर्चा झडतात. लेख लिहिले जातात. जगभरातील स्त्रियांच्या दृष्टीने मुंगीच्या पावलाने एखादा इंच स्त्रिया पुढे सरकतात. भारतात २६ जानेवारी १९५० पासून भारतीय संविधान अस्तित्वात आले. त्यानुसार स्त्रियांना पुरुषांप्रमाणेच समान नागरिक दर्जा व संधीच्या समानतेची ग्वाही मिळाली. त्यानंतर गेल्या ६५ वर्षांत स्त्रियांसाठी अनेक विधायक कायदे करण्यात आले. द्विभार्या प्रतिबंधक कायदा, हुंडाबंदी, अश्लील चित्रणबंदी, स्त्रीधनाचा कायदा, वडिलोपार्जित संपत्तीत समान हिस्सा, २००६ चा कौटुंबिक अत्याचार विरोधी कायदा, अगदी अलीकडच्या बलात्कार विरोधी कायद्यातील फाशीच्या शिक्षेपर्यंतची तरतूद इत्यादी कायद्यांनी स्त्रियांची स्थिती मजबूत व्हावी, त्यांना मानसिक स्थैर्य लाभावे म्हणून प्रयत्न झाले. एका बाजूला स्त्रिया शिकून आर्थिक स्वावलंबी होऊ लागल्या. वेगवेगळ्या क्षेत्रात मानाचे स्थान मिळवून चांगली कामगिरी बजावू लागल्या, तर दुसऱ्या टोकाला बलात्कार, हुंडाबळी, शारीरिक अत्याचार, छळ, स्त्रीव्यापार इत्यादी गुन्ह्यांमध्ये प्रचंड वाढ झाली. जागतिकीकरणात स्त्रीकडे वस्तू म्हणून पाहिले गेले आणि चंगळवादी संस्कृतीत स्त्री उपभोगाची वस्तू बनली.

१९ व्या शतकाच्या उत्तरार्धात आणि २० व्या शतकाच्या पूर्वार्धात महात्मा ज्योतिबा फुले, प्राचार्य गोपाळ गणेश आगरकर, महर्षी धोंडो केशव कर्वे, महात्मा गांधी, बॅरिस्टर बाबासाहेब आंबेडकर इत्यादी विचारवंतांनी लेखन, व्याख्याने, कृतिशील कार्यक्रम इत्यादींच्या माध्यमातून स्त्रियांनी शिकावे, स्वावलंबी व्हावे, स्त्रीपुरुष समता यावी, स्त्रियांचा छळ थांबावा, त्यांना समाजाच्या मध्यप्रवाहात आणावे म्हणून अविरत प्रयत्न केले. पण आजच्या काळात असा कुणी उद्धारकर्ता येणार नाही. स्त्रियांना आता आपली लढाई आपणच लढावी लागेल. आपले प्रश्न

समजून घेऊन आपणच ते सोडविण्यासाठी संघर्ष करावा लागेल.

या दृष्टीने गेल्या काही वर्षात स्त्रियांनी स्फूर्तीने काही आंदोलने केली. सुरुवात तर, कोल्हापूरच्या अंबाबाईच्या मंदिरातील गाभाऱ्यात पुजाऱ्यांचा विरोध डावलून काही महिलांनी बळजबरीने प्रवेश मिळवला, तिथूनच झाली. त्यानंतर वर्षानुवर्षे स्त्रियांचे प्रसादाचे बुंदीचे लाडू करण्याचे काम, स्त्रिया चार दिवसांच्या विटाळपणात अपवित्र असतात या कारणाने काढून घेण्यात आले. स्त्रियांनी त्या विरोधात प्रखर आंदोलने व बुलंद आवाज उठवून ते काम परत मिळवले. त्यानंतर शनिशिंगणापूरला शनीपर्यंत प्रवेश मिळावा, यासाठी अनेकदा आंदोलने झाली, मोठा विरोध झाला. पण बायकांनी नेटाने लढा देऊन वरच्या ओट्यापर्यंत प्रवेश मिळवला. त्र्यंबकेश्वरच्या मंदिरातही बायका गाभाऱ्यापर्यंत येऊ नयेत, म्हणून अनेक अटी घालण्यात आल्या, पण सर्व अडथळे पार करत स्त्रियांनी आपला हक्क शाबीत केला. मुंबईत हाजी अलीच्या मजारपर्यंत प्रवेश मिळावा म्हणून मुस्लीम स्त्रियांनी हिंदू स्त्रियांबरोबर आंदोलन केले आणि शेवटी कायदेशीर प्रवेश मिळवला. शबरीमला मंदिरात कायद्याने प्रवेश देऊनही प्रत्यक्षात स्त्रिया तिथपर्यंत पोचू शकल्या नाहीत. संविधानात स्त्री पुरुष दोघांनाही समान दर्जा दिला असून आणि भारतात सार्वजनिक ठिकाणी कुठेही संचार करण्याचे स्वातंत्र्य दिले असूनही, त्या हक्कांची पायमल्ली अजून कितीतरी ठिकाणी वर्षानुवर्षे होत आहे. पुरुष श्रेष्ठ, स्त्री कनिष्ठ, पुरुष पवित्र, स्त्री अपवित्र, पुरुष निर्णयकर्ता तर स्त्री आज्ञापालक, पुरुष सत्ताधीश तर स्त्री दास, गुलाम ही पुरुषप्रधान समाजव्यवस्थेतील मनोवृत्ती त्यामागे आहे. धार्मिक स्थळी प्रवेश मिळवून या वृत्तीला डिवचल्यामुळे ही सनातन मानसिकता संतापली आहे. खरे तर मंदिर प्रवेशाने स्त्री पुरुष समानता येईल असे मानणे भाबडेपणाचे ठरेल. बायका या अंधश्रद्धेच्या मोठ्याच बळी आहेत. मंदिर प्रवेशाने त्या जास्त अंधश्रद्ध होऊ नयेत याची काळजी घेणे महत्त्वाचे आहे. जितक्या तडफेने त्या आत गेल्या, तितक्याच तडफेने बाहेर येऊन त्यांनी अधिक विधायक कामात आपली शक्ती खर्च करायला हवी. कारण आव्हाने तर आकाशापर्यंत लांब आहेत आणि आपली शक्ती तर मर्यादित आहे. अशावेळी युद्धाचे काही कावे, काही स्ट्रॅटेजीज आत्मसात कराव्या लागतात. सर्व स्त्रियांची एकजूट किंवा भगिनीभाव हा स्त्रीशक्तीचा मोठाच स्रोत बनू शकतो.

दुर्दैवाने जगातल्या सर्वच स्त्रिया परस्परांपासून विभागलेल्या आहेत आणि श्रेष्ठ कनिष्ठतेच्या अदृश्य भिंतींनी त्यांना एकमेकींपासून तोडून टाकलेले आहे. भारतासकट काही आशियाई राष्ट्रांकडे 'थर्ड वर्ल्ड' अशा तुच्छतेने पाहिले जाते किंवा अमेरिकेमध्ये

गोरे काळे असा श्रेष्ठ कनिष्ठ समजणारा मोठा वर्ग आहे. जगात सर्वत्र श्रीमंत गरीब ही विभागणी आहेच. या सर्व प्रकारच्या भेदांमध्ये बायका समाविष्ट आहेतच, पण याहीपेक्षा जास्त खोलवरच्या फटी बायका बायकांमध्ये असतात. भारतापुरता विचार करूया. असंख्य जाती, जमाती, धर्म, वर्ग यांनी भारतीय समाज प्रचंड पोखरला गेला आहे. प्रत्येकजण आपापली जात, धर्म श्रेष्ठ समजून दुसऱ्याकडे कनिष्ठ, दुय्यम भावनेने पाहतो. संविधानातील 'बंधुता' हे तत्त्व प्रत्यक्ष विचार आणि आचरणात आणणारे फार थोडे! स्त्री ही जातीचे प्रवेशद्वार आहे असे डॉ. बाबासाहेब आंबेडकरांनी म्हटले आहे. एखाद्या जातीतील स्त्रीवर बलात्कार करून जातीय दंगे माजवल्याची अनेक उदाहरणे नजीकच्या काळात घडलेली आहेत. त्याचप्रमाणे 'ऑनर किलिंग'च्या नावाखाली जात पोटजातीतल्या भिंती पक्क्या केल्या जातात. स्त्रिया अशा प्रकरणांमध्ये बळी पडतात. त्याचप्रमाणे अशा हत्या घडण्यामागेही स्त्रियांचा प्रत्यक्ष, अप्रत्यक्ष हात असतो.

पुरुषांप्रमाणेच स्त्रियांचेही जातीधर्माचे गट असतातच. अमुक जात श्रेष्ठ, अमुक कनिष्ठ, कोणती जात वरची, कोणती खालची असे ठाशीव संस्कार पिढ्यान्‌पिढ्या स्त्रियांवरही झालेले असतात आणि ते पुढच्या पिढीकडे जाणीवपूर्वक 'संक्रमित' केले जातात. या व्यतिरिक्त 'आम्ही' आणि 'त्या' असे अनेक छोटे मोठे कप्पे स्त्रियांच्या मनात असतात आणि ते त्यांच्या वागणुकीत प्रतिबिंबित होतात. नोकरी करणाऱ्या व न करणाऱ्या असा मोठा गट. खरे तर गृहिणी ही भूमिका चोवीस तास प्रत्येक कामाला बांधील, पण आपण पैसे मिळवत नाही याचा एक ओशाळवाणेपणा अशा स्त्रियांमध्ये असतो. एकाच घरातल्या दोन स्त्रियांपैकी एक मिळवती व दुसरी न मिळवती असेल तर मिळवतीला अधिक सन्मान मिळतो. खरे तर दोघींचे आयुष्य कष्टाचेच असते. घर आणि नोकरी अशी एकीची कसरत असते, तर भोज्याच्या खांबासारखे सगळेचजण दुसरीला कायम गृहीत धरतात. या दोघी स्त्रिया जर एकमेकींना समजून घेऊन वागतील, तर दोघींच्या कितीतरी समस्या सुटतील. दोघी जर सुसंवादात असतील, तर त्यांच्यातच मैत्रीचे बंध निर्माण होतील. परस्परांना सुखंदुःखं सांगितली जातील. अशी जोडी सासू सुनेची असेल तर घरात शांतता नांदेल. स्त्रीच स्त्रीची शत्रू असते, अशी विधाने परस्परातील हेव्यादाव्यांमधूनच निर्माण होतात. खोट्या स्पर्धा, आभासी प्रतिमा, प्रतिष्ठेच्या पोकळ कल्पना, पैशाला असलेले अतिरिक्त महत्त्व, दुसऱ्याबद्दलची असंवेदना हे सगळे टाळले तर मिळवत्या श्रेष्ठ, न मिळवत्या कनिष्ठ असले क्षुल्लक भेद मिटवून टाकता येतील.

आपल्या घरात वर्षानुवर्षे काम करणाऱ्या घरेलू कामगार, स्वयंपाकाच्या बाई,

घरापुढचा रस्ता झाडणाऱ्या स्त्रिया, भाजीवाल्या अशा कितीतरी बायकांच्या संपर्कात आपण येतो. पण त्यांचे आणि आपले संबंध प्रचंड व्यावहारिक असतात. पैसे दिले, पगार वाटला की संबंध संपला. एक श्रेष्ठ, कनिष्ठ नातं तर असतंच, सुशिक्षित अशिक्षित ही भावनाही त्यामागे असतेच, पण एखादं पाऊल पुढे टाकून आपण संवाद का सुरू करू नये? घरात भांडी घासणाऱ्या स्त्रीचं पूर्ण नाव, पत्ता आपल्याला ठाऊक नसतो. तिचा नवरा, मुलंबाळं, आर्थिक स्थिती, घराची हालत याबाबत आपण पूर्णपणे अनभिज्ञ असतो. कशाला नसत्या चांभारचौकशा, त्या त्यांच्या घरी बऱ्या, आपण आपल्या, अशी एक तटस्थ वृत्ती आपण धारण करतो. पण थोडाफार भावनिक सेतू बांधला गेला, तर तिच्या अडीअडचणी आपल्याला समजतात. मुलीच्या शिक्षणासाठी तिला मार्गदर्शन हवं असतं. नवऱ्याच्या हातचा मार खाणं सुटण्यासाठी कायदेशीर सल्ला दाखवता येतो. बचतीचे मार्ग दाखवता येतात. शक्य असेल तेवढं तिला हात धरून वर काढता येतं. यासाठी फक्त सहानुभूती नको असते, समानुभूतीतून समजून घेणं आवश्यक असतं. एका बाईनं दुसऱ्या बाईशी भगिनीभावानं जोडलं जाणं महत्त्वाचं असतं. त्यासाठी पैसा, वेळ यापेक्षा माणुसकीची अधिक गरज असते. कुठलाही व्यवसाय - संडास साफ करण्याचा वा संसदेत खासदार म्हणून बसण्याचा, दगड फोडण्याचा वा सिनेसृष्टीत अभिनेत्री म्हणून चमकण्याचा, पोटासाठी शरीर विकण्याचा किंवा शास्त्रज्ञ म्हणून संशोधन करण्याचा, कुठलाही व्यवसाय हलका किंवा श्रेष्ठ नसतो. प्रत्येक व्यक्तीला स्वत:चा एक सन्मान असतो. स्त्री म्हणून एक स्वत्व, एक अस्मिता असते. एका स्त्रीने दुसऱ्या स्त्रीची ही अस्मिता जपली पाहिजे. तुच्छ लेखणे, अपमान करणे, घालून पाडून बोलणे, मारहाण करणे हे अधिकार तर कोणालाच नाहीत. पण आपल्या वृत्तीतून सौजन्य आणि भाषेतून आदर दिसायला हवा. 'ए, अगं, तुगं'ची भाषा आपल्या मनातला त्यांच्या दर्जाबद्दलचा हलकेपणा दाखवते. आपण दुसऱ्याचा सन्मान ठेवू तरच दुसरे आपला सन्मान ठेवतील याची जाणीव हवी.

बायका बायकांत श्रेष्ठ कनिष्ठपणाची एक इतकी उतरंड असते की लहानसहान गोष्टीतही भेदभाव निर्माण केले जातात. भारतात एकूण सगळ्याच बायकांचा रंग सावळा असला, तरी गोऱ्या बायका स्वत:ला सौंदर्यवती समजतात आणि काळ्या बायकांना कमी लेखतात. आधुनिक विचाराच्या बायका कपडे, खाणे पिणे, राहणी, जीवनशैली यातील फरकामुळे नाक वर असलेल्या असतात, तर पारंपरिक विचारसरणीच्या, हळदीकुंकू, सणवार साजरे करणाऱ्या, साड्या नेसणाऱ्या बायकांना जुनाट समजून त्यांची टिंगल टवाळी करण्याचा सूर असतो. तुम्ही शहराच्या प्रतिष्ठित

भागात राहता की दाट वस्तीच्या पेठांमध्ये, बंगल्यात, फ्लॅटमध्ये, वाड्यात, चाळीत की झोपडपट्टीत, स्वत:च्या की भाड्याच्या घरात, तुमच्या घरात किती खोल्या, किती सोयी, किती आधुनिक फर्निचर, किती इंटिरिअर डेकोरेशन, किती नोकरचाकर आहेत, यावरून बायका मोठेपणा, कमीपणा ठरवतात ही वस्तुस्थिती आहे. विवाह ठरवताना जसं रूप, जात, आर्थिक परिस्थिती, शिक्षण पाहिलं जातं, तसंच तुमचं राहण्याचं ठिकाणही पाहिलं जातं. जातीभेदाइतकंच हे विषही रक्तात भिनलेलं असतं. खरं तर हे भेद इतके पोकळ आणि वरवरचे आहेत की त्यामुळे आतलं स्त्रीत्व खरवडलं जाऊ नये.

पैशावरून, शिक्षणावरून, नवऱ्याच्या पोझिशनवरून, एवढंचा काय, तरुणी मध्यप्रवाहात आणि वृद्धा सामासिक जागेत अशा वाटणीवरूनसुद्धा स्त्रिया पोटजातीत विभागल्या जातात. हे सर्व भेद मिटवून केवळ 'स्त्री'च्या भूमिकेतून स्त्रिया एकत्र आल्या तर?

प्रत्येकीनं मनानं ठरवलं, तर स्त्रिया एकत्र येऊ शकतात. हिंसाचार, बलात्कार, विवाहबाह्य संबंध, हुंडाबळी, विवाहविच्छेद, कौटुंबिक अत्याचार, मानसिक ताणतणाव असे स्त्रियांचे कित्येक प्रश्न स्त्रियांच्या परस्पर वैमनस्यातून निर्माण होतात. स्त्रियांवर अन्याय करण्याची पुरुषांना संधी मिळते. कारण तिच्या मदतीला कोणी धावून येणार नाही याची खात्री असते. वस्तीतल्या स्त्रियांची एकजूट असेल, तर नवरा, बायकोला मारू धजावणार नाही. दारू पिऊन घरादाराचं शोषण करू शकणार नाही. लहान सहान मुलींवर बलात्कार करू बघणारा दहशतीला बिचकून राहील. हुंड्यापायी छळणाऱ्याला शेजारपाजारच्या बायकांचा वचक बसेल. बायका एकत्र आल्या, तर केवढी भक्कम फळी उभी राहू शकते याची उदाहरणं काहीवेळा आपल्या वाचनात येतात, पण ती फार थोडी असतात. भगिनीभाव हा शब्द रक्तात रुजला तरच अशी भक्कम फळी उभी राहू शकते.

८ मार्चच्या निमित्ताने निदान आपल्या अवतीभोवतीच्या सख्यांशी तरी असे सख्यत्वाचे नाते निर्माण करायला सुरुवात करूया. गटागटाने असे एकमेकीला जोडले जाण्यानेच कुठल्याही अन्यायाचा प्रतिकार करण्याचे सामर्थ्य स्त्रियांमध्ये येईल. मी एकटी नाही, हाक मारली तर मदतीला दहाजणी धावून येतील, असं वातावरण निर्माण करणं आपल्याच हाती आहे.

-०-०-

सारेच दीप मंदावले आता?

१९७५ साली युनोने आंतरराष्ट्रीय महिला वर्ष म्हणून जाहीर केल्यानंतर गेली ४२ वर्षे आपण ८ मार्च 'साजरा' करत आहोत. आपल्या एकूणएक सणात स्त्रीच्या वाट्याला फक्त कष्ट येण्याची आपली परंपरा. सण म्हणजे साग्रसंगीत गोडाधोडाचं जेवण, पाहुणेरावळे, घरसजावट. म्हणजे एकूण बाईच्या कामात दुपटीने वाढ. अशा सांस्कृतिक पार्श्वभूमीवर ८ मार्च हा 'स्त्रियांचा दिवस' म्हणून नव्याने उगवला. सुरुवातीच्या काही वर्षांत स्त्री विषयक प्रश्नांवर चर्चा, स्त्रियांच्या मागण्यांविषयी मोर्चे, पथनाट्य, लेख, परिसंवाद असे काही विधायक उपक्रम या निमित्ताने होऊ लागले. पण पाहता पाहता आपल्याही नकळत आपण या दिवसाचा एक सणसमारंभ किंवा आजच्या भाषेत 'इव्हेन्ट' करून टाकला. आपली संस्कृती या बाबतीत फार चटपटीत आहे. फेब्रुवारी महिन्यात जसे मराठी भाषेवरचे आपले प्रेम ओतू जाते, तसा मार्च महिन्यात महिलांच्या कार्यक्रमाला बहर येतो. त्यात 'तथाकथित' कर्तबगार स्त्रियांचे सत्कार, त्यातही सिनेमा, नाटके, सिरियल्स मधून चमकणाऱ्या तारकांची संख्या अधिक. गर्दी जमविण्यासाठी हे करावेच लागते. साड्या दागिन्यांची प्रदर्शने, त्यावर मार्च महिना म्हणून विशेष सेल, महिलाचे विविध गुणदर्शन, सौंदर्यस्पर्धा, पैठणीचा खेळ इत्यादी महिला दिन स्पेशल. सुंदर सुंदर ग्रीटिंग कार्डने दुकानाच्या मांडण्या सजू लागतात. फुले, गुच्छ, मिठायांची लयलूट होते. बायकोला स्वयंपाकाला सुट्टी म्हणून संध्याकाळचे जेवण बाहेर. कुठे मैत्रिणी-मैत्रिणींची खास पार्टी. एवढ्या सगळ्या गदारोळात स्त्रीवाद, स्त्रीमुक्ती, स्त्रियांचे प्रश्न वगैरे विषयांवर कोणी व्याख्यान ठेवले, तर त्यासाठी कुणाकडे वेळ आहे? कुणाला अशा व्याख्यानात रस आहे? व्हॅलेंटाईन्स डे, मदर्स डे सारखं 'वुईमेन्स डे' लाही आम्ही इतकं स्वस्त बनवून टाकलं की खरं तर या दिवसाची हवाच काढून घेतली! स्त्रियांचीही त्याबद्दल काही तक्रार नाही. उलट स्त्री म्हणून सत्कार, कौतुक करून घेणं हा आपला हक्कच आहे,

अशी दिवसेंदिवस घट्ट होत चाललेली भावना. या उलट टीका, आता कशाला हवाय महिला दिन? महिला शिकल्या, नोकरी करताहेत, पैसा मिळवता आहेत, चैनीत राहताहेत, त्यांना ५० टक्के आरक्षण आहे, त्यामुळे निवडून येताहेत. पोलिसांपासून ते पायलटपर्यंत सर्व क्षेत्रात आहेत. डॉक्टर, वकील, प्राध्यापक, शिक्षक, उद्योजक या क्षेत्रात महिलांची संख्या भरपूर आहे. महिला आयोग तुमच्यासाठी आहे. स्त्रीधनाचा कायदा, कौटुंबिक हिंसाचाराविरुद्धचा कायदा, हुंडाबंदी, गर्भलिंग तपासणी कायदा, बलात्काऱ्याला कडक शिक्षा होण्यासाठी कायदा, वडिलोपार्जित संपत्तीत समान हिस्सा वगैरे अनेक कायदे तुमच्या बाजूने आहेत. हॉटेलमध्ये जाता, खातापिता, प्रवास करता, आवडीचा पोशाख करता. शिक्षणासाठी घरापासून दूर राहता. स्वतंत्रच आहात की तुम्ही! आता आणखी तुम्हाला काय हवंय?

वरवर पाहिलं तर खरंच आहे हे. गेल्या शतकातली स्त्री आणि या शतकातली स्त्री यांच्यामध्ये खूप अंतर आहे. म्हणजे सगळे आलबेल आहे का? स्त्री पुरुष समानता आली का? स्त्रिया सुखी समाधानी झाल्या का? कायद्याने स्त्रियांचे सगळे प्रश्न सुटले का? दुर्दैवाने या प्रश्नांची उत्तरे 'नाही' अशी आहेत. म्हणून स्त्रियांचे प्रश्न समजावून घेण्याचा दिवस ८ मार्च.

रोजचे वृत्तपत्र उघडल्यावर एक दिवसही असा जात नाही की ज्या दिवशी एखाद्या स्त्रीवर, बालिकेवर बलात्कार झाल्याची घटना आली नाही. विनयभंग, अत्याचार, माहेरहून मागणी केलेले पैसे आणले नाहीत म्हणून खून, नाहीतर छळाला कंटाळून आत्महत्या. गेल्या काही वर्षांत लाखो स्त्री भ्रूणांची गर्भातच झालेली हत्या आणि लिंगनिदान विरोधी कायदा होऊनही छुपेपणाने अजूनही होणारी हत्या. रोज रोज या बातम्या वाचून आमच्या मनाला बधिरपणा तर आला नाही? एखाद्या निर्भयासाठी हजारो स्त्री पुरुषांचा मेणबत्त्या पेटवून मूक मोर्चा निघतो. पुढे काय? त्यानंतर मुंबई, पुण्यात सुद्धा सुशिक्षित, अभियंत्या स्त्रियांवर बलात्कार करून त्यांचे खून झाले. बातम्या वाचून आम्ही चुकचुकलो, पुन्हा आमचे नेहमीचे जीवन सुरू झाले. काही वेळा अशा प्रश्नांनाही जातीय रंग आले. मोर्चे निघाले. निषेध झाले. कायदे आता कडक आहेत. कधी ना कधी बलात्काऱ्यांना शिक्षा होईल, अशी आम्ही मनाची समजूत फार फार तर करून घेतली. लैंगिक छळ, कुटुंबामध्ये बारीकसारीक कारणावरून बाईला दारूच्या नशेत होणारी मारहाण, पैशासाठी खून, जाळणे, फसवून वेश्या व्यवसायात आणणे, ॲसिड फेकून चेहरा विद्रूप करत बाईला आयुष्यातून उठवणे, एकतर्फी प्रेमाला प्रतिसाद न दिल्याने संपवणे, स्त्रियांचा आंतरराष्ट्रीय व्यापार, संभोगाची छुपी चित्रीकरणे करून ब्लॅकमेल करणे, संशयावरून

जीव घेणे - अक्षरश: स्त्रियांच्या छळ आणि शोषणाच्या बातम्या एकत्र केल्या, तर एका वर्षभरात हजारपानी पुस्तक तयार होईल. बायका जसजशा शिकू लागल्या, पैसे मिळवू लागल्या, स्वतंत्रपणाची भाषा बोलू लागल्या तसतसे बाईवरील अत्याचार प्रतिशोध घेतल्यासारखे वाढू लागले.

समाजातील एखाद्या घटकावर होणारे अन्याय लक्षात आल्यावर त्यांचे निवारण करण्यासाठी, त्यात विधायक परिवर्तन घडवून आणण्यासाठी, काही समानधर्मी गट कृतिशीलपणे एकत्र येतात, त्यावेळी चळवळींचा जन्म होतो. १९७५ ते २००० या पंचवीस वर्षांत अशा अनेक स्त्री चळवळी कार्यरत होत्या. स्त्रियांच्या प्रश्नांकडे सरकारचे लक्ष वेधणे, दबाव गट निर्माण करणे, जनमानसात जागृती निर्माण करणे, कायद्यात विधायक बदल घडवून आणण्याजोगी परिस्थिती निर्माण करणे वगैरे अनेक कार्यक्रम या चळवळींनी हाती घेतले होते. २६ मार्च १९७२ मध्ये १६ वर्षांच्या मथुरा या आदिवासी तरुणीवर मद्यधुंद पोलिसांनी चौकीतच बलात्कार केला. त्यावेळी सुप्रीम कोर्टाने जेव्हा तिची संमती गृहीत धरून आरोपींना निरपराध ठरवले, तेव्हा भारतभर या निर्णयाविरोधात संतापाची लाट उसळली. स्त्री संघटनांनी रस्त्यावर येऊन प्रचंड निदर्शने केली. मुंबई पुण्याच्या स्त्री संघटना, फोरम अगेन्स्ट रेप इत्यादी संघटनांनी निर्णय बदलण्यासाठी जोरदार दबाव आणला. त्यावर्षी ८ मार्चला दिल्ली, मुंबई, पुणे, हैद्राबाद, नागपूर इत्यादी अनेक शहरांतून हजारो स्त्रियांनी निषेध मोर्चे काढले. प्रदर्शने भरवली. एका स्त्रीच्या सन्मानार्थ एक राष्ट्रव्यापी अभियान स्त्रियांनी उभे करावे, ही इतिहासातील पहिली घटना होती. प्रदर्शने, पथनाट्ये, चौकातल्या सभा, लेखी अर्ज, जाहिराती, पोस्टर्स, पत्रके, दौरे काढून स्त्री संघटनांनी एकत्रित विरोध केला. शेवटी भारतीय महिला संघाने कोर्टाबाहेर धरणे धरले. यानंतर रमीजाबी, माया त्यागी, भँवरीदेवी वगैरे अनेक केसेसमध्ये स्त्रीशक्तीने एवढ्या मोठ्या ताकदीने प्रतिकार केला की त्यावेळी बलात्कारविरोधी कायद्यामध्ये अनेक महत्त्वाचे बदल करणे शासनाला भाग पडले.

१९८०, ८२ च्या सुमारास चांगल्या सुशिक्षित घराण्यातील नवविवाहित स्त्रियांच्या छळाच्या आणि त्यांना जाळून मारण्याच्या इतक्या अमानुष घटना घडल्या की सारा महाराष्ट्र मनातून हादरला. पुण्यामध्ये नारी समता मंचने त्यावेळी श्रीमती विद्या बाळ यांच्या नेतृत्वाखाली खूप जनजागृती केली. संजय पवार यांनी 'मी एक मंजुश्री' नावाने केलेले पोस्टर प्रदर्शन पाहून पुरुषसुद्धा हादरले, बोलले आणि रडलेही! यातील आरोपी निर्दोष सुटला, तेव्हा नापसंतीदर्शक दहा हजारावर सह्या गोळा करण्यात आल्या. रिव्ह्यू पिटिशनचा अर्ज केला गेला. नागपूरमध्ये डॉ. रूपा

कुलकर्णी, सीमा साखरे अशा रणरागिणींनी हुंड्याविरोधात संघर्ष सुरू केला. 'ए ब्राईड हू वुड नॉट बर्न', 'ओम स्वाहा', 'मुलगी झाली हो' अशा पथनाट्यांनी चांगली जाणीव जागृती केली. 'मुलगी झाली हो' ह्या पथनाट्याचे अक्षरश: हजारो प्रयोग झाले आणि नऊ भाषेत त्याचे रूपांतर झाले. 'प्रेरक ललकारी', 'बायजा', 'मिळून साऱ्याजणी' यासारखी स्त्रियांचे प्रश्न प्रभावीपणे मांडणारी मासिके त्यावेळी जोरात होती.

१९९६ मध्ये बेंगळुरूमध्ये भरलेल्या जागतिक सौंदर्यस्पर्धेच्या वेळी स्त्रियांनी बाहेर फार मोठी निदर्शने करून आपला निषेध नोंदवला. सातव्या, आठव्या दशकात जाहिरातीतील अश्लीलता, पोस्टर्सवरील स्त्रीदेहाचे प्रदर्शन, सिनेमातील अर्धनग्न स्त्रियांची नृत्ये, नाटकांमधील अश्लीलता यांच्या विरोधात ठिकठिकाणी स्त्री चळवळीतर्फे जोरदार निदर्शने होत होती. काही ठिकाणी पोलिसांच्या मदतीने अश्लील पोस्टर्स काढून टाकण्यात आली. काही नाट्यप्रयोग बंद पाडण्यात आले.

रात्री, अपरात्री घरातून बाहेर काढल्या गेलेल्या शोषित, अत्याचारग्रस्त, घटस्फोटित स्त्रियांसाठी तात्पुरती निवारा केंद्रे, मोफत वकिली सल्ला, समुपदेशन, आर्थिक मानसिक आधार, रोजगाराची संधी अशी अनेक उपयुक्त कामे त्याकाळी स्त्रीसंस्था हिरिरीने करत होत्या. कायदाविषयक अभ्याससत्रे, आरोग्य केंद्रे, साक्षरता केंद्रे, जन केंद्रे (कम्युनिटी सेंटर्स), पाळणाघरे, अर्थार्जनासाठी कौशल्य विकास केंद्रे अशी अनेक विधायक कामे या स्त्रीसंस्था करत होत्या. जीवनावश्यक वस्तूंचे दर नियंत्रित असावेत, अंधश्रद्धा व धार्मिक कट्टरतावाद थांबवावा, लिंगभेदावर आधारित श्रमविभागणी तोडली जावी, बायकांना बोनस व हक्काची बाळंतपणाची रजा मिळावी इत्यादी मागण्यांचा स्त्रीमुक्ती आंदोलन संपर्क समितीने पाठपुरावा केला होता. असे कितीतरी प्रश्न चळवळी पुढे आणत होत्या.

स्त्री चळवळींची सगळीच कामे यशस्वी झाली असे नाही, पण त्यानिमित्ताने स्त्रिया चळवळीशी बांधल्या गेल्या. दबावगट तयार झाले. भगिनीभावाने बांधीलकी मानणाऱ्या, आपला वेळ, जागा, प्रसंगी पैसाही देऊन विविध मनोवृत्तीच्या स्त्रिया एकत्र आल्या होत्या. स्त्रियांच्या मतांचा आदर केला पाहिजे अशी विचारसरणी त्यांनी रुजवली. पण हळूहळू चळवळीचा प्रभाव कमी झाला. त्याला अनेक कारणे होती, पण मुख्य म्हणजे या चळवळी उच्च माध्यमवर्गीयांपुरत्या मर्यादित राहिल्या. त्यांनी पुरुषांना स्थान दिले नाही. दलित, ग्रामीण स्त्रीच्या प्रश्नात लक्ष घातले नाही. राजकारणाला आपल्यापासून दूर ठेवले. खरे म्हणजे आपल्या मागण्यांचा पाठपुरावा करण्यासाठी सत्तेत सहभाग असणे फार महत्त्वाचे असते. मृणाल गोरे, प्रमिला दंडवते, अहिल्या रांगणेकर यांच्यासारख्या झुंजार स्त्रिया राजकारणाच्या प्रत्यक्ष

रणांगणावर उतरल्या, म्हणून सरकारला महागाईच्या प्रश्नावर खाली खेचून दुसरे सरकार आणण्याचे सामर्थ्य त्यांच्याकडे होते. आज अशा स्त्री नेतृत्वाचा अभाव फार जाणवतो आहे. महाराष्ट्रात आजही अनेक स्त्री संघटना कार्यरत आहेत. पण आपल्या छोट्या कार्यक्षेत्रापुरती त्यांची चळवळ मर्यादित आहे. राजकीय पक्षांच्या महिला आघाड्या आहेत, पण त्यांचा अजेंडा पक्षाच्या ध्येयधोरणांशी बांधील आहे. बिगर शासकीय संस्था, परदेशी फंडिंगवर प्रॉजेक्ट घेऊन तेवढ्यापुरते काम करणाऱ्या संस्था, बचतगट चालविणाऱ्या संस्था आजही स्त्रीप्रश्नांशी तात्पुरत्या संबंधित आहेत. धार्मिक स्थळांमध्ये स्त्रियांना आतपर्यंत प्रवेश मिळावा म्हणून प्रयत्नशील स्त्रिया, घरेलू कामगार स्त्रिया, अंगणवाडी सेविका, नर्सेसचे प्रश्न हिरिरीने मांडणाऱ्या स्त्रियांच्या संघटना आपापल्या प्रश्नांबाबत जागृती करत आहेत. पण समस्त स्त्री वर्गाच्या प्रश्नांवर सातत्याने आवाज उठवणाऱ्या स्वायत्त स्त्रीसंस्था मात्र आज राहिलेल्या नाहीत.

साहित्यातून स्त्रीचे शोषण धडाडीने मांडणाऱ्या स्त्री लेखकांनी स्त्रीवादी साहित्याचा एक नवा प्रवाह अस्तित्वात आणला. आत्मभान आलेल्या स्त्रियांचं चित्रण गौरी देशपांडे, सानिया, मेघना पेठे, कविता महाजन, आशा बगे, प्रतिमा जोशी, रोहिणी कुलकर्णी, ऊर्मिला पवार, प्रिया तेंडुलकर यांच्या कथा कादंबऱ्यांमधून व्यवस्थेविषयी चीड असणाऱ्या आणि त्याविरोधात बंड करून उठणाऱ्या स्त्रियांच्या माध्यमातून होत होतं. कवितेमधून रजनी परुळेकर, नीरजा, प्रज्ञा, ज्योती लांजेवार, मल्लिका अमरशेख, स्त्रीच्या माणूसपणावर आलेली काजळी धीटपणे पुसत होत्या, तर आत्मचरित्रांनी लिंगभेदभावाच्या आधाराने छुप्या पातळीवरचे अन्याय प्रकाशात आणले होते. आज हे सगळे प्रवाह कुंठित का झाले? प्रसंगी एखादी स्त्रीवादी कथा, कविता लिहिणाऱ्या लेखक आहेत. पण काही ठाम भूमिका घेऊन ताठ मानेनं स्त्रीचं वास्तव मांडणारे आज कोण आहे?

स्त्रीवरील अत्याचारांचे स्वरूप आज बदलते आहे. ते अधिक भयावह, व्यामिश्र व गुंतागुंतीचे झाले आहे. कोणताही प्रश्न आज सुटासुटा राहिलेला नाही. सर्व प्रश्न इतके एकात एक गुंतले आहेत, की एखाद्याच प्रश्नाची तड लावण्यासाठी कायदेसुद्धा अपुरे वाटावेत. एकूणच जीवन इतके धावपळीचे आणि स्वकेंद्री झाले आहे की एखादा प्रश्न आपल्यापर्यंत येत नाही, तोपर्यंत त्याचे सोयरसुतक मध्यमवर्गीय स्त्रियांनाही वाटत नाही. प्रश्न तात्पुरता सोडवा, कोर्टावर त्याचा भार टाका आणि त्याच्यासकट किंवा त्याच्याशिवाय पुढे चला, ही आज जीवनशैली आहे. अशा समाजात चळवळींना अधिष्ठान नसते आणि स्त्री प्रश्नांविषयी गांभीर्य नसते.

-०-०-

डॉ. अश्विनी धोंगडे

पत्ता	:	'शरण्य' ४७, स्वेदगंगा सोसायटी वारजे, पुणे ४११०५८.
जन्मतारीख	:	२१ जानेवारी १९४७
शिक्षण	:	एम. ए. (इंग्रजी), पीएच. डी.
व्यवसाय	:	पुणे येथील एस. एन. डी.टी.महाविद्यालय इंग्रजी विषयाचे अध्यापन १९७० सालापासून.
प्राचार्य		१९९२ ते २००७
परदेश प्रवास	:	उत्तर कोरिया, मॉस्को, अमेरिका, फिनलँड, फ्रान्स व अन्य युरोपीय देश

प्रसिद्ध पुस्तके

कादंबऱ्या	:	पाषाणपुरुष, होरपळ, स्पर्श, जस्मीन
कथासंग्रह	:	मनस्वी
कवितासंग्रह	:	स्त्रीसूक्त (हिंदी, गुजराथी व आसामी भाषेत अनुवाद, इंग्रजी पुस्तकात कवितांचा समावेश) अन्वय, अपौरूषेय, बाई डॉट कॉम
ललितलेख संग्रह	:	वर्तमान, जगणे व्हावे सुंदर म्हणूनी, बायकांविषयी बरेच काही
प्रवासवर्णन	:	देशांतर, मध्यरात्रीच्या सूर्याचा देश
बालकुमार साहित्य	:	झुकझुक पाँग पाँग, जादूचा कंठा, एक होते झाड, दुसऱ्यासाठी जगलास तर, बिलंदर बारीकराव, अल्बर्ट आइन्स्टाइन, यशच्या कल्पक कथा, सुदर्शना व

		अन्य १५ पुस्तके
समीक्षा	:	मराठी भाषा आणि शैली, स्त्रीवादी समीक्षा-स्वरूप व उपयोजन, संदर्भ स्त्री पुरुष
अनुवादित	:	सडकछाप (मूळ इंग्रजी)
संपादित	:	भारतीय भाषांतील स्त्रीवादी साहित्य
एकांकिका	:	ये रे घना, अनुत्तरित, मी न माझा आरसा
सामाजिक	:	बाळंतपण बोल अनुभवाचे, आमचा लढा आमचा संघर्ष
चरित्र	:	स्वातंत्र्ययोद्धा मार्टिन ल्युथर किंग (ज्यु.)

पारितोषिके व सन्मान

१. महाराष्ट्र शासन : मराठीतील वाङ्मय निर्मितीला राज्यपुरस्कार उत्कृष्ट कवितासंग्रहासाठी, कवी केशवसुत पारितोषिक : स्त्रीसूक्त १९८८-८९
२. महाराष्ट्र साहित्य परिषद श्रेष्ठता पारितोषिक : कविवर्य कुसुमाग्रज पुरस्कार : स्त्रीसूक्त १९८९
३. महाराष्ट्र कामगार साहित्य परिषद, पुणे : 'गदिमा' साहित्य पुरस्कार : अपौरूषेय १९९९.
४. श्री यशवंतराव चव्हाण मित्रमंडळ : कवितासंग्रहासाठी पुरस्कार : स्त्रीसूक्त १९८९
५. उत्कृष्ट समीक्षेसाठी महाबँक पुरस्कार - मराठी भाषा आणि शैली १९८८ (विभागून)
६. मराठी बालकुमार साहित्य संमेलन : आजचे बालसाहित्य : प्रथम पुरस्कार
७. लोकहितवादी मंडळ, नाशिक : सर्वोत्कृष्ट एकांकिका : ये रे घना
८. सर्वोत्कृष्ट एकांकिका : युगवाणी नागपूर : अनुत्तरित
९. बंधुता प्रतिष्ठान : प्रेरणा पुरस्कार १९९९
१०. डॉ. हेमंत इनामदार आदर्श शिक्षक पारितोषिक
११. भगिनी निवेदिता प्रतिष्ठान : शारदा पुरस्कार : देशांतर साठी
१२. दयार्णव कोपर्डेकर पुरस्कार : यशच्या कल्पक कथा : मराठी बालकुमार साहित्य संमेलन २००३

१३. यशवंतराव चव्हाण प्रतिष्ठान : यशवंतराव चव्हाण साहित्य पुरस्कार मार्च २००४
१४. लोकहितवादी गोपाळ हरी देशमुख पुरस्कार : साहित्य परिषद : संदर्भ स्त्री पुरुष २००६
१५. बाबुराव शिरोळे पारितोषिक साहित्य परिषद २००८
१६. प्रणव प्रतिष्ठान पुरस्कार श्रीपूर (अकलूज)
१७. न. चिं. केळकर पारितोषिक - पुणे मराठी ग्रंथ संग्रहालय
१८. कमल व के. पी. भागवत पारितोषिक - स्त्रीविषयक ग्रंथ - बायकांविषयी बरेच काही
१९. सानेगुरुजी आरोग्य मंदिर - उत्कृष्ट बालकथासंग्रह पारितोषिक : सुदर्शना आणि इतर कथा
२०. डॉ. वि. भि. कोलते समीक्षामित्र - ग्रंथश्रेष्ठता पुरस्कार - बायकांविषयी बरेच काही
२१. राष्ट्रीय बंधुता पुरस्कार - २०१७
२२. आडकर फाऊंडेशन - जीवनगौरव पुरस्कार २०१८

अध्यक्ष : साहित्य संमेलने

१. इंदूर भगिनी समाज - अमृत महोत्सवी साहित्य संमेलन इंदूर २००९
२. मंथन महिला साहित्य संमेलन बेळगाव
रौप्य महोत्सवी साहित्य संमेलन २०१२
३. १३ वे साहित्यिक कलावंत संमेलन, पुणे २०१३
४. विचारवेध स्त्री साहित्य संमेलन, पुणे २०१४
५. १७ वे राष्ट्रीय बंधुता साहित्य संमेलन, पुणे २०१६
६. १८वे आचार्य अत्रे साहित्य संमेलन, सासवड १०१८

-०-०-

www.ingramcontent.com/pod-product-compliance
Lightning Source LLC
LaVergne TN
LVHW060622051026
849519LV00002B/721